எனக்கு ஹைக்கூ பிடிக்காது

(25 ஹைக்கூ நூல்களை முன்வைத்து...)

D1680565

மு.முருகேஷ்

டிஸ்கவரி பப்ளிகேஷன்ஸ்
எண்: 9, பிளாட் எண்: 1080A, ரோஹிணி பிளாட்ஸ்,
முனுசாமி சாலை, கே.கே.நகர் மேற்கு,
சென்னை - 600 078. பேச: 99404 46650

வெளியீட்டு எண்: 0364

எனக்கு ஹைக்கூ பிடிக்காது (கட்டுரைகள்)
ஆசிரியர்: மு.முருகேஷ்©
Enakku haiku pidikkaadhu! (Essays)

Author: Mu.Murugesh©
Print in India
ISBN: 978-81-19541-31-7
1st Edition : June - 2024
Pages - 192

Publisher • Sales Rights

Discovery Publications
No. 9, Plot,1080A, Rohini Flats,
Munusamy Salai,
K.K.Nagar West, Chennai - 78.
Tamilnadu, India.
Mobile: +91 99404 46650

Discovery Book Palace (P) Ltd
No. 1055-B, Munusamy Salai,
K.K.Nagar West,
Chennai - 600 078.
Ph: (044) 4855 7525
Mobile: +91 87545 07070

discoverybookpalace@gmail.com / www.discoverybookpalace.com

இந்த நூலில் பிரசுரமாகியுள்ள எந்த ஒரு பகுதியையும் எழுத்துபூர்வமான முன்அனுமதி பெறாமல் எடுத்தாள்வதோ, மறுபிரசுரம் செய்வதோ, மொழியாக்கம் செய்வதோ, ஊடகங்களில் மறுபதிப்புச் செய்வதோ, காப்புரிமைச் சட்டப்படி தடை செய்யப்பட்டுள்ளது. இந்த நூலிலிருந்து சில பகுதிகளை மேற்கோள் காட்டி நூல்அறிமுகம் செய்யலாம்.

உங்கள் மொபைல் போனிலிருந்து ஸ்கேன் செய்து 'டிஸ்கவரி புக் பேலஸ்' மொபைல் ஆப்பை டவுன்லோடு செய்து, புத்தகங்களை வாங்குங்கள்.

ஹைக்கூ கவிதைகளைத்
தமிழ் நிலத்தில் பதியமிட்டதோடு,
எங்கள் கைகளிலும் தந்த
கவிக்கோ அப்துல் ரகுமான் அவர்களுக்கு...

அணிக்கு ஆரே அணி செய்வார்..?

'அணிந்துரை எழுதும் அருகதை எனக்கில்லை.'

'இந்தப் பணிவு பிடித்திருக்கிறது. விரைவில் அனுப்புங்கள்!'

இதற்கு அடுத்த வரியை, வாசக அன்பர்களுக்கே விட்டு விடுகிறேன்.

'எனது நூலுக்கு அணிந்துரை வழங்க வேண்டும்' என்று கவிஞர் மு.முருகேஷ் கேட்டபோது எனக்கு உண்மையில் வியப்பாக இருந்தது. நான் அடிப்படையில் கட்டுரையாளன்; நண்பர் சஞ்சாரிப்பதோ – கவிதை உலகம்! 'எழுத்து' என்பதைத் தவிர, இரண்டுக்கும் பொதுவான அம்சங்கள் அநேகமாக ஏதுமில்லை.

கட்டுவது – கட்டுரை; கொட்டுவது – கவிதை.

நிறுத்தி நிதானமாகப் பல்வேறு தகவல்களை ஒவ்வொன்றாக அடுக்கி, தன் பக்கம் வாசகரை அழைக்கிற 'வசதி' கட்டுரை யாளனுக்கு உண்டு.

கவிதை – அப்படியன்று; சுருங்கச் சொல்லி விளங்க வைக்க வேண்டும்; படித்த மாத்திரத்தில் முழுவதுமாய் வாசகரைக் கட்டிப் போட வேண்டும்.

கட்டுரை – செயற்கை; கவிதை – ஓர் இயல்பு.

கட்டுரை – உண்மைகளைத் தாங்கி வருவது;

கவிதை – உணர்வுகளுக்கு உயிர் தருவது.

'எழுத்து' என்பதைத் தவிர, கட்டுரை – கவிதை இரண்டுக்கும் இடையே பொதுவான அம்சங்கள் ஏதுமில்லை.

'எல்லாம் சரி... ஒரு கவிதை நூலுக்கான முன்னுரை, கவிதையாகத்தான் இருக்க வேண்டுமா, என்ன..? கட்டுரை ஏன் கூடாது?'

நியாயமாகப் பட்டது... முனைந்துவிட்டேன்!

★ ★ ★

இனிய நண்பர் கவிஞர் மு.முருகேஷ் என் மீது அளப்பரிய அன்பு கொண்டவர். அவர் மட்டுமல்ல; அவரின் துணைவியார் அன்புத் தங்கை கவிஞர் அ.வெண்ணிலா, முத்தான பிள்ளைகள்... பாசத்துடன் பழகுகிறவர்கள். எண்ணுவதுண்டு – இந்த நேசம், எல்லாக் குடும்பங்களிலும் நிலவினால், இந்த தேசம் எத்தனை செழிப்பாய் இருக்கும்..!

ஆனாலும் கவிஞரின் இல்லத்துக்குப் போகும்போதெல்லம் ஒரு தயக்கம்... இல்லையில்லை, ஒரு நடுக்கம் இருக்கவே செய்கிறது.

நட்டநடுவில் உட்காரவைத்துவிடுவார்கள்; தங்கை வெண்ணிலா, பிள்ளைகள்... இவர்களோடு, நண்பர் முருகேஷ் – சுற்றி அமர்ந்து கொள்வார்கள். அறிவார்ந்த உரையாடல் தொடங்கிவிடும். கேள்விகளாகக் கேட்டுத் துளைத்து எடுத்து விடுவார்கள். அதிலும், பிள்ளைகள் இருக்கிறார்களே... இவர்களுக்கு இருக்கும் அறிவுத் தேடல்..! அப்பப்பா! வளரும் இளம் தலைமுறையிடம் என்னை மாட்டி விடுவதில் நண்பருக்குத்தான் எத்தனை மகிழ்ச்சி!

நல்ல சிந்தனை. நல்ல மக்கள். நல்ல குடும்பம். இவர்களில் ஒருவனாய் நானும் இருக்கிறேன் என்பதில் எனக்கு மட்டற்ற மகிழ்ச்சி. வாழ்க! வாழ்க! வாழ்க!

★ ★ ★

30 ஆண்டுகளுக்கும் மேலாக ஹைக்கூ எழுதிவரும் கவிஞர் முருகேஷ், பல கவிஞர்களை ஹைக்கூ உலகத்துக்கு அறிமுகப்படுத்தி இருக்கிறார்; ஏராளமான ஹைக்கூ கவிதை நூல்களுக்கு முன்னுரை எழுதி இருக்கிறார். இவற்றில் சில முன்னுரைகளைத் தொகுத்து, நூலாக வெளிக்கொண்டு வருதல் – உண்மையில் பாராட்டத்தக்க முயற்சி.

ஒரு நூலுக்கு, அணிந்துரை தேவையா? அனுபவத்தில் சொல்கிறேன்... ஒரு நூலுக்குச் சரியான அணிந்துரை வாய்த்து விட்டால், தரமான வாசகர் தாமாக வந்து சேர்ந்துவிடுவர். வாசலில் நின்று இன்முகத்துடன் வரவேற்று நூலுக்குள் வாசகரை அழைத்துச் செல்கிற பணியை முன்னுரை செய்கிறது; செய்ய வேண்டும்.

ஒரு நூலின் உட்பொருளை, மையக் கருத்தை, சாராம்சத்தை ஓரிரு பக்கங்களில் அடக்கி, வாசகரின் ஆர்வத்தைத் தூண்டிவிடுகிற முன்னுரையை விடவும் சிறந்த வாசகத் தூதுவன் இருக்க இயலாது. இப்பணியில் கவிஞர் முருகேஷ் சிறப்பாகச் செயல்பட்டு வருகிறார். அவருக்கு நான் ஈடு கொடுக்க முயற்சிக்கவில்லை; இயன்றவரை இட்டு நிரப்புகிறேன். இனி...

கவிதைக்கும் எனக்கும் இடையே சுமார் அரை நூற்றாண்டு கால உறவு. கவிஞர் அமரர் இளந்தேவன் அவர்களின் கவியரங்க நிகழ்ச்சிகளில் நான் முக்கிய இடம் வகித்து இருக்கிறேன். மரபுக் கவிதை, புதுக்கவிதை, வசனக்கவிதை... என, ஹைக்கூ உட்பட பல வடிவங்களும் முயற்சித்து இருக்கிறேன். ஆனாலும் 'கவிதை நூல்' பற்றி யோசித்தது இல்லை. கவிஞர் முருகேஷ் எழுதியுள்ள முன்னுரைகளை வாசித்த பின்னர் தோன்றுகிறது – 'இவரின் முன்னுரைக்காகவே ஒரு கவிதை நூல் எழுத வேண்டும்!'

★ ★ ★

ஏற்கெனவே, ஹைக்கூ கவிதை நூல்களுக்கு இவர் எழுதிய முன்னுரைகளின் தொகுப்பு, இரண்டு நூல்களாக வெளிவந்துள்ளன. இது இந்த வரிசையில் இது மூன்றாவது! தளராத ஆர்வம், குறைவிலா ஆற்றல் இருந்தாலன்றி இது சாத்தியம் இல்லை. பாராட்டுகள்.

★ ★ ★

சில பத்தாண்டுகளுக்கு முன்பு வாசித்த, கீழை நாட்டுப் பழமொழி இது:

'மலரின் மீதிருந்து பாடினாலும்
முள்ளின் மீதிருந்து பாடினாலும்
குயில் – நன்றாகவே பாடுகிறது!'

இது ஹைக்கூ இல்லாமற் போகலாம். ஆனாலும் ஒரு நல்ல சிந்தனையை நிரந்தரமாக ஏற்படுத்திய வரிகள் இவை.

2018 ஜனவரி தொடங்கி, 2023 மார்ச் வரை எழுதியுள்ள 26 முன்னுரைகளை வாசித்தபோது, 'எத்தனை நல்ல கவிதைகளைக் கவிஞர் முருகேஷ் ரசித்துப் படித்து முன்னுரை எழுதி இருக்கிறார்' என்று நினைத்து மகிழ்ந்தேன்.

ஒவ்வொரு நூலுக்குள்ளும் பயணித்து, சில பல நல்ல கவிதை வரிகளைப் பாராட்டி, உளமார வாழ்த்தி இவர் வழங்கியிருக்கிற முன்னுரைகள் உயர் தரத்துடன் மிளிர்கின்றன.

ஹைக்கூ கவிதை வடிவத்தைத் தமிழருக்கு அறிமுகம் செய்வித்த மகாகவி பாரதியை அடிக்கடி நினைவுகூரும் கவிஞர் முருகேஷ், ஜப்பானிய ஹைக்கூ கவிதைகள் பற்றிய பல செய்திகளை நன்றாகப் பதிவு செய்கிறார். 'எதையும் மேம்போக்காகப் பார்க்காமல் நீயே உள்ளுணர்ந்து பார்' என்று சொல்லும் ஜென் தத்துவத்தின் வழி நின்று எழுதப்பட்டவையே ஜப்பானிய ஹைக்கூ கவிதைகள் என்று நிறுவுகிறார்.

"அங்கே ரோஜாப் பூக்கள் பெய்கின்றன; மழை அதில் நனைகிறது..!"

'பதினாறாம் நூற்றாண்டின் இறுதியில், ஜப்பானில் மரபு வழியில் எழுதப்பட்ட ஹொக்குப் பாடல்களே இன்றைய ஹைக்கூ கவிதைகள். கீழ்த்திசை மக்களின் பண்பாட்டு விழுமியங்களை உள்வாங்கி, அவர்களது வாழ்க்கை முறை சார்ந்த அழகியலோடு எழுதப்பட்ட கூட்டுக் கவிதை முயற்சியே ஹைக்கூ.

நாராக் காலத்திலிருந்த (கி.பி. 700 முதல் 794 வரை) சோக்கா கவிதை வடிவம் தொடங்கி, பிறகு, தன்கா எனும் கவிதை வடிவமாகி, ஜப்பானிய மரபுக்கவிதை கால மாற்றத்தில் உருமாறி, 5-7-5 எனும் 17 அசைகளையுடைய ஹைக்கூ கவிதைகளாக உலகின் திசைகளெங்கும் இன்றைக்குப் பெரும்புகழோடு சுற்றி வருகின்றன இந்த ஹைக்கூ கவிதைகள்' என்று, வரலாற்று உண்மைகளை நமக்கு நயமாக இயம்புகிறார்.

ஒவ்வொரு நூலுக்கும் அதனுள் இருக்கும் கவிதைகளுக்கும், ஒருவித பிரமிப்பான எதிர்பார்ப்பை ஏற்படுத்துவதில் கவிஞர் விற்பன்னராக இருக்கிறார்.

ஒரு முன்னுரையில் குறிப்பிடுகிறார்: 'மறந்த புன்னகையை ஞாபகப்படுத்தும் குழந்தைகளும், நடைவண்டிப் பயணத்தில் இசை சேர்க்கும் குழந்தையின் கொலுசும், நினைக்க நினைக்க மனவெழுச்சியை உண்டு செய்யும் ஹைக்கூ கவிதைகளாக உள்ளன. நடந்து தேய்ந்தாலும் அப்பாவின் இறப்புச் சான்றிதழைப் பெறமுடியாத இழப்பின் வலியும், மழையில் ஓவியம் அழிய, பசியோடு மாற்றுத்திறனாளி ஓவியன் தீட்டும் ஓவியமும் மனதில் அழியாத காட்சிச் சித்திரங்களாகின்றன'.

தற்போதுள்ள சமூக நிலை, அது குறித்த ஆற்றாமையை வெளிப்படுத்தி நம்மை சிந்திக்கத் தூண்டுகிறார். மேலும் கூறுகிறார்:

'கேள்விகளெல்லாம் தெளிவைத் தருவதற்குப் பதிலாக, மேலும் குழப்பத்தையே விளைவிக்கின்றன. பதிலை எதிர்பார்த்து கேட்கப்படும் கேள்விகள் கூர்மழுங்கிப் போய்விட்டன. பொய்யாய் சீண்டிப் பார்க்கும், தவறான தகவல்களைப் பரப்பும் அபத்தமான குறுக்கீடுகளாகவே இப்போதெல்லாம் கேள்விகள் முளைக்கின்றன. புறத்திருந்து வரும் கேள்விகள் எப்படிப்பட்டதாயினும், ஒவ்வொரு படைப்பாளியும், அக தரிசனமாகத் தன்னிடமே சில கேள்விகளை எழுப்பிக்கொள்ள வேண்டியது மிகவும் அவசியம்.'

நூலாசிரியர் ஒருவர் குறித்து இவ்வாறு எழுதுகிறார்:

'தற்போது விவசாயத் தொழிலில் தன்னை ஈடுபடுத்திக் கொண்டிருக்கிறார். மண்ணின் ஈர வாசம், கவிதைகளில் சற்றே கூடுதலாக இருப்பதற்கு இதைவிட வேறென்ன காரணம் வேண்டும்..? பனிபடர்ந்த-சாணத்தின் மணம் வீசும் கிராமத்துக் காட்சிகள் அழகாகப் பதிவாகியுள்ளன.'

எப்படியும் ஏதேனும் ஒரு 'ஜெ‌ன்' கதையை லாகவமாகத் தனது முன்னுரையில் கொண்டுவந்து விடுகிறார் கவிஞர். அவை எல்லாமே மிகவும் பொருத்தமாக ஆழமான பொருள் தருவனவாக உள்ளன. அதிலும், பாத்திரமொன்றில் நிலவைச் சுமந்துவரும் சீடனின் கதை... அபாரம்! நீங்களும் படித்து உணருங்கள்.

படைப்புகளைப் பாராட்டுவதில் கவிஞருக்கு மட்டற்ற மகிழ்ச்சி. ஒவ்வொரு முறையும், இயல்பாக அடிமனதில் இருந்து பாராட்டுகிறார்.

'நம்பிக்கையைத் துளிர்க்க வைக்கும் கவிதைகள், தமிழ்க் கவியுலகுக்கு நம்பிக்கையூட்டும் புது வரவு; சின்னச் சின்னச் சொல்லெடுத்து, வாழ்வின் போக்கிலான காட்சிகளை அழகான சரமாகத் தொடுப்பதில்... வீரியமான-தெறிப்பான கவிதை நாற்றுகள்...'

நெகிழிப்பையின் அபாயம் குறித்து ஹைக்கூ ஒன்று:

'மேய்ச்சல் நிலம் தேடிச்சென்ற

மாடுகள் மாலையில் திரும்பின

நெகிழிப்பை மென்றபடி!'

கவிஞர் எழுதுகிறார்: 'நெஞ்சைப் பதற வைக்கிறது. வாசித்து முடித்த கணத்தில், தெருவோரத்தில் வயிறு வீங்கிப் புடைத்தபடி செத்துக்கிடக்கும் மாடுகளின் கோரக்காட்சி கண்களை விட்டு அகல மறுக்கிறது'.

'என்னவொரு எண்ண ஓட்டம்..?' என்று எண்ண வைக்கிறது இந்த முன்னுரை:

'நேர்க்கோட்டுப் பயணமாக இல்லை இன்றைய வாழ்க்கை; ஓடும் காட்டாற்று வெள்ளமென அதன்போக்கில் எல்லாவற்றையும் அடித்துக்கொண்டு ஓடுகிறது. நெருக்குதல்களுக்குள் சிக்கி, மூச்சுத் திணறினாலும், வாழ்வெனும் பெருநதியில் நாமும்

நீந்திக்கொண்டிருப்பதாகவே பெருமைப்பட்டுக்கொள்கின்றோம். கரையில் நின்றபடியே கற்பிதங்களுக்குள் தொலைந்து கொண்டிருக்கும் நம்மை மீட்பர் எவரெனத் தேடும் முயற்சியிலேயே வாழ்வின் சுவாரசியம் இன்னமுமிருக்கிறது'.

ஹைக்கூ கவிதைகள் நிகழ்த்தியிருக்கும் மகத்தான மாற்றங்களை வரவேற்று, கொண்டாடுகிறார் கவிஞர்:

'பல்லாண்டுகளாக எழுத்தறிவு மறுக்கப்பட்ட தலைமுறையிலிருந்து, முதல் தலைமுறையாகக் கல்விபெற்ற இளையவர்களிடமும் நம்பிக்கையூட்டி, 'உன்னாலும் முடியும்' என்று எழுத வைத்தது ஹைக்கூ. தமிழ்ப் படைப்புலகில் முன்னரே நன்கு அறிமுகமான மூத்த படைப்பாளிகள் பலரையும் தன்பால் ஈர்த்து, அவர்களையும் எழுத வைத்த பெருமையும் ஹைக்கூவுக்கு உண்டு'.

ஒரு முன்னுரையில் எழுதுகிறார்:

'மரபும், புதிதும் எழுதிப் பழகிய கரமல்லவா... வெகு இலாகவமாக ஹைக்கூவும் வசப்பட்டிருக்கிறது.

'கொட்டும் மழையை
ஏக்கத்தோடு எட்டிப் பார்க்கிறது
கொதிக்கும் உலை நீர்.'

மற்றொரு நூலில் முன்னுரை:

'பல அழகியல் கவிதைகள் இந்நூலில் உண்டு. இதோ... ஒரு பருக்கைப் பதம்;

'வானவில்லை வரைந்தவன்
தூரிகையை உதறினான்
நட்சத்திரங்கள்.'

அரியவகை கவிதை பற்றிக் கூறுகிறார்:

'நம் சிந்தனை வட்டத்தை எல்லைகள் தாண்டியும் விரியச் செய்யும் வாசிப்பு நுட்பத்தைத் தரவல்லவை... முதல் வாசிப்பிலேயே புரிந்துவிடக்கூடிய கவிதைகளல்ல; மறுவாசிப்பைக் கோரும் அர்த்தப்புஷ்டியான கவிதைகளவை. சொற்களால் உணர்த்திவிட முடியாத, வாசிப்பின் வழி உய்த்துணர வேண்டிய கவிதைகள்'.

கவிஞர்களைப் பாராட்டும்போது அவர்களின் குணநலன்களைக் கூறிப் பாராட்டுவது, சுவைக்கும்படி இருக்கிறது.

புதுப்பார்வையும் நுட்பமான அவதானிப்பும் கொண்டவர்.

கவிஞர் எழுப்பும் இந்தக் கேள்விகளுக்கு வாசகரே பதில் அளிக்க வேண்டும்:

'கவிதைகள் பசித்தவனுக்கு உணவாகிறதா..? காயம்பட்டவனுக்கு ஆறுதலளிக்கிறதா..? காதல் மனங்களில் களிப்பினை உண்டாக்குகிறதா..? ஏற்றத்தாழ்வுமிக்க சமூகத்தின் மீது கோபங்களைக் கொப்பளிக்கிறதா?'

புதியவர்களை வரவேற்பதில் கவிஞருக்கு இருக்கும் ஆர்வம், அவரது தனி அடையாளம். ஒரு முன்னுரையில் குறிப்பிடுகிறார்:

'இந்தத் தொகுப்பிலுள்ள கவிதையை எழுதிய கவிஞர்கள் அனைவருக்குமே இதுதான் முதல் முயற்சி. 'முடியும் என்று முயன்றிருக்கிறார்கள்; இனி, விடியும் என்று சாதிப்பார்கள்'.

இன்னொரு கதை. இனிமையாய் ஆழமாய் பளிச்சென்று தெரியும் அந்தக் கதையின் முடிவில் வருகிற செய்தி இதோ:

'ஒரு தோட்டமென்றால் இலைகளோடும், பூக்களோடும், பிஞ்சுகளோடும், காய்களோடும், சருகுகளோடும் இருப்பதே அதன் இயல்பு. மிகச் சுத்தமாக இருப்பதென்பது தோட்டத்தின் இயல்பல்ல; தோட்டத்தை அதன் இயல்பிலேயே இருக்க விடு; நீயும் எப்போதும் உன் இயல்பிலேயே இரு..!'

யதார்த்ததைப் பதிவு செய்வதை ஒரு கடமையாகவே கொண்ட கவிஞர் கூறுகிறார்:

'நமக்கான அன்றாட அவசரங்களில் ஏதோவொன்றை நோக்கி நாம் ஓடிக்கொண்டேயிருக்கிறோம். நின்று பார்க்க, நிதானித்து ரசிக்க நேரமில்லை; நேரமிருந்தாலும் பலருக்கு மனமில்லை'.

ஒரு முன்னுரையில் கவிதை நடையில் கூறுகிறார்:

'காலக்காற்றில் அசையும் கவிமரத்திலிருந்து உதிர்வன சருகுகளல்ல... கவிதைக்கனிகள். நிலத்தில் விழும் கனிகளிலிருந்து தெறிக்கும் விதைகளுக்குள்ளிலிருந்து முளைத்தெழுகின்றன ஆயிரமாயிரமாய் துளிர்கள்'.

ஓரிடத்தில் மேலும் கூறுகிறார்:

'விதைகளைச் சுமந்து, வேறொரு மண்ணில் விதைத்துவிட்டும் போகின்றன பறவைகள். கனிகளைத் தாங்கி நின்ற மரத்துக்கோ, பசியாறிய பறவைகளுக்கோ தெரிந்திருக்கவில்லை... கனியின் எந்தப் பகுதி அதிகம் சுவையென்று'.

காலச்சுழற்சியில் பூத்து, காய்த்து, கனிவது என்பதை மட்டுமே மரங்களறியும். கனிகளைத் தேடிச்சென்று பசியாறுவதை மட்டுமே பறவைகளறியும். இவை, கனிகளுக்கான விதிகள் மட்டுமல்ல; இலக்கியத்துக்கும் இதுவே பொருந்தும்'.

ஒரு முன்னுரையில் குறிப்பிட்டிருக்கும் 'தொட்டி மீன்' பற்றிய கவிதையைப் படித்ததும் கவிஞர் ஈரோடு தமிழன்பன் எழுதிய இந்த வரிகள் நினைவுக்கு வந்தன:

'தொட்டி மீன்
கடலில் நீந்தியது
தொட்டி அளவு!'

மற்றொரு இடத்தில், கடவுளை, தலைவர்களை நாம் பின்பற்றுவதில் உள்ள போலித்தனத்தை நன்றாகத் தோலுரித்துக் காட்டுகிறார்:

'புத்தர் என்பவர் சிலையில் இல்லை. அவர் கொள்கைகளில் வாழ்கிறார். உன்னில், என்னில் வாழ்கிறார். யாருக்கும் எதையும் போதிக்காமல், வலிந்து திணிக்காமல், தன் வாழ்வின் போக்கிலேயே கொள்கையை உள்வாங்கி, அதன்படி வாழ்ந்து காட்டுவதே புத்தரை நாம் வணங்குவதற்குச் சமமான செயல்'.

ஓர் இளவயதுக் கவிஞரை இவ்வாறு வாழ்த்துகிறார்:

'இந்த உலகினை ஆழ, அகலக் காண்பதற்கு அனுபவ அறிவும் வேண்டுமென்பதை மறுப்பதற்கில்லை. அதே வேளையில், எதையும் கூர்ந்து உள்வாங்கி வெளிப்படுத்த வயது ஒரு தடையாய் இருந்ததில்லை என்பதை பல நேரங்களில் உணர்ந்திருக்கிறேன்'.

ஒவ்வொரு நூலின் முன்னுரையிலும் அந்த நூலிலுள்ள சிறப்பான கவிதைகளைக் குறிப்பிட்டு வாழ்த்துகிறார் கவிஞர். இதனால் பல நல்ல வரிகளை வாசிக்கிற வாய்ப்பு நமக்குக் கிடைக்கிறது. அந்த நூல்களைத் தேடிப் பிடித்து வாசிக்க வேண்டும் என்கிற எண்ணம் தோன்றுகிறது. அவற்றுள் சில மட்டும் இதோ:

'உப்பு நீரில்
சொட்டுநீர்ப் பாசனம்
உழவர் வேர்வை.'

ஒரு நூலில் மட்டும், விமர்சகர்கள் மீதான நியாயமான கோபத்தை வெளிப்படுத்துகிறார்:

'வெளிப்படையாக எந்த இலக்கியப் படைப்புக்கும் அகம், புறம் என இரண்டு பக்கங்கள் உண்டு. புறத்தை மட்டும்

பார்த்துவிட்டு அகத்தைக் காணாமலேயே கேலி செய்வதும், அகத்தைக் கண்டுவிட்டுப் புறத்தைப் பார்க்காமலேயே புலம்புவதும் அறிவிலித்தனமாகும்'.

நிறைவாக, முன்னுரைகளில் கவிஞர் சிலாகித்துக் கூறும் அத்தனைக் கவிதை வரிகளில் எனக்குப் பிடித்த கவிதை..!

இதோ:
'சாப்பிடச் சொல்லும்
மகளின் குரலில்
அம்மா.'

ஏறத்தாழ இதே சாயலில் மற்றொரு கவிதை:
'ஒவ்வொரு வகுப்பிலும்
தோழி ஒருத்தி
அம்மாவின் சாயலில்!'

★ ★ ★

முன்னுரை எழுதுவதில் ஒரு சிரமம் இருக்கிறது. ஒவ்வொரு வாசகருக்கும் ஒவ்வொரு அனுபவத்தைத் தரவல்லது – வாசிப்பு. 'பிடிக்கவில்லை' என்று இடையில் நிறுத்திவிட்டு, சில நாட்கள் கழித்து வாசிக்கையில் 'அபாரம்' என்று தோன்றுவதும் உண்டு. 'மிக அருமை' என்று நாம் நம்புகிற ஒரு படைப்பு, சிலருக்கு எந்த ஈர்ப்பையும் ஏற்படுத்தாமற் போகலாம்.

தனிப்பட்ட ஒருவரின் கருத்து முன்னுரையில் இடம் பெறலாமா? பொதுவாக ஒரு வாசகனின் மனநிலையில் இதனை அணுக முடியுமா? என்ன இருந்தாலும், நான் நானாக இருந்துதானே ஒரு நூலை வாசித்து முன்னுரை எழுத முடியும்? அதற்காகத்தானே இந்தப் பணி எனக்குத் தரப்பட்டுள்ளது. பிறகு ஏன், 'பொதுவான கருத்து' குறித்து நான் கவலைப்பட வேண்டும்? சுருக்கமாய்... ஒரு முன்னுரை எவ்வாறு இருக்க வேண்டும்? ஒன்று, இரண்டு அல்ல; 25 முன்னுரைகள் இந்த நூலில் உள்ளன. முன்னுரைகளுக்கு இது ஒரு முன்னுதாரணம்.

அழகாய், ஆழமாய், தெளிவாய், தீர்க்கமாய் முன்னுரை எழுதுகிற ஆற்றல் எல்லாப் படைப்பாளிகளுக்கும் வாய்த்துவிடாது. இனிய நண்பர், கவிஞர் மு.முருகேஷ் அவர்களுக்கு இத்திறன் இயல்பாகவே அமைந்துவிட்டது.

அதனாலேயே இந்த முன்னுரைத் தொகுப்பு நூல், நமக்கு மிக நல்ல வாசிப்பு அனுபவத்தைத் தருகிறது.

முன்னுரைத் தொகுப்பில் இடம் பெற்றுள்ள கவிஞர்களுக்கு வாழ்த்துகள். தொடர்ந்து எழுதுக! மேலும் புகழ் பெறுக!

நிறைவாய்...

கவிஞர் மு.முருகேஷ்...

வாயார வாழ்த்துவதற்கும் நல்ல மனம் வேண்டும் என்பார்கள்.

கவிஞரின் அடையளம் – நிறைந்த நல்மனம்.

கவிஞரின் நட்பு – எமக்குக் கிடைத்த நல்வரம்.

எல்லா வளங்களும் பெற்று இனிதே வாழ்க நண்பர் மு.முருகேஷ்!

வாழ்க வாழ்க வாழிய பல்லாண்டு!

அன்புடன்,
பாஸ்கரன் கிருஷ்ணமூர்த்தி

மனசினோரமாய் சில மின்மினிகள்

'உருவுகண்டு எள்ளாமை வேண்டும்' என்பது பொய்யாப் புலவன் வள்ளுவனின் வாக்கு. மனிதர்க்கு மட்டுமல்ல; இது இலக்கியத்துக்கும் பொருந்தக்கூடியதே.

எந்தவொரு படைப்பின் தரத்தையும் தீர்மானிப்பது உள்ளடக்கம் தானே தவிர, அதன் வடிவமாக ஒருபோதும் இருந்ததில்லை. கதை, கவிதை, நாவல், கட்டுரை என வடிவங்கள் பலவான போதிலும், ஒரு படைப்பு தனக்குள் கருவாகக்கொண்டிருக்கும் உள்ளடக்கத்தின் காரணமாகவே கவனம் பெறுகிறது; விவாதிக்கப்படுகிறது; காலங்கடந்தும் பேசப்படுகிறது.

நீண்ட மரபுடைய தமிழ்க் கவிதை வரலாற்றில், இருபதாம் நூற்றாண்டின் தொடக்கத்தில் புதுக்கவிதை அறிமுகமானதைப் போலவே, அதே நூற்றாண்டின் பின்பகுதியில் ஜப்பானிய கவிதை வடிவமான ஹைக்கூவும் அறிமுகமாயிற்று.

'புதுக்கவிதை' அறிமுகமான தொடக்கக் காலத்தில், மரபுக்கவிஞர்கள் பலரும் 'இதென்ன இலக்கணமில்லா கவிதை?' என்றே விமர்சனம் செய்தனர். காலத்தின் தேவையும், புதுக்கவிதை பெற்ற வரவேற்பும் கண்டு மரபுக்கவிஞர்களும் புதுக்கவிதைகளை எழுதத் தொடங்கினர்.

அதுபோலவே, புதுக்கவிதைகளை எழுதிக்கொண்டிருந்த கவிஞர்கள் பலரும் ஹைக்கூ கவிதைகளையும் கேலி செய்தனர்.

'தமிழில் இல்லாத கவிதை வடிவமா?'

'மூன்று வரியில் என்னத்தைச் சொல்வது?'

'அடுத்தவன் செருப்பைத் தலையில் வைத்துக்கொண்டு ஆடுவதா?'

இப்படியாகவும், இதற்கு மேலும் கூட ஹைக்கூ கவிதை மீது வசைபாடினார்கள்.

எந்தவொரு படைப்பின் வடிவத்தையும் படைப்பாளன் மட்டுமே தீர்மானித்துவிடுவதில்லை; காலமும் சேர்ந்தேதான் அதைத் தீர்மானிக்கிறது. அவ்வாறே ஹைக்கூ கவிதை வடிவத்தின் சமூகத் தேவையையும் காலமே முதலில் தீர்மானித்தது. கவிஞனின் கைகளுக்கு ஹைக்கூவைக் கொண்டுவந்து சேர்த்தது.

'தமிழின் நீர்த்துப்போன கவிதைப் போக்கில் ஒரு செறிவையும் ஆழ்ந்த சிந்தனையையும் ஹைக்கூ உண்டாக்குமெனநம்புகிறேன்' (1990) என்கிற 'இலக்கியச் செல்வர்' வல்லிக்கண்ணனின் வாக்கினையும், 'வார்த்தைகளே கவிதை. போதனை செய்வதே கவிதை. புலம்புவதே கவிதை. புரியாமல் புதிராக எழுதுவதே கவிதை என்று தத்தளித்துக்கொண்டிருக்கும் தமிழ்க் கவிதையில் ஹைக்கூ ஒரு ஒழுங்கைக் கொண்டு வரக்கூடும்' (கணையாழி - ஹைக்கூ சிறப்பிதழ் - மார்ச், 1991) என்ற எழுத்தாளர் மாலனின் நம்பிக்கையையும் உறுதிச் செய்யும் வகையில், தமிழில் ஹைக்கூ அலை மெல்லப் பரவியது.

கவிக்கோ அப்துல் ரகுமான் தமிழில் நேரடியான ஹைக்கூ கவிதைகளை முதன்முதலாகப் படைத்தளித்தார். சுண்டச் சுண்டச் சுவை கூடும் பாலென ஹைக்கூவின் மூவரி வடிவம் ஈர்க்கவே, பலரும் ஹைக்கூ எழுதத் தொடங்கினர்.

தமிழில் சிறுபத்திரிகைகளின் வழி வேர் கொண்டு முளைக்கத் தொடங்கிய ஹைக்கூவை, வெகுசன பத்திரிகைகள் வெறும் பக்க நிரப்பிபோல் பிரசுரிக்கத் தொடங்கின. துணுக்குகளும் மூவரி புதுக்கவிதைகளும் ஹைக்கூ எனும் பெயரில் வலம் வந்தன. எது ஹைக்கூ எனும் புரிதலின்றி பலரும் எழுதியதைப்போலவே, ஹைக்கூ பற்றிய தெளிவின்றியே பலரும் படித்து வந்தனர்.

1984இல் இருந்தே ஹைக்கூ கவிதை நூல்கள் தமிழில் அங்கொன்றும் இங்கொன்றுமாக வெளிவரத் தொடங்கின. அமுதபாரதி (புள்ளிப்பூக்கள் - ஆகஸ்ட், 1984), அறிவுமதி (புல்லின் நுனியில் பனித்துளி - நவம்பர், 1984), ஈரோடு தமிழன்பன் (சூரியப் பிறைகள் - பிப்ரவரி, 1985), மித்ரா (ஹைக்கூ கவிதைகள் - மார்ச், 1990) ஆகிய ஹைக்கூ முன்னோடிகளின் நூலில் ஒன்றைக்கூடப் படிக்காமல், வெகுசன இதழ்களில் வந்த மூன்று வரி துணுக்குகளைப் படித்துவிட்டு, பலரும் அவசரத் தீர்ப்புகளை அள்ளித் தெளித்தனர்.

'தமிழில் ஹைக்கூ எழுதவே முடியாது.'

'தமிழில் எழுதுவதெல்லாம் பொய்க்கூ.'

'தமிழ் வயலில் ஹைக்கூ எனும் பெருச்சாளி பள்ளம் பறிக்கிறது.'

மேலுள்ளவாறு பலரும் முன்முடிவுகளைச் சொல்ல, ஹைக்கூ தன்போக்கில் வளரத் தொடங்கியது.

பதினாறாம் நூற்றாண்டின் இறுதியில் ஜப்பானிய மொழியில் நீள்மரபுக் கவிதையின் முதல் மூன்று வரிகளென எழுதப்பட்ட ஹொக்குப் பாடல்களே பின்னாளில் ஹைக்கூ என்றழைக்கப்பட்டது. ஆங்கிலப் பேராசிரியரான ஆர்.ஹெச்.பிளித், ஜி.ஹெண்டர்சன் ஆகியோரின் முன்னெடுப்பில் ஆங்கிலத்தில் மொழியாக்கம் செய்யப்பட்டு, உலகின் திசைகளெங்கும் பரவத் தொடங்கியது.

ஜப்பானிய ஹைக்கூவை தமிழில் மொழிபெயர்த்து அறிமுகம் செய்த எழுத்தாளர் சுஜாதா, அவரது பார்வையிலிருந்து சில கருத்துகளை முன்வைத்தார். கவிக்கோ அப்துல் ரகுமானும், மகாகவி ஈரோடு தமிழன்பனும் ஹைக்கூ பற்றிய சரியான புரிதலோடு சொன்ன கருத்துகளே, இளைய கவிஞர்களின் கைகளில் ஹைக்கூ சென்று சேர காரணமாக அமைந்தன.

'ஹைக்கூவின் இலக்கணம் முழுவதையும் கற்றுக்கொள்ளுங்கள்; பின்னர், அதை அப்படியே மறந்துவிடுங்கள்!' என்று சொன்ன 'ஜப்பானிய ஹைக்கூவின் தந்தை' மட்சுவோ பாஷோவும், 'ஹைக்கூவை தமிழுக்குக் கொண்டு வருகிறபோது அதன் எல்லா மரபுகளையும் தூக்கிக்கொண்டு வர வேண்டியதில்லை. ஜென் பார்வையில்தான் நாமும் இந்த உலகத்தைப் பார்த்தாக வேண்டும் என்று கட்டாயமில்லை!' என்றுரைத்த கவிக்கோ அப்துல் ரகுமானும் தமிழில் ஹைக்கூ எழுதும் கவிஞர்களுக்கான வழிகாட்டியாயினர்.

எதிர் கருத்துகளைக் கேட்டுத் தயங்கி நின்றுவிடாமல், சரியான ஹைக்கூவை அடையாளப்படுத்தும் நோக்கில் எழுதியதன் விளைவாக இன்றைக்கு இந்திய எல்லைகளைக் கடந்து, உலகின் பார்வையில் கவனம் பெற்று, ஜப்பானிய மொழியில் மொழியாக்கம் செய்யப்படும் சிறப்பினைப் பெற்றுள்ளன, தமிழ் ஹைக்கூ கவிதைகள்.

முன்பு 'ஹைக்கூ' என்றால் என்னவென்று அறியாதிருந்த நிலை மாறி, அதுவொரு கவிதை வடிவம் எனும் புரிதல் இன்றைக்குப் பலரிடத்தும் வந்திருக்கிறது. ஹைக்கூ எனும் பெயரில் சென்ரியு, ஹைபுன் வகைமைகள் ஒரே நூலாகி வந்த நிலைமாறி, ஒவ்வொரு வகைக்கும் தனித்தனியாக நூல்கள் வெளிவரும் நிலையை எட்டியிருக்கிறோம். ஹைக்கூவை நெருக்கமாகப் புரிந்துகொள்ளவும், கூடுதல் தெளிவு பெறவும் இன்னும் நாம் போக வேண்டிய தூரம் அதிகமிருக்கிறது.

கடந்த 35 ஆண்டுகாலமாக ஹைக்கூ கவிதைகள் குறித்த தேடலோடு பயணிப்பவன் என்கிற வகையில் ஒன்றை மட்டும் உறுதியாகச் சொல்ல முடியும். தமிழ் மொழியின் தொன்மையையும் செழுமையையும் உள்வாங்கி எழுதப்படும் ஹைக்கூ கவிதைகள், உலகெங்கும் வரவேற்கப்படும் காலம் வெகு அருகிலிருக்கிறது.

முன்னுரை எழுதுவதென்பது எனக்கு மிகவும் பிடித்தமான செயலாகும். ஒரு படைப்பு எழுதும்போது நான் அடையும் உற்சாக மனநிலையை முன்னுரை எழுதும்போதும் அடைகிறேன். சக படைப்பாளர்களின் கவிதை நூல்களை மூன்று, நான்கு முறையாவது வாசித்துவிட்டு, அதிலிருந்து உத்வேகம் பெற்ற பின்னரே, முன்னுரையை எழுதத் தொடங்குகிறேன் நான். அதனாலேயே நான் முன்னுரை எழுதும் நூல்களெல்லாம் எனது நூல்களைப்போலவே எனக்கு மிகவும் நெருக்கமாகிவிடுகின்றன.

26 ஹைக்கூ நூல்களுக்கு, கடந்த 2018 சனவரி தொடங்கி, 2023 மார்ச் வரை நானெழுதிய முன்னுரைகளின் தொகுப்பே இந்நூல். முன்னரே நானெழுதிய 33 முன்னுரைகள் 'ஹைக்கூ கற்க' (அன்னை ராஜேஸ்வரி பதிப்பகம் - டிசம்பர், 2008) எனும் நூலாகவும், 24 நூல்களுக்கு எழுதிய முன்னுரைகள் 'ஆயிரம் கவிதைகள் மலரட்டும்' (மேன்மை வெளியீடு - டிசம்பர், 2015) எனும் நூலாகவும் வெளியாகி, வாசகர்களின் பெருவரவேற்பைப் பெற்றன. அவ்வகையில் இது என் மூன்றாவது நூல்.

இந்நூலுக்கு நுழை வாயிலெனச் சிறப்பான தொரு அணிந்துரையை வழங்கியிருக்கும் எழுத்தாளர் பாஸ்கரன் கிருஷ்ணமூர்த்தி, என் மனம் கவர்ந்த இனியவர். எங்கள் குடும்பத்தில் ஒருவரென என் மீது அன்பு காட்டுபவர்.

எல்லோரின் மீதும் அன்பைப் பெருமழையெனப் பொழியும் நேசமிக்க மனிதர். பள்ளி, கல்லூரி மாணவர்கள் மத்தியில் இவர் பேசும்போது, நானுமொரு மாணவனாக இருந்து பலமுறை ரசித்திருக்கின்றேன். ஒரு விநாடியையும் விரயமாக்காமல் எழுத்திலும் பேச்சிலுமாகப் பயனுடையதாக்கி வரும் இவரின் தொடர் பணிகளுக்கு மத்தியில் அணிந்துரை எழுதித்தந்த பேரன்பை என்றும் மறவேன்.

தனித்துவமான முத்திரையில் நூல்களை வெளியிட்டு வருவதோடு, இந்தியப் பதிப்பாளர்கள் கூட்டமைப்பின் மாநாட்டில் தமிழ் மொழியின் சிறந்த பதிப்பாளர் விருதினைப் பெற்றிருக்கும் அன்புச் சகோதரர் மு.வேடியப்பனின் ‘டிஸ்கவரி பப்ளிகேஷன்ஸ்’ வழியாக இந்நூல் வெளிவருவதில் பெருமகிழ்ச்சியும் கனிந்த நன்றியும்.

‘அதென்ன… ‘எனக்கு ஹைக்கூ பிடிக்கும்’ என்றுதானே நூலின் தலைப்பு இருக்க வேண்டும், ஏனிப்படி?’ என்று கேட்பது புரிகிறது. எனக்கு ஹைக்கூ எப்போதும் பிடிக்கும். ஆனால், ஹைக்கூவைப் பற்றி சரியான புரிதலில்லாமல், ஹைக்கூ நூல்களை வாசிக்காமல் பொத்தாம்பொதுவாகப் பேசிவருபவர்கள் சிலரது எண்ணங்களாவது இந்த நூலின் முன்னுரைகளை வாசிப்பதன் மூலமாக மாறும் என்பது என் திடமான நம்பிக்கை. இந்நூலை வாசித்துவிட்டு, ஓரிரு ஹைக்கூ நூல்களையாவது தேடிப் படிப்பார்கள் என்பது என் உறுதியான எதிர்பார்ப்பு.

எனக்கு ஹைக்கூ பிடிக்கும்; ஹைக்கூ எழுதுபவர்களையும் பிடிக்கும்; ஹைக்கூவை ஆர்வத்துடன் படிக்கும் வாசகர்களையும் ரொம்பவே பிடிக்கும். படிக்கப் படிக்கப் பிடித்துப்போகும் ஹைக்கூ, உங்களுக்கும் பிடித்துப்போக இந்நூலுக்குள் சென்று வாருங்கள்… உங்கள் மனசினோரமாய் சில ஹைக்கூ மின்மினிகள் ஒட்டிக்கொள்வது நிச்சயம்.

- மு.முருகேஷ்

03.09.2023
வந்தவாசி - 604 408
செல்: 94443 60421
மின்னஞ்சல்: haiku.mumu@gmail.com

உள்ளிருக்கும் முத்துக்கள்...

1. ஒரு வானமும் ஆயிரம் நிலவுகளும் 23
மூங்கில் தவம் - ஆரிசன்

2. கற்பனை வாசலின் கதவுகள் 30
சின்ன வயசுப் புகைப்படம் - ப.பவுன்குமார்

3. கவிதை முகமும் விடியலின் ஒளியும் 35
விடியலின் முகவரிகள் - செல்லம் ரகு

4. மனசினுள் சுரக்கும் கவிதை ஊற்றுகள் 40
வானவில் தூரிகை - முல்லை நடவரசு

5. அமரன் ஹைக்கூ: வாசிப்பும் நேசிப்பும் 45
அமரன் ஹைக்கூ ஆயிரம் - அமரன்

6. வானவில்லின் மனச் சித்திரங்கள் 56
வெளவால்கள் பறக்கும் வீதி - நாணற்காடன்

7. ஈரமனதில் பூத்த மலர்கள் 62
உதிராப்பூக்கள் - இரா.இரவி

8. கவிதை மணம் பரப்பும் மல்லிகை மொட்டுக்கள் 67
அம்மா பின்னிய கூடை - லோக.சந்திரபிரபு

9. ஆயிரம் ஹைக்கூ மலரட்டும் 73
கண்ணில் தெரியும் கடவுள் - தமுஎகச: அறம் கிளை

10. பூப்பதும் காய்ப்பதுமாய்... 79
வீடெங்கும் வேப்பம்பூ வாசனை - க.அம்சப்ரியா

11. இருட்டைக் கிழிக்கும் ஒளியின் குரல் 87
இப்படிக்கு இயற்கை - தமுஎகச: அறம் கிளை

12. ஒளியிலைகளினூடே பூத்த கவிமரம் 93
சாம்பல்மேட்டில் அமரும் வண்ணத்துப்பூச்சி - ஆரூர் தமிழ்நாடன்

13. திசையெங்கிலும் பரவ வேண்டிய பேரொளி 102
ஜப்பானிய ஹைக்கூ நால்வர் - பல்லவிகுமார்

14. கலைடாஸ்கோப்பில் வழியும் அழகு	107
பறக்க ஆயத்தமாகும் குருவி - பட்டியூர் செந்தில்குமார்	
15. தன்னையே வரைந்துகொள்ளும் சித்திரம்	114
துறல் - இளையோன்	
16. குளக்கரையில் அமர்ந்திருக்கின்றோம் நீயும் நானும்	120
இலை வடிவில் வெயில் - கவி.விஜய்	
17. பேரன்பினாலான கவிதைக் கூடு	126
தூரிகையில் விரியும் காடு - இளையவன் சிவா	
18. புத்தனுக்கும் பாரதிக்கும் பிடித்த கவிமகள்	131
புத்தனின் தலையில் நூற்றியெட்டு நத்தைகள் - பூ.தனிக்ஷா பாரதி	
19. மனத்தாழ்வாரங்களில் ஊஞ்சலாடும் வரிகள்	137
ஓசோனை தைக்கும் ஊசி - இராம.இளங்கோவன்	
20. ஹைக்கூ பொழியும் கார்மேகம் கவிமுகில்	142
கவிமுகிலின் படைப்புப் பாதையில் ஒரு பயணம்	
21. கண்களுக்கும் சிந்தனைக்குமான பெருஞ்சித்திரக்காரன்	166
பாலறியும் பூனையின் கண்கள் - க.ராமஜெயம்	
22. உயரம் தொடும் உன்னத சிந்தனைகள்	172
பனையோலைக் காற்றாடிகள் - கா.ந.கல்யாண சுந்தரம்	
23. வாழ்வின் வலிகளைப் பேசும் குறும்பாக்கள்	177
கடுகு (நிலவைச் சுருக்கி) - விக்னேஷ்.வீ.லோ.	
24. கவிப்பார்வையின் பரிணாமங்கள்	183
காடு தொலைத்த பறவை - செந்திரு	
25. உள்ளங்களில் ஒளிரும் விளக்கொளி	188
அலையோடு கொஞ்சம் தேநீர் - பித்தன் வெங்கட்ராஜ்	

1

ஒரு வானமும் ஆயிரம் நிலவுகளும்

அதுவொரு பின்மாலை நேரம். மேகங்கள் திடீரெனக் கருக்க, சடசடத்தபடி மண்ணில் விழுகின்றன, தூறல்கள்.

சாலையில் சென்றுகொண்டிருந்த மனிதர்கள் நனையாமலிருக்க, ஓடிப்போய் கிடைக்கிற இடங்களில் ஒதுங்கிக் கொள்கிறார்கள். மழைத்தூறல்களை ஏந்திய கைகளிலும் உயர்த்திய முகங்களிலும் வாங்கியபடி, தெருவில் நின்று விளையாடும் குழந்தைகளை, "உள்ள வாங்க..!" என்று சத்தமிட்டு அழைக்கிறார்கள், பெற்றோர்கள். அதட்டலுக்குப் பயந்து, வீடுகளுக்குள் ஓடிப்போய்ப் பதுங்குகிறார்கள், குழந்தைகள்.

'தன்னில் நனைய ஒரு குழந்தையும் இல்லையே..!' எனும் பெரும்வருத்தத்தில் முன்னிலும் வலுவாக அடித்துப் பெய்கிறது, மழை.

தாழ்வாரத்தின் ஓரமாய் ஒதுங்கி நிற்கும் அந்தக் குழந்தையின் பார்வை, எதிரேயிருந்த பூங்காவில் பதிந்து கிடக்கிறது. பெருமழையில் எல்லாமும் நனைகின்றன. பூங்காவிலுள்ள மரங்கள், செடிகள், கொடிகள் எல்லாம் மழையோடு கைகோத்தபடி சேர்ந்தாடுகின்றன.

தன்னை மறந்து மழையையும், பூங்காவையும் பார்த்துக் கொண்டிருந்தது, அந்தக் குழந்தை.

"மழைய வேடிக்கைப் பார்த்தது போதும், உள்ள வா!" என்று இரண்டு மூன்று முறை தந்தை அழைத்தும், குழந்தையிடம் பதிலேதுமில்லை. குழந்தை பார்க்கும் இடம் நோக்கி தந்தையின் கவனம் திரும்பியது.

தொட்டிச்செடியில் பூத்திருக்கும் சில ரோஜாப்பூக்கள் மழைத்தூறலில் நனைந்தபடி தலையாட்டுகின்றன. உடனே தந்தை, "ப்பூ... இதென்ன அதிசயம்! மழையில் ரோஜாப்பூக்கள் நனைகின்றன..." என்றார் மெல்லச் சிரித்தபடி.

பார்வையைத் துளியும் நகர்த்தாமலேயே குழந்தை சொன்னது;

"அங்கே ரோஜாப் பூக்கள் பெய்கின்றன; மழை அதில் நனைகிறது..!"

ஜென் *(Zen)* மனநிலை என்பது இதுதான். கவிதை மனநிலையுங்கூட இதுவேதான். 'எதையும் மேம்போக்காகப் பார்க்காமல் நீயே உள்ளுணர்ந்து பார்' என்று சொல்லும் ஜென் தத்துவத்தின் வழி நின்று எழுதப்பட்டவையே, ஜப்பானிய ஹைக்கூ கவிதைகள்.

பதினாறாம் நூற்றாண்டின் இறுதியில், ஜப்பானில் மரபு வழியில் எழுதப்பட்ட ஹொக்குப் பாடல்களே இன்றைய ஹைக்கூ கவிதைகள். கீழ்த்திசை மக்களின் பண்பாட்டு விழுமியங்களை உள்வாங்கி, அவர்களது வாழ்க்கை முறை சார்ந்த அழகியலோடு எழுதப்பட்ட கூட்டுக் கவிதை முயற்சியே ஹைக்கூ.

நாராக் காலத்திலிருந்த (கி.பி. 700 முதல் 794 வரை) சோக்கா கவிதை வடிவம் தொடங்கி, பிறகு, தன்கா எனும் கவிதை வடிவமாகி, ஜப்பானிய மரபுக்கவிதை காலமாற்றத்தில் உருமாறி, 5-7-5 எனும் 17 அசைகளையுடைய ஹைக்கூ கவிதைகளாக உலகின் திசைகளெங்கும் இன்றைக்கு பெரும்புகழோடு சுற்றி வருகின்றன, இந்த ஹைக்கூ கவிதைகள்.

'அழியும் பொருட்களை விடுத்து, என்றும் அழியா இயற்கைக்குத் திரும்புவோம்' என்கிறது ஜென் புத்திஸம்.

மெய்ப்பொருளைத் தேடுவதைத்தான் பொதுவாக நாம் தத்துவம் என்கிறோம். இறைவனைத் தேடுவதற்கான வழிகளுள் ஒன்றாகவே நமது தத்துவங்கள் இருக்கின்றன. அகமுகமாகத் தேடுவதையே இந்திய தத்துவங்கள் போதிக்க, புறமாகத் தேடுவதை மேலைநாட்டுத் தத்துவங்கள் போதிக்கின்றன. சடங்குகள், வழிபாடுகள் இவையேதுமற்றது, ஜென்.

உண்மையில், ஜென் ஒரு மதமல்ல. இறைவன் இவன்தான் என்றோ, இறைவனை அடையும்வழி இதுதான் என்றோ ஜென் எப்போதும் குறிப்பிடுவதேயில்லை.

ஜென் தத்துவங்களில் புத்தரும் ஒரு ஜென் துறவி... அவ்வளவே!

"நீ... நீயாய் இரு; இயல்பாய் இரு; அந்தந்தக் கணங்களில் உணர்ந்து வாழ்; கடந்த காலத்தையும் எதிர்காலத்தையும் நினைத்து வருந்துவதில் எப்பயனும் கிடையாது. யாருக்கும் கெடுதல் செய்யாதே, செய்யவும் நினைக்காதே. எளிமையாய் இரு. நான் என்ற முனைப்பை விட்டு, விலகி வா. இயல்பாய், அமைதியாய், நிதானமாய் இருப்பதே இறையுணர்வு. இதற்கென தனியாக இறைவனைத் துதிபாடுவதுகூட வீண் வேலைதான். எதிர்பார்ப்பின்றி காரியங்களை ஆற்றி வா. எதிர்பாராமல் இருப்பதால் நடப்பது நடக்காமல் போகாது..!"

ஜென் தத்துவத்தின் அடிப்படை கோட்பாடு இவையே.

ஜென் துறவிகள் எதையும் போதனை எனும் வட்டத்துக்குள் சுருக்க மாட்டார்கள். அமைதி, எளிமை, உண்மை, நேர்மை இவையே ஜென் தத்துவத்தின் சிறப்பு அம்சங்கள். மௌனம், தனிமை, ஏற்புத்தன்மை என்கிற இம்மூன்றினைத்தான் ஜென் தனது பண்புகளாகக் கூறுகிறது. இவற்றை முற்றாக உள்ளுணர்ந்து கொண்டதால்தான் மட்சுவோ பாஷோ, பூஸன், இஷா, ஷிகி ஆகியோர் ஜப்பானிய ஹைக்கூவைச் செழுமைப்படுத்திய 'ஹைக்கூ நால்வர்களாக' இன்னமும் போற்றப்படுகிறார்கள்.

இந்த ஜப்பானிய ஹைக்கூ கவிதைகள், மகாகவி சுப்பிரமணிய பாரதியார் எழுதிய கட்டுரை ஒன்றின் வழியாகத்தான் தமிழுக்குள் முதன்முதலாக அறிமுகமானது. 'சுதேசமித்திரன்' பத்திரிகையில் 16.10.1916 அன்று 'ஜப்பானிய கவிதை' என்று தலைப்பிட்டு பாரதி எழுதிய அந்தக் குறுங்கட்டுரைக்கு இப்போது நூற்றியெட்டு வயது. பாரதியின் கட்டுரை வெளியான 52 ஆண்டுகளுக்குப் பிறகு சி.மணி எனும் பழனிச்சாமி ஜப்பானிய ஹைக்கூ கவிதைகளைத் தமிழில் மொழிபெயர்த்து, அதை 'நடை' (அக்டோபர் 1968) இதழில் வெளியிட்டார். 1969இல் எழுத்தாளர் சுஜாதா, பேராசிரியர் சந்திரலேகா ஆகியோர் மொழிபெயர்ப்பில், 'கணையாழி' இதழும் சில மொழிபெயர்ப்பு ஹைக்கூ கவிதைகளை வெளியிட்டது.

1973இல் கவிஞர் சேலம் தமிழ்நாடன் 'ஜப்பானிய ஹைக்கூ' எனும் தொடர் கட்டுரையை 'தீபம்' இதழில் எழுதினார். பிறகு, கவிக்கோ அப்துல் ரகுமான் எழுதிய அறிமுகக் கட்டுரைகள் வழியாக, தமிழ் இலக்கிய வெளியில் ஹைக்கூ கவிதைகள் கவனிப்பைப் பெற்றன. நேரடியான தமிழ் ஹைக்கூ கவிதைகளை 1972ஆம் ஆண்டில் கவிக்கோ அப்துல் ரகுமான்தான் முதன்முதலில் எழுதினார். அவற்றுக்கு 'சிந்தர்' எனப் பெயரிட்டார்.

கவிக்கோ எழுதிய ஹைக்கூ கவிதைகளில் ஒன்று:

'பனித்துளி இல்லாப்
பூவின் இமைகளில்
வீழ்ந்ததென் கண்ணீர்.'

தமிழில் ஹைக்கூ கவிதை அறிமுகமான தொடக்க காலத்தில், ஹைக்கூ பற்றி பலரும் பலவாறான வதந்திகளைப் பரப்பிவர, மிகத் தெளிவாகவும் உறுதியாகவும் கவிக்கோ அப்துல் ரகுமான் கூறிய கருத்துகளே ஹைக்கூ எழுத பலரையும் தூண்டியது.

"ஜென் பார்வையில்தான், நாமும் இந்த உலகத்தைப் பார்த்தாக வேண்டும் என்ற கட்டாயமில்லை. எந்தத் தத்துவப் பட்டையும் போட்டுக்கொள்ளாமல், எந்தக் கோட்பாட்டுக் கண்ணாடியும் அணிந்துகொள்ளாமல் ஒரு படைப்பாளன் சுதந்திரமாக, நேராக இந்த உலகத்தைப் பார்க்கலாம்."

தமிழில் ஹைக்கூ கவிஞர்கள் சுதந்திரமாக இவ்வுலகைப் பார்ப்பதற்கு முன்னோடியாக விளங்கியவர் கவிக்கோ அப்துல் ரகுமான்.

ஒரு நூற்றாண்டினைக் கடந்திருக்கும் தமிழ் ஹைக்கூ, இன்றைக்கு 490க்கும் மேற்பட்ட கவிதை நூல்களைத் தமிழ்கூறும் நல்லுலகுக்கு வழங்கி இருக்கிறது. தனது முதல் நூலையே ஹைக்கூ கவிதை நூலாக வெளியிட்ட கவிஞர், தொடர்ந்து பல ஹைக்கூ நூல்களை எழுதி வருவதும் தமிழ் ஹைக்கூவின் ஆரோக்கியமான வளர்ச்சிக்கு சரியான எடுத்துக்காட்டாகும். இந்த மரபின் தொடர்ச்சியாக அறியப்பட வேண்டியவர் கவிஞர் ஆரிசன்.

2002இல் 'குளத்தில் மிதக்கும் தீபங்கள்' எனும் ஹைக்கூ கவிதை நூலின்வழி அறிமுகமானவர், தொடர்ந்து ஹைக்கூ தளத்தில் இயங்கி, நட்சத்திர தாகம் (2003), புல்வெளி ரகசியம் (2007), மயிலிறகு முத்தம் (2012), உழைப்பின் நிறம் கருப்பு (2013) என ஐந்து ஹைக்கூ கவிதை நூல்களைப் படைத்துள்ளார்.

இந்த நூல்களிலிருந்து தேர்ந்தெடுக்கப்பட்ட ஹைக்கூ கவிதைகள், தமிழ் ஹைக்கூ நூற்றாண்டில் ஒரே தொகுப்பாக நம் கைகளுக்கு வருகிறது. ஆயிரம் ஹைக்கூ பூக்களையும் ஒரே பாமாலையாக்கி மலரும் இந்த 'மூங்கில் தவம்' தொகுப்பு நூல், ஆரிசன் எனும் கவிஞரின் கவித்துவப் பார்வையிலும் சமூக அக்கறையிலும் கிடைத்த நல்விளைச்சலாகப் பார்க்கின்றேன். கலையழகோடும் நேர்த்தியோடும் இந்நூலை வெளியிடும் 'கவிஓவியா வெளியீடு' பதிப்பக உரிமையாளர் கவிஞர் மயிலாடுதுறை இளையபாரதிக்கு என் வாழ்த்தும் பாராட்டும்.

வானுக்கு மேலே, பூமிக்குக் கீழே... என எதைப் பற்றியும் எழுதும் ஆற்றல் கவிஞனுக்கு உண்டு. அதிலும், ஹைக்கூ கவிஞர்கள் மூன்றே வரிகளில் சுருக்கமாகவும் தெளிவாகவும் காட்சியழகோடும் சொல்லும்போது, அதில் கூடுதல் கவன ஈர்ப்பு நிகழ்வது இயல்பானதுதான். கவிஞர் ஆரிசன் இந்நூலில் எழுதி யிருக்கும் பல கவிதைகள் முன்பே, பல இதழ்களில் பிரசுரமாகியும், அவரது நூலின் வழியாகவும் வரவேற்பைப் பெற்ற கவிதைகளே. இப்போது மீண்டும் அவற்றை ஒன்றாகச் சேர்த்துப் படிக்கும்போது, கவிஞரின் கவியாளுமையைக் கண்டுணர முடிகிறது.

'பூக்கள்' எனும் தலைப்பில் தொடங்கி, 'பொதுவியல்' எனும் தலைப்புவரை நாற்பதுக்கும் மேற்பட்ட தலைப்புகளின்கீழ் தனது ஹைக்கூ கவிதைகளைத் தொகுத்துத் தந்துள்ளார். ஹைக்கூ கவிதைகளை இப்படியாக ஒரு தலைப்பின்கீழ் வகைப்படுத்துவதில் எனக்கு உடன்பாடில்லை என்ற போதிலும், ஏதோ ஒருவகை ஒழுங்கும் நேர்த்தியும் இந்த வகைப்படுத்தலில் இருக்கிறது என்பதை வாசிக்கையில் உணர முடிகிறது.

'பூக்களுக்குப் புரியவில்லை
பூமிக்குள் இருக்கும்
வேரின் மணம்.'

- என்கிற ஹைக்கூ யோசிப்பில் புதுப்புது அர்த்தங்களைச் சுரக்கிறது. 'வேரின் மணம்' என்றுகூட புதிய கவிதையொன்றுக்கு வழி திறக்கிறது.

'மழையின்
சங்கீதம் புரிகிறதோ..?
பாட்டிசைக்கும் பட்டாம்பூச்சி!'

- எனும் கவிதையில் வெளிப்படும் ஓசையழகை ரசித்தேன்.

பார்க்கப் பார்க்கச் சலிப்பைத் தராத நிலா, கவிஞர்களுக்கும் எண்ணற்ற கவிதைகளைத் தந்துள்ளது.

கவிஞர் ஆரிசன் எழுதியுள்ள இந்த நிலா ஹைக்கூ, புதிய பார்வை; புதிய சிந்தனை.

'கூட்டுப் பறவைகளுக்கு
இரவில் வகுப்பெடுக்கும்
நிலா.'

இந்த நூலிலுள்ள 'மழை'க் கவிதைகளில் நானும் நனைந்தேன். ஒரு துளியில் நீங்களும் நனையுங்கள்.

'மழை நனைத்த பூமி
எங்கும் உறவு விரிந்தது
மண்வாசம்.'

நட்சத்திரம், வானம், கடல், அருவி, இயற்கை, குழந்தை, நெசவு, எதிர்க்குரல் தலைப்பிலான ஹைக்கூ கவிதைகளைப் படித்து ரசித்தேன்.

ஒற்றைத் தன்மையிலான நேரடி அர்த்தத்தைத் தருவதோடு சுருங்கிவிடாமல், வேறு புதிய சிந்தனைக்கு நம்மை அழைத்துச் செல்லும் சில நுட்பமான பார்வை கொண்ட ஹைக்கூ கவிதைகளும் இந்நூலில் உள்ளன. நம் வாசிப்பின் மூலமாகத்தான் இத்தகைய ஹைக்கூ கவிதைகளைக் கண்டெடுக்க முடியும்.

அப்படியாக நான் கண்டெடுத்த நல்முத்துவொன்று:

'பறவைக் கூடின்றிக்
கலையிழந்து போனது
கோபுரம்.'

இந்தக் கவிதையை விளக்கிச் சொல்ல முற்பட்டால், உங்கள் கற்பனைக்கு விலங்கிடுவதாகும். ஆகவே, உங்கள் சுதந்திரச் சிந்தனைக்கு விட்டுவிடுகின்றேன்.

நான் ரசித்த, எனக்குப் பிடித்த கவிதைகள் எனப் பட்டியலிட்டால் நீளும். இருந்தாலும், இந்த இரண்டு ஹைக்கூ கவிதைகளைச் சொல்லாமல் நிறைவு செய்ய முடியாது.

'மொட்டையானது மரம்
கனியின் சுவை
உச்சியில் தேன்கூடு.'

'கொக்கின் அழகை
ரசிக்க முடியவில்லை
நீருக்குள் அலகு.'

மறந்த புன்னகையை ஞாபகப்படுத்தும் குழந்தைகளும், நடைவண்டிப் பயணத்தில் இசை சேர்க்கும் குழந்தையின் கொலுசுகளும் நினைக்க நினைக்க மனவெழுச்சியை உண்டுசெய்யும் ஹைக்கூ கவிதைகளாக உள்ளன.

நடந்து தேய்ந்தாலும் அப்பாவின் இறப்புச் சான்றிதழைப் பெற முடியாத இழப்பின் வலியும், மழையில் ஓவியம் கரைந்தாலும் பசியோடு மாற்றுத்திறனாளி ஓவியன் தீட்டும் ஓவியமும் நம் மனதில் அழியாத காட்சிச் சித்திரங்களாகின்றன.

தனது முதல் ஹைக்கூ கவிதை நூலுக்காக 2003ஆம் ஆண்டு கவிஞாயிறு தாராபாரதி ஹைக்கூ விருதினைப் பெற்ற கவிஞர் ஆரிசன், புத்தம் புதிதாய் இன்னும் பல நூல்களைப் படைத்து, தமிழ் ஹைக்கூ பயணத்தில் என்றென்றும் தொடர்வாராக.

02.01.2018

2

கற்பனை வாசலின் கதவுகள்

'எந்தக் கவிதை சமுதாயத்தை நோக்கி நேரான கேள்விகளைக் கேட்கிறதோ, அதுவே கவிதை. குழப்பங்களை உண்டாக்குவது கவிதையின் வேலையல்ல' என்றார், இலண்டனில் பிறந்த ஆங்கிலக் கவிஞரான ஜார்ஜ் கோர்டன் பைரன்.

உண்மைதான்; கேள்விகளெல்லாம் தெளிவைத் தருவதற்குப் பதிலாக, மேலும் குழப்பத்தையே விளைவிக்கின்றன. பதிலை எதிர்பார்த்து கேட்கப்படும் கேள்விகள் கூர் மழுங்கிப் போய்விட்டன. பொய்யாய் சீண்டிப் பார்க்கும், தவறான தகவல்களைப் பரப்பும் அபத்தமான

குறுக்கீடுகளாகவே இப்போதெல்லாம் கேள்விகள் முளைக்கின்றன.

புறத்திருந்து வரும் கேள்விகள் எப்படிப்பட்டதாயினும், ஒவ்வொரு படைப்பாளியும் அக தரிசனமாகத் தன்னிடமே சில கேள்விகளை எழுப்பிக்கொள்ள வேண்டியது மிகவும் அவசியம். சமூகத்தை நோக்கி தன் கவிதைக் கேள்விகளால் வேள்வி நடத்தும் கவிஞன், தன்னையும் சுய பரிசோதனையாகக் கேள்வி கேட்டுக்கொள்வது ஆரோக்கியமான செயல்தானே..!

அதுவொரு பாசி படர்ந்த குளம். அதன் மேற்பரப்பில் எந்தச் சலனமுமில்லை. மௌனம் சூழ்ந்து அமைதியாக இருக்கிறது.

இந்தக் குளத்தினால் எந்தச் சமூக நன்மையும் விளைந்து விடப்போவதில்லை.

சரி... என்ன செய்வது?

எழுதினார்:

'பழைய குளத்தில்
தவளை குதித்தது
நீரில் சப்தம்.'

எவ்விதச் சலனமுமில்லாமல் இருந்த குளத்தின் பல்லாண்டு காலப் பேரமைதி, ஒரு சிறு தவளையால் கலைக்க முடிகிறது. 'காலக்குளத்தின் மீது குதிக்கும் தவளையொன்றினால் சலனத்தை உருவாக்க முடியுமானால், ஏன் நம்மால் முடியாது?' என்கிற கேள்வியும் உடன் எழுகிறது.

'ஒரு கவிஞன் தன் வாழ்நாளில் ஒரு நல்ல ஹைக்கூ கவிதையைக்கூட எழுதினால் போதும்' என்று சொன்னவர், ஜப்பானிய ஹைக்கூ கவிதைகளின் பிதாமகன் ஆவார்.

ஜப்பானில் பதினாறாம் நூற்றாண்டின் இறுதியில் தன்கா என்கிற கூட்டுக் கவிதையின் முதல் மூன்று வரியாக இருந்த குறுங்கவிதை, ஹொக்குப் பாடல்களாக அறிமுகமாகி, பின்னர் ஹைக்கூ என்று நிலைபெற்றன. ஜென் தத்துவத்தைத் தன் பின்புலமாகக் கொண்ட ஹைக்கூ கவிதைகள் இன்று உலகெல்லாம் வலம் வரும் ஈர்ப்புமிக்க குறுங்கவிதை வடிவம்.

மேலே குறிப்பிட்டுள்ள பாஷோவின் புகழ்பெற்ற ஹைக்கூ கவிதை, உலக மொழிகளிலெல்லாம் மொழியாக்கம் செய்யப்பட்டுள்ளது.

'பிற நாடுகளில் அறிமுகமாகும் எந்த ஒரு அறிவியல் கண்டுபிடிப்பும், இலக்கியப் படைப்பும் தமிழுக்கு வந்துசேர சற்றே தாமதமாகும்' என்பதே காலம் காட்டும் உண்மை. இது ஹைக்கூ கவிதைக்கும் பொருந்தும். ஏறத்தாழ நான்கு நூற்றாண்டுகள் கடந்த பின்னரே, முதன்முதலாக ஜப்பானிய ஹைக்கூ கவிதைகள் பற்றிய அறிமுகம் தமிழில் நிகழ்ந்தது. இதனை அறிமுகம் செய்த பெருமை மகாகவி பாரதியாரைச் சேரும்.

மகாகவி பாரதி எழுதிய சிறு கட்டுரை வழியேதான் தமிழுக்கு ஹைக்கூ அறிமுகமானது. அந்தக் கட்டுரையே

ஹைக்கூ கவிதைகளின் சிறப்பினைத் தமிழ்கூறும் நல்லுலகுக்கு முதன்முதலில் சொன்னது.

'சுருங்கச் சொல்லி விளங்க வைத்தலே ஜப்பானிய ஹைக்கூ கவிதையின் சிறப்பு' என்றும், 'வேண்டாத சொல் ஒன்றைக்கூட ஹைக்கூவில் சேர்ப்பது கிடையாது' என்றும் ஹைக்கூவின் சிறப்பை அக்கட்டுரையில் கூறியுள்ளார் பாரதியார். பிறகு, தமிழில் ஹைக்கூ பற்றிய எந்தப் பதிவுகளுமில்லை. பின்னர், அரைநூற்றாண்டுகள் கழித்தே சி.மணி, சுஜாதா, சந்திரலேகா, சேலம் தமிழ்நாடன் போன்றோரின் ஜப்பானிய மொழியாக்கக் கவிதைகளாலும், அறிமுகக் கட்டுரைகளாலும் கவனம் பெற்றன. கவிக்கோ அப்துல் ரகுமான் ஹைக்கூவைப் பரவலாக அறிமுகம் செய்ததோடு, ஹைக்கூ கவிதைகளையும் எழுதினார்.

இந்திய மொழிகளிலேயே தமிழில்தான் மிக அதிகமான ஹைக்கூ கவிதை நூல்கள், ஹைக்கூ கவிதை இதழ்கள், ஹைக்கூ கவிதை குறித்த ஆய்வுகள், ஹைக்கூ குறும்படம், ஹைக்கூ காலண்டர், ஹைக்கூ டைரி, ஹைக்கூ கவிதைத் திருவிழா என ஒரு பேரியக்கம்போல் வளர்ச்சிப் பெற்றிருக்கிறது. எனது சேகரிப்பில் இருக்கும் ஹைக்கூ நூல்கள் மட்டுமே விரைவில் 500ஐத் தொடவிருக்கின்றன என்பதை தமிழின் பெருமிதமாக, ஹைக்கூ கவிதையின் தனிச் சிறப்பாகப் பார்க்கின்றேன்.

திருவண்ணாமலை மாவட்டம் மங்கலம் கிராமத்தைச் சேர்ந்த துடிப்பும் ஆர்வமுமிக்க இளைஞர் பவுன்குமார், தனது முதல் கவிதை வரவை ஒரு ஹைக்கூ நூலோடுத் தொடங்குவது பெருமகிழ்வைத் தருகிறது. அதுவும் 'சின்ன வயதுப் புகைப்படம்' அல்லவா! யாருக்குத்தான் பிடிக்காது. பார்க்கப் பார்க்கப் பிடிக்கிறது; படிக்கப் படிக்க ருசிக்கிறது. நல்லதொரு ஹைக்கூ கவிஞரை எனக்கு அறிமுகப்படுத்திய நண்பர் 'நறுமுகை' ஜெ.இராதாகிருஷ்ணனுக்கு என் அன்பின் நன்றி.

தமிழ் ஹைக்கூவின் நூற்றாண்டுத் தடத்தில் தனது கவிதைகளையும் ஆழமாகப் பதிவுசெய்திருக்கும் பவுன்குமார், கணிப்பொறி அறிவியலில் ஆய்வியல் நிறைஞர் பட்டம் பெற்றவர். தன் மண்ணையும் மக்களையும் நேசிக்கும் இளைஞராக இருப்பதால், தற்போது விவசாயத் தொழிலில் தன்னை ஈடுபடுத்திக்கொண்டிருக்கிறார். மண்ணின் ஈர வாசம் பவுன்குமாரின் கவிதைகளில் சற்றே கூடுதலாக இருப்பதற்கு இதைவிட வேறென்ன காரணம் வேண்டும்..?

'புதர்களின் மறைவில்
காலைக்கடன் கழிக்கையில்
மணத்தது மல்லிக்கைப்பூ.'

மேம்போக்காக வாசிப்பவர்களுக்கு இது வெறும் மூன்று வரி குறுங்கவிதை. சற்றே உள்ளிறங்கி யோசித்தால், இந்த ஒரு கவிதையிலேயே ஒரு கிராமத்தின் குறுக்குவெட்டுத் தோற்றத்தை நம் மனக்கண்முன் கொண்டுவந்து நிறுத்தி விடுகிறார் பவுன்குமார்.

'ஜப்பானிய ஹைக்கூ கவிதைகளைத் தமிழில் எழுதும்போது அதன் எல்லா தளைகளையும் தூக்கிக்கொண்டு வரத் தேவையில்லை' என்றார் கவிக்கோ. இன்றைக்கு தமிழில் எழுதப்படும் ஹைக்கூ கவிதைகள் மூன்றுவரி எனும் வரையறைக்குள் மட்டும் எழுதப்படுகின்றன. 5-7-5 எனும் ஜப்பானிய மரபுப்படி எழுதுவதில்லை. அவ்வாறு 17 அசைகளுடன் எழுதப்பட்ட தமிழ் ஹைக்கூ கவிதைகள் எதுவும் காலமரத்தில் தங்காமல் உதிர்ந்துபோயின. காட்சியழகோடும் கவிதைச் செறிவோடும் எழுதப்படும் தமிழ் ஹைக்கூவில் வெகு இயல்பாக ஓசைநயமும் சேர்ந்துகொண்டால் கவிதை எவ்வளவு அழகாகும் என்பதற்குச் சரியான எடுத்துக்காட்டு இந்த ஹைக்கூ:

'வீட்டில் இல்லை
தொல்லை
பள்ளிச் செல்லும் பிள்ளை.'

நமது தமிழின் பாரம்பரியமிக்க கூட்டுக்குடும்ப வாழ்வும் சந்தைக் கலாசாரமும் சற்றே சரிந்து வருகிற காலமிது. நாம் இழந்ததை நினைக்கையில் வலி வருவதைப்போலவே, அதன் சிறப்பினை நினைவுகூர்கையில் எப்பாடுபட்டாவது அதனைக் காப்பாற்றியாக வேண்டுமென்கிற எண்ணம் நமக்குள் சுரக்கும். அப்படியான எண்ணத்தைச் சுரக்க வைத்த கவிதையிது:

'சந்தைமேட்டில்
சங்கீதம்
காய்கறி விற்பவனின் குரல்.'

என் காதுகளுக்குள் இன்னமும் கேட்டுக்கொண்டேயிருக்கிறது அந்தச் சங்கீதம்.

பவுன்குமாரின் கவிதைகளில் பனிபடர்ந்த – சாணத்தின் மணம் வீசும் கிராமத்துக் காட்சிகள் அழகாகப் பதிவாகியுள்ளன.

அதேபோல், வார்த்தைச் செறிவும் கைகூடியுள்ளது. பெரும்பாலான கவிதைகள் 5, 6 வார்த்தைகளைத் தாண்டாமல் உள்ளன. கவிஞரின் முதல் கவிதை நூலிது என்றாலும், முதிர்ந்த பல நல்முத்துக்களைத் தனது முதல் அறுவடையிலேயே சாதித்துள்ளார்.

மனதுக்குப் பிடித்தப் பாடலென்றாலும் இழவு வீட்டில் ரசிக்க முடியாமல் போவதும், கொக்கின் அலகில் மீன் துள்ளிக்கொண்டேயிருப்பதும், கல்லெறிந்த பின் குளத்துக்குத் தலை சுற்றுவதும், தூரத்தில் கேட்கும் மணியோசை யாரோ கோயிலில் இருக்கிறார்கள் என்பதை சொல்லாமல் சொல்லும் கவிதையும் என் வாசிப்புக்கு மிகவும் பிடித்தமான கவிதைகளாக இருக்கின்றன.

எல்லாத் தொகுப்பிலும் மிகவும் பிடித்த கவிதை என்று ஒன்று இருக்கும்தானே! இந்தத் தொகுப்பிலும் அப்படியான கவிதை ஒன்று உண்டு.

'கிளிகளின் பேச்சு
தாங்க முடியாமல்
உதிர்ந்தது ஓர் இலை.'

எந்தப் பொழிப்புரையும் தேவையில்லாமல், நம் கற்பனைக்கான வாசலை அகலமாகத் திறந்து, நம் மனதுக்கு நெருக்கமான காட்சிகளைத் தீட்டியிருக்கும் பவுன்குமாரின் கவிதைகள், தமிழ் ஹைக்கூ வரலாற்றில் புதுத்தடம் பதிக்கும்.

04.01.2018

3

கவிதை முகமும் விடியலின் ஒளியும்

அந்திக் கருக்கல் நேரமது.

குருவின் குடிலருகே தலை சாய்த்துப் படுத்திருக்கிறது பேரமைதி.

பக்கத்திலிருக்கும் குளத்திலிருந்து நீரெடுத்து வரச் செல்கின்றான், அந்தச் சீடன். பலகைகளாலான பாத்திரமொன்று சீடனின் கையிலிருந்தது. சலனமற்றிருந்த அந்தக் குளத்து நீரில் சீடனின் முகம் தெரிய, தலைக்குப் பக்கத்திலேயே தண்ணீரில் ஒளிர்கிறது நிலா.

நிமிர்ந்து வானம் பார்க்கும் எண்ணம் எழவில்லை சீடனுக்குள்.

'ஆகா..! என்ன அற்புதம். நீரில் மிதக்கும் இந்த நிலாவை அப்படியே பிடித்துக்கொண்டு போய் குருவின் காலடியில் சமர்ப்பித்தால் எவ்வளவு ஆனந்தப் படுவார்..!' என்றெண்ணிய மறுகணமே, நீரில் இறங்கும் எண்ணத்தைக் கைவிட்டான் சீடன்.

கரையில் நின்றபடியே, நிலா தளும்பித் தளும்பிக் கரையேறி வர காத்திருந்தான். பொழுது சாய்ந்ததும் கரையருகே நிலா வர, அதிராமல் மெல்ல அந்தப் பாத்திரத்தில் நீரோடு சேர்த்து நிலாவையும் அள்ளிக்கொண்டான்; மனம் மகிழ்ந்தான்.

நிலா தளும்பி வழிந்து ஊற்றிவிடாமல், மெதுவாக மிக மெதுவாக மென்நடை போட்டு, குடிலை நோக்கி நடந்தான்.

கால்களைக் கழுவிட தொட்டியில் நீரில்லாமல் காத்திருந்தார் குரு. தூரத்தில் சீடன் மெ... து... வா... க... வருவதைக் கண்ட குருவுக்கு எரிச்சல் வந்தது.

"தண்ணீரை எடுத்துக்கொண்டு விரைந்து வராமல் என்ன மெல்ல நடை போட்டுக்கொண்டு..?" என்றார் கடுகடுப்பாக.

பாத்திரத்தில் இருந்த நிலா மெல்லத் தளும்பி வெளியேறப் பார்த்தது. சீடன் அசரவேயில்லை. நடையை இன்னும் மெதுவாக்கினான். சீடன் நடை மிகவும் மெதுவானதைப் பார்த்த குரு, அங்கிருந்தபடியே, சீடனைப் பார்த்து குரல் கொடுத்தார்.

"விரைந்து வா! நேரமாகிறது..!"

குருவின் அதிர்ந்த குரலால் சற்றே நடுங்கிப்போன சீடன், வேகமாக விரைந்தோடி வந்து நின்றான். வேகமாக ஓடி வந்ததில் பாத்திரத்திலிருந்த நீரில் பாதி வழிந்துவிட்டிருந்தது.

பாத்திரத்தையே உற்றுப் பார்த்தான் சீடன். 'அய்யோ..! நிலவைக் காணவில்லையே...' என்று மனம் பதைத்தது. பாதித் தண்ணீருடன் இருந்த மரப்பாத்திரத்தைப் பார்த்த குரு, "பாதி நீரைக் கொட்டிவிட்டாயே..!" என்றார்.

கலங்கிய கண்களுடன் நிமிர்ந்த சீடன், குருவிடம் அடக்கத்தோடு சொன்னான்: "தங்களின் காலடியில் சமர்ப்பிக்க கொண்டுவந்த நிலாவை எப்படியோ தவற விட்டுவிட்டேன்... குருவே! என்னை மன்னியுங்கள்..."

சீடன் சொன்னதைக் கேட்ட குரு அதிர்ந்தார்.

"வெறும் நீரைப் பார்த்த என் பார்வைக்கு நிலா எப்படித் தெரியும்..? பெரும் தவறிழைத்து விட்டேன். நான் உனக்கு குருவல்ல; நீ தான் எனக்கு குரு. நான் உன் சீடன்..!" என்றபடி, தனக்கு குருவான சீடனின் காலடியில் மண்டியிட்டு அமர்ந்தார் குரு.

'பார்வைகள் பலவிதம்; ஒவ்வொன்றும் ஒரு விதம்' என்பது ஹைக்கூவுக்கு மிகவும் பொருத்தமான சொற்றொடராகும். யார் பார்வைக்கும் தெரியாத ஒன்றை எவரொருவர் பார்க்கின்றாரோ, அவரையே கவிஞர் என்பார்கள்.

கவிஞர் பார்க்கிற பார்வையில் வித்தியாசமான கோணமும், புதுவிதமான காட்சியும் வார்த்தைச் செறிவுமிருந்தால் அவரை ஹைக்கூ கவிஞர் என்று சொல்லலாம்.

கண்களால் காண்பதே கவிதை என்றால், மனதால் உணர்வதே ஹைக்கூவாகும். மகாகவி பாரதியின் கவிதைத் தேடலில் சிக்கிய ஜப்பானிய ஹைக்கூ விதைகளைத் தமிழ் நிலத்தில் நம்பிக்கையோடு விதைத்தார். இதோ... ஒரு நூற்றாண்டு கழிந்த பின்னும், இன்னமும் தமிழ் மண்ணில் சற்றும் வீரியம் குறையாமல் விருட்சமாகச் செழித்து வளர்ந்து நிற்கிறது ஹைக்கூ.

தமிழ்க் கவியுலகில் முன்னரே தனது மூன்று கவிதை நூல்களின் வழியே அறிமுகமான கவிஞர் செல்லம் ரகு, தனது நான்காவது நூலாக ஹைக்கூ கவிதைகளைத் தொகுத்துத் தந்துள்ளார். 'விடியலின் முகவரிகள்' என்று நூலின் தலைப்பிலேயே நம்பிக்கையைத் துளிர்க்க வைக்கும் செல்லம் ரகுவின் ஹைக்கூ கவிதைகள், தமிழ்க் கவியுலகுக்கு நம்பிக்கையூட்டும் புது வரவு என்று உறுதியாகச் சொல்வேன்.

சின்னச் சின்னச் சொல்லெடுத்து, வாழ்வின் போக்கிலான காட்சிகளை அழகான ஹைக்கூ சரமாகத் தொடுப்பதில் கவிஞர் செல்லம் ரகு வெற்றிப் பெற்றிருக்கிறார். வீரியமான-தெறிப்பான கவிதை நாற்றுகள் இந்நூலெங்கிலும் காணக் கிடைக்கின்றன.

மனவெளியில் பூத்துக் குலுங்கிய ஹைக்கூ மலர்களை மாலையாகச் சூடும் கவிஞர் செல்லம் ரகுவுக்கு முதலில் என் அன்பான வரவேற்பைப் பகிர்ந்து மகிழ்கின்றேன்.

நல்ல ஹைக்கூ கவிதை வாசித்து முடித்த பின்னும், நம் மனதில் ஏதோவொரு காட்சியாய் மீண்டும் மீண்டும் வந்து நிற்கும். நிற்க வேண்டும். நான் படித்து ஒரு வாரம் கடந்த பின்னும், இந்த முன்னுரையை எழுதிக்கொண்டிருக்கும் இந்தக் கணத்தில் என் நினைவினோரமாய் வந்து நிற்கிறது இந்த ஹைக்கூ.

'பூவில் அமர்ந்த வண்டு
மெல்ல மெல்ல நகர்கிறது
வண்டை நோக்கிச் சிலந்தி.'

மனதை எங்கோ இழுத்துக்கொண்டு போகிறது இந்த ஹைக்கூ.

தான் வாழும் சமூகத்தில் நிகழும் எந்த மாற்றங்களைக் கண்டும் பதறாத மனம், எப்படி கவிதை மனமாக இருக்க முடியும்..? அந்தரத்தில் அலையும் மனதுக்கு வாழ்க்கை மட்டுமா... கவிதைகூட வசப்படாதுதானே! பூமியில் கால் பதித்து நிற்கும் கவிஞர் செல்லம் ரகு, நேர்த்தியான ஹைக்கூ ஒன்றின் வழியாக பெருந்துயரமொன்றைக் காட்சிப்படுத்தியுள்ளார்.

‘பள்ளத்தில் சரிந்த லாரி
பாய்ந்தோடுகிறது ஆறாக
பிறப்பிடத்தை நோக்கித் தண்ணீர்.’

இன்றைக்கு, ‘பூமியே ஒற்றை நெகிழிப்பையெனச் சுருங்கிப் போய்விட்டதோ!’ என்று அஞ்சும் அளவுக்கு நெகிழிப்பை இல்லாமல் எதுவுமேயில்லை என்கிற நிலை உண்டாகிவிட்டது.

பையப் பைய நம்மைக் கொல்லும் இந்த நெகிழிப்பையின் அபாயம் குறித்து செல்லம் ரகு எழுதியுள்ள ஹைக்கூ ஒன்று நெஞ்சைப் பதற வைக்கிறது.

‘மேய்ச்சல் நிலம் தேடிச்சென்ற
மாடுகள் மாலையில் திரும்பின
நெகிழிப்பை மென்றபடி.’

இந்தக் கவிதையை வாசித்து முடித்தக் கணத்தில், தெருவோரத்தில் வயிறு வீங்கிப் புடைத்தபடி செத்துக்கிடக்கும் மாடுகளின் கோரக்காட்சி கண்களை விட்டு அகல மறுக்கிறது!

இப்படியாக, ஒவ்வொரு கவிதையும் நம் மனசுக்கு நெருக்கமாக வந்துபோகும் காட்சிகளாய் உள்ளது.

பயணம் முழுவதும் நம்மோடு தொடரும் வீட்டில் விட்டுவந்த குழந்தையின் அழுகுரல், கரையில் நின்றபடியே நீரில் மிதந்துசெல்லும் மரத்தின் நிழல், பூங்காவில் இருக்கையில் நெற்றியில் முத்தம் வைக்கும் மழையின் முதல் துளி... போன்ற ரசனைக்குரிய ஹைக்கூ கவிதைகள், உயிர் பெற்ற காட்சியோவியங்களாக என்னை மிகவும் கவர்ந்தன.

செறிவான, தெறிப்பான ஹைக்கூ கவிதைகளோடு சென்ரியு, லிமரைக்கூ கவிதைகளும் இந்நூலில் கலந்தேயிருக்கின்றன. சில கவிதைகளில் காட்சித்தன்மை *(Visuval Appearance)* இல்லாமல், தத்துவமாக, பொன்மொழியாக இருக்கின்றன.

மக்களுக்குத் தேவையான சில மருத்துவக் குறிப்புகளையும் ஹைக்கூவாக எழுதிப் பார்த்துள்ளார். அப்படியான கவிதைகளில் கவித்துவம் குறைந்து, செய்தித்தனமே மேலோங்கி நிற்கிறது.

கவிஞர் செல்லம் ரகுவின் ஹைக்கூ மீதான தீராத் தேடலும், ஹைக்கூ நூல்களைத் தேடித்தேடி வாசிக்கும் ஆர்வமும் அவரை ஹைக்கூ முன்னணி கவிஞர்களின் வரிசையில் கொண்டுபோய்ச் சேர்க்கும்.

கடந்த கால்நூற்றாண்டுகளாகத் திருப்பூர் நகரில் இமினோ லேப் & ஹெல்த் கேர் மருத்துவ நிலையத்தை மிகச் சிறப்பாக நடத்திக்கொண்டே, இலக்கியச் செயல்பாடுகளிலும் ஆர்வத்தோடு தடம் பதித்துவரும் கவிஞர் செல்லம் ரகுவின் ஹைக்கூ கவிதைகள், நம் வாழ்வின் வாசலுக்குப் புதிய ஒளி பாய்ச்சும் என்கிற நம்பிக்கை எனக்குண்டு.

'நினைக்க முளைக்கும் சிறகுகளை'க் கவிதைகளாகத் தந்தவர், 'இனிதிலும் இனிது காதல்' என்று கனிந்தவர், 'அன்பென்று கொட்டு முரசே' என்றொலித்த கவிதைக்குரலுக்குச் சொந்தக்காரர் கவிஞர் செல்லம் ரகுவின் 'விடியலின் முகவரிகள்', தமிழ் ஹைக்கூவுக்குப் புதிய முகவரியாகட்டும்.

03.04.2018

4

மனசினுள் சுரக்கும் கவிதை ஊற்றுகள்

நேர்க்கோட்டுப் பயணமாக இல்லை, இன்றைய வாழ்க்கை. ஓடும் காட்டாற்று வெள்ளமென அதன்போக்கில் எல்லாவற்றையும் அடித்துக்கொண்டு ஓடுகிறது. நெருக்குதல்களுக்குள் சிக்கி, மூச்சுத் திணறினாலும் வாழ்வெனும் பெருநதியில் நாமும் நீந்திக்கொண்டிருப்பதாகவே பெருமைப்பட்டுக் கொள்கிறோம். கரையில் நின்றபடியே, கற்பிதங்களுக்குள் தொலைந்து கொண்டிருக்கும் நம்மை, மீட்பர் எவரெனத் தேடும் முயற்சியிலேயே வாழ்வின் சுவாரசியம் இன்னமும் இருக்கிறது.

இருப்பவை, இல்லாமைகளுக்குள் வாழ்க்கையைத் தேடிக்கொண்டிருக்கும் சராசரி மனிதர்களுக்கிடையே நசிந்து கொண்டிருக்கும் வாழ்வின் உன்னதங்களைக் கண்டெடுப்பவனே கவிஞன். கண்ணீரிலிருந்து உப்பை மட்டுமல்ல, மனித மனங்களுக்குள்ளிருக்கும் கவலைகளையும் தனித்துக் கண்டறிபவனே மக்கள் கவிஞன். அந்தக் கவலைகளைத் தீர்க்க மருந்து தேடும் முயற்சியாகவே தனது எண்ணங்களைக் கவிதைகளாகப் பதிவுசெய்கின்றான்.

'எதை நீ கொண்டு வந்தாய்; அதை நீ இழப்பதற்கு?
எதை நீ படைத்திருந்தாய்; அது வீணாவதற்கு?'

- என்று கீதாசாரம் பேசி, மனித மனதில் விரக்தியை ஊன்றாமல், வாழ்வின் சாரம் குறித்த ஆழ்ந்த அக்கறையின்

வெளிப்பாடுகளை விதைப்பதே கலை இலக்கியங்களின் தலையாயப் பணி.

இரண்டாயிரம் ஆண்டு காலமாகத் தமிழில் பண்டிதர்களின் கைப்பிள்ளையாக மட்டுமே சுருங்கிக் கிடந்தது மரபுக்கவிதை. அந்த மரபுத் தளைகளிலிருந்து மெல்ல கவிதையை மீட்டெடுத்து, சுதந்திரக் கவிதை என வசன கவிதையாக்கி, 'சுவை புதிது; பொருள் புதிது; வளம் புதிது; சொல் புதிது; சோதிமிக்க நவகவிதை' என அறிமுகம் செய்து வைத்த மகாகவி பாரதியார்தான், ஜப்பானிய மரபுக்கவிதையான ஹைக்கூவையும் முதன்முதலாகத் தமிழுக்கு அறிமுகம் செய்து வைத்தார். பாரதி தமிழுக்குத் தந்தது எதுவும் வீணானதில்லை; வீண் போனதில்லை. ஜப்பானிய ஹைக்கூவும் அப்படியே.

'சுதேசமித்திரன்' இதழின் வழி அறிமுகமான ஹைக்கூ பூக்கள், இன்றைக்கு தமிழ் நிலத்தில் பல வண்ணங்களோடும் வாசத்தோடும் புகழ்மணம் பரப்பி வருகின்றன. முன்னரே கட்டுரையில் சுட்டியிருப்பதைப்போல, ஹைக்கூ கவிதைகள் தமிழ்க் கவியுலகில் நிகழ்த்தியிருக்கும் இரண்டு மகத்தான மாற்றங்களை வரவேற்று, நாம் கொண்டாடத்தான் வேண்டும்.

ஒன்று; பல்லாண்டுகளாக எழுத்தறிவு மறுக்கப்பட்ட தலைமுறையிலிருந்து, முதல் தலைமுறையாகக் கல்விப்பெற்ற இளையவர்களிடமும் நம்பிக்கையூட்டி, 'உன்னாலும் முடியும்' என்று எழுத வைத்தது ஹைக்கூ.

இரண்டு; தமிழ்ப் படைப்புலகில் முன்னரே நன்கு அறிமுகமான மூத்த படைப்பாளிகள் பலரையும் தன்பால் ஈர்த்து, அவர்களையும் எழுத வைத்த பெருமையும் ஹைக்கூவுக்கு உண்டு.

இரண்டாவது பெருமையின் பெருமித அடையாளங்களாக கவிக்கோ அப்துல் ரகுமான், கவிப்பேரருவி ஈரோடு தமிழன்பன், நிர்மலா சுரேஷ், நெல்லை சு.முத்து, பழனி இளங்கம்பன், அமரன், சென்னிமலை தண்டபாணி, எஸ்.ஷங்கர நாராயணன், உதயசங்கர் என்றொரு பட்டியலுண்டு. அந்தப் பெருமைக்குரியவர்கள் வரிசையில், அதுவும் தமிழ் ஹைக்கூ நூற்றாண்டினைக் கடந்திருக்கும் வேளையில் இணைகிறார், தமிழகம் அறிந்த பேச்சாளரும் கம்பீரமான குரலுக்குச் சொந்தக்காரருமான எங்கள் அன்புக் கவிஞர் முல்லை நடவரசு.

தமிழகம் முழுவதும் தனது குரலாலேயே நன்கறிந்தவர் கவிஞர் முல்லை நடவரசு. இவர் பாதம் படாத தமிழகத்து நகரங்களோ, கிராமங்களோ இல்லை என்று சொல்லும் வண்ணம், கடந்த கால்நூற்றாண்டு காலமாகத் தமிழகத்தை இடவலமாகச் சுற்றிவரும் சோர்வறியாப் படைப்பாளி. 1990களில் தமிழகத்து மேடைகள் வெறும் உணர்ச்சிகள் கொந்தளிக்கும் ஆவேசமான உரைகளால் சோர்வடைந்து கிடந்த நேரத்தில், புதிய காற்றென மேடைகளில் புத்தெழுச்சியை ஊட்டியவர் முல்லை நடவரசு.

புதிய கலை இலக்கியப் பார்வையைத் தந்த தமிழ்நாடு முற்போக்கு எழுத்தாளர் சங்க மேடைகள், கல்வி ஒளியைப் பரப்பிய அறிவொளி இயக்கக் கூட்டங்கள், பனிபொழியும் கிராமத்துக் களத்துமேடுகள், ஒளி அலங்காரங்களால் மிளிரும் குளிர்சாதன மெகா அரங்கங்கள்... என எந்த மேடையேறினாலும் பார்வையாளர்களைத் தனது கந்தர்வக் குரலால் வசீகரிக்கும் ஆற்றல் பெற்றவர் முல்லை நடவரசு. அனைவரிடத்திலும் எளிமையோடும் அன்போடும் பழகும் இனிய மனிதர்.

'முல்லை நடவரசு' எனும் பெயரை உச்சரித்த மறுகணம், பல்லாயிரம் ரசிகர்களின் பலத்த கரவொலிக்கிடையே மேடைக்கு வந்தாலும், அந்தப் புகழை, பெருமையை ஒருநாளும் தலையில் கிரீடமென சூடிக்கொள்ளாத அவரது இயல்பான குணமே, என்னைப்போலவே பலரையும் அவர்பால் ஈர்த்திருக்கிறது. இவ்வளவு ஆண்டுகள் கடந்த பின்னாலும் நட்போடு கரம் குலுக்கி, கவிதைகளைப் பகிர்ந்துகொள்ளும் நெருக்கத்தைத் தந்திருக்கிறது.

திண்டுக்கல் மாவட்டம், தும்பலப்பட்டி கிராமத்தில் லெட்சுமணன்-சீனியம்மாளின் தலைமகனாகப் பிறந்தவர் முல்லை நடவரசு. போராட்டமிக்க விவசாயக் குடும்ப வாழ்விலிருந்து கற்றதும் பெற்றதுமே இன்றைக்கு அவரை வாழ்வின் சிகரத்தில் ஏற்றியிருக்கிறது. சோர்வை விரட்ட, வேலை செய்துகொண்டே பாடல்களைப் பாடும் அம்மா சீனியம்மாளிடமிருந்து இயல்பாகப் பெற்றுக்கொண்டதே பாடும் திறன்.

இளைஞராக இருக்கையில் எதற்கும் தயங்காமல் உழைக்கத் தயாராயிருந்த முல்லையாரின் அசராத குணமே, இன்றைக்கும் அவரை முப்பது வயது இளைஞராகவே வைத்திருக்கிறது. முகம் முழுக்கப் பொங்கும் வெள்ளைச் சிரிப்பால் மனதைக்

கொள்ளைக்கொண்ட எங்கள் மக்கள் கவிஞர் முல்லை நடவரசு, இந்த நூலின் வழியே ஹைக்கூ கவிதைகளாலும் நம் இதயங்களைக் கொள்ளையிடப் போகிறார் என்பது திண்ணம்.

தேர்ந்த சொற்கள், தெறிப்பான கவிதை நயம், அழகான வாழ்வின் பதிவு... இவை மூன்றும் சேர்ந்த கலவையே முல்லை நடவரசுவின் ஹைக்கூ கவிதைகள் என்பேன். கடந்த இரு நாட்களில் மூன்றுமுறை வாசித்துவிட்டேன். பல கவிதைகள் என் மனசினோரமாய்த் தங்கிவிட்டன. மரபும் புதிதும் எழுதிப் பழகிய கரமல்லவா... வெகு இலாகமாக ஹைக்கூவும் வசப்பட்டிருக்கிறது.

'கொட்டும் மழையை
ஏக்கத்தோடு எட்டிப் பார்க்கிறது
கொதிக்கும் உலை நீர்.'

வேறுவேறு கோணங்களில் என்னை வெகுநேரம் யோசிக்க வைத்த நல்ல ஹைக்கூ இது. மழை கொட்டுகிறது; அதை ஏக்கத்தோடு எட்டிப் பார்க்கிறது கொதிக்கும் உலை நீர்! அப்படியெனில், யாரோ வாங்கி வரப்போகும் அரிசிக்காக அந்த உலை நீர் காத்திருக்கலாம் அல்லது கொட்டும் மழைக்காக நெடுநாட்கள் காத்திருந்த ஏக்கத்தின் வெளிப்பாட்டிலும் உலை நீர் எட்டிப் பார்க்கலாம். இதையெல்லாம்விட இந்தக் கவிதையின் ஆகச் சிறந்த அம்சம் என்னவெனில், இந்தக் காட்சி நிகழ்வது கீற்றுகள் கிழிந்த ஒரு குடிசை வீட்டில் என்பதை எங்கும் சொல்லாமலேயே நம்மை உணர வைக்கும் அதன் நுட்பமே என்னை அசரடித்தது.

'முண்டியடித்து முதல் வரிசையில்
ஏழை விவசாயி
இலவச அரிசி.'

மூன்றாவது வரியைப் படித்ததும் மனம் கலங்கித்தான் போகிறது. ஊருக்கே உணவளிக்கும் விவசாயியை, இலவச அரிசிக்காகவும், இலவச வேட்டிக்காகவும் கையேந்த வைத்த அவலங்களுக்குக் காரணமான ஆட்சியாளர்களை நோக்கி, நம் கோபத்தைத் திருப்பும் கவிதாயுதமாக இந்த ஹைக்கூ உள்ளது.

'சாதிகள் இல்லையடி பாப்பா...'

ஏளனத்தோடு சிரித்தது' என்கிற முதலிரண்டு வரிகளைப் படித்துவிட்டு, 'மூன்றாவது வரியாக என்ன இருக்கும்?' என்று

சற்றுநேரம் யோசித்தேன். ஏதேதோ வார்த்தைகள் மின்னலிட, கவிஞர் என்னதான் எழுதியிருக்கிறார் என மிகுந்த ஆவலோடு படித்தேன். என் நெஞ்சில் அறைந்த மூன்றாம் வரி என்னவாக இருக்குமென்று நீங்களும் யோசிக்க வேண்டுமென்பதால், நான் சொல்லாமல் தவிர்க்கிறேன்.

சமூகப் பார்வையோடு கவிதைப் படைப்பதில் மட்டுமின்றி, அழகியல் பார்வையோடும் ஹைக்கூ தருவதில் கவிஞர் முல்லை நடவரசு முன்நிற்கின்றார். நான் ரசித்த பல அழகியல் கவிதைகள் இந்நூலில் உண்டு.

இதோ... ஒரு பருக்கை பதம்:

'வானவில்லை வரைந்தவன்
தூரிகையை உதறினான்
நட்சத்திரங்கள்.'

ஆகா! என்ன அழகான பார்வை! கவிஞர் முல்லை நடவரசுவின் கவிதைகளை வாசிக்க, வாசிக்க நம் மனதுக்குள்ளிருந்தும் ஈரமாய் சுரக்கின்றன கவிதை ஊற்றுகள்.

கருவறைக்குச் சற்றும் சளைக்காத அம்மாவின் அடுக்களையும், தார்ச்சாலையெல்லாம் நீர்ச்சாலையாக்கிய கானல் நீரும், முத்தமிட்டதும் ஊரைக் கூட்டும் புல்லாங்குழலும், இன்னிசையோடு இறங்கிவரும் வசீகர தேவதையான அருவியும் கவிஞரின் முத்திரைப் பதிக்கும் கல்வெட்டுக் கவிதைகள்.

ஹைக்கூ கவிதைக்கேயுரிய காட்சிப்படுத்துதல் எனும் பண்பு சில கவிதைகளில் குறைந்து, வாழ்வியல் தத்துவமாகவும், பொன்மொழியாகவும் சில கவிதைகள் உள்ளன. படிக்கும் வாசகருக்கு இவ்வகை கவிதைகளிலிருந்தும் ஒரு புது செய்தி கிடைக்கிறது; புது வெளிச்சம் பிறக்கிறது.

கிராமத்து வாழ்வின் பசுமையும், விசாலமான சிந்தனைப் பார்வையும் கவிஞர் முல்லை நடவரசுவின் கவிதைகளின் ஆதார சுருதிகளாக உள்ளன. வார்த்தைச் சேதாரம் ஏதுமின்றி, சரியான வார்த்தைகளால் கவிஞர் கட்டியுள்ள இந்த ஹைக்கூ தேன்கூட்டில் எந்தப் பக்கம் பார்வை பதித்தாலும் கவிதை இனிக்கிறது!

கவிஞர் முல்லை நடவரசுவின் பெயரை, தமிழ் ஹைக்கூ கவிதை வரலாற்றிலும் பதிக்கவிருக்கிற இந்தத் தொகுப்பின் கவிதைகளும் தேனெனத் தித்திக்கின்றன!

04.04.2018

5

அமரன் ஹைக்கூ: வாசிப்பும் நேசிப்பும்

'அன்புற்று அமர்ந்த வழக்கென்ப வையத்து
இன்புற்றார் எய்தும் சிறப்பு.'
– பொய்யாப் புலவர் திருவள்ளுவர்.

'எழுதும்போது உனக்கும் உன் கருப்பொருளுக்கும் ஒரு மயிரிழைகூட இடைவெளி இருக்கக் கூடாது. உள்மனதை நேரடியாகப் பேசு; எண்ணங்களை கலையவிடாமல் நேராகச் சொல்.'
– மட்சுவோ பாஷோ

மண்ணில் இயற்கையின் பசுமை அழகையும் மனித மனங்களில் அன்பையும் உடுத்தியிருக்கும் கீழ்த்திசை பூமி ஜப்பான். ஜப்பானியர்களின் வாழ்வியல் பண்பாட்டோடு புத்த மதமும் (பவுத்தம், Buddhism) இரண்டறக் கலந்தது. புத்த மதத்தில் ஜென் புத்திஸம் (Zen Buddhism) என்ற தனி வகை பிரிவும் உண்டு.

ஜென் தத்துவத்தின் அடிப்படையில் முகிழ்த்தவையே ஜப்பானிய ஹைக்கூ கவிதைகள்.

'அழகு நிலையற்றது; கணத்தில் மின்னி மறையக்கூடியது. ஆனால், அழகு என்ற தத்துவம் நிரந்தரமானது' எனும் இயற்கையின் பேரழைப்பினைத் தன் உட்கருத்தாகக் கொண்டது ஜென்.

ஜப்பானிய மண்ணில் வெகுகாலம் கோலோச்சிய நீள் கவிதையான தன்கா (Tanga) வடிவம், தன் செல்வாக்கை இழந்த நிலையில், ரெங்கா (Ranga) என்கிற கூட்டுக் கவிதை வடிவம் உருவானது. கவிஞன் ஒருவன் முதலில் கவிதையொன்றினை ஆரம்பிக்க, மற்றொரு கவிஞன் அதைத் தொடர, மூன்றாவது கவிஞன் அதை இணைத்துத் தொடர, இப்படியாய் (நமது அந்தாதிப்போல) கவிதைகள் தொடர்ந்துகொண்டே போகும். மூன்று கவிஞர்கள் அல்லது அதற்கும் மேற்பட்ட கவிஞர்கள் கூடிப்பேசி எழுதும் கூட்டுறவுக் கவிதையே ரெங்கா. இந்த ரெங்கா கவிதையின் ஆரம்பப் பாடல் வரிகளாகத்தான் முதலில் ஹைக்கூ தோன்றியிருக்குமென கவிதை ஆய்வாளர்கள் கருதுகின்றனர்.

16ஆம் நூற்றாண்டின் இறுதியில் ஜப்பானிய மகாகவி மட்சுவோ பாஷோ, மரபுக்கவிதை வகைமைகளிலிருந்து சற்றே உருமாற்றி, ஹொக்கு எனும் தனிப் பாடல்களைப் படைக்கத் தொடங்கினார். மரபின் வீரியத்தை உள்வாங்கிய தனித்துவச் செறிவோடு முகிழ்த்தன மூவரி ஹொக்குப் பாடல்கள். இவ்வகைப் பாடல்களே, காலப்போக்கில் ஹைக்கூ கவிதைகள் என்றழைக்கப்படலாயின. பாஷோ முன்னெடுத்த மூவரி ஹைக்கூ கவிதைகளை உலகெங்கிலுமுள்ள கவிஞர்களும், கவிதை ஆர்வலர்களும் இன்று கொண்டாடி வருகின்றனர்.

பல நூற்றாண்டுகளைக் கடந்தும் யோஸா பூஸன், கோபயசி இஸ்ஸா, மசோகா ஷிகி ஆகிய ஜப்பானிய ஹைக்கூ முன்னோடிகளின் தொடர் வளர்த்தெடுப்பில், இன்றைக்கு உலகின் திசைகள்தோறும் படிக்கவும் / எழுதவும் படுகிற கவிதை வடிவமாக ஹைக்கூ வளர்ந்தோங்கி நிற்கிறது.

மனித மனம் மெய்ப்பொருளைத் தேடுகிறது. இதையே நாம் தத்துவம் என்கிறோம். இறைவனைத் தேடுவதற்கான வழிகளுள் ஒன்றாகவே தத்துவங்கள் இருக்கின்றன. அகமுகமாக இறைவனைத் தேடுவதை இந்தியத் தத்துவங்களும், வெளிப்புறமாகத் தேடுவதை மேலைநாட்டுத் தத்துவங்களும் போதிக்கின்றன.

ஜென், சடங்குகளையும் வழிபாடுகளையும் ஒருபோதும் ஏற்பதில்லை. ஜென் தத்துவங்களில் புத்தரும் ஒரு ஜென் துறவியாகிறார்.

"நீ... நீயாய் இரு; உன் இயல்பாய் இரு; கடந்த காலத்தையும் எதிர்காலத்தையும் நினைத்து வருந்துவது பயனற்ற செயல்.

எவருக்கும் எவ்வித கெடுதலும் செய்யாதே; கெடுதல் செய்ய மனதாலும் நினையாதே; எளிமையாய் இரு; நான் என்ற முனைப்பை விட்டு, விலகி வா. இயல்பாய், அமைதியாய், நிதானமாய் இருப்பதே இறையுணர்வு. இதற்கெனத் தனியாக இறைவனைத் துதிபாடுவதுகூட வீண் வேலைதான். எதிர்பார்ப்பின்றி காரியங்களை ஆற்றி வா. எதிர்பாராமல் இருப்பதால் நடப்பது நடக்காமல் போகாது..!"

இவைதான் ஜென் தத்துவத்தின் அடிப்படைக் கோட்பாடாகும்.

ஜென் துறவிகள் எதையும் போதனை எனும் வட்டத்துக்குள் சுருக்குவதில்லை.

புத்தம் என்பதுகூட 'புத்தனாய் வாழ்தல்' என்பதையே குறிக்கிறது. நான் நானாய் வாழ முற்படுகையில், புத்தனாய் வாழ்ந்திட இயலாது..! புத்தனை எனக்குள் உயிர்ப்பித்தாலும், புத்தனை எனக்குள் வாழ்வித்தாலும் நானாய் வாழ இயலாது போகும்தானே..!

புத்தன் என்பவன் நமக்கான ஒரு வாசல்; ஏதாவது ஒரு வாசலின் வழியாக நாம் உள்நுழையலாம். வெளியேறியும் போகலாம். நான் நானாகவும், நீ நீயாகவும் இருத்தல் என்பது யாவரும் சமம் என்பதன் உள்குறியீடுதான். யாவருமே சமம் எனும் நிலையில், இறைவன் – மனிதன் இருவரும்கூட சமம் என்ற புரிதலையும் தெளிவையும் நாம் பெற வேண்டும்.

இதைத்தான் ஹைக்கூ கவிதையும் நுட்பமாய் பதிவுசெய்கிறது.

'பழைய வீடு
ஊர்ந்து செல்கிறது நத்தை
புத்தனின் முகம்.'

இந்த ஹைக்கூவை எழுதிய கவிஞரின் பெயரறியோம்; ஆனாலும், பல தேசங்களைக் கடந்தும் இந்த ஹைக்கூ புத்தனின் முகத்தைச் சுமந்தபடி, உலகின் திசையெங்கிலும் ஊர்ந்து சென்றுகொண்டேயிருக்கிறது.

உலக மொழிகளிலெல்லாம் மொழிபெயர்க்கப்பட்டுள்ள திருக்குறள், பைபிளைப்போல ஜப்பானிய ஹைக்கூவும் உலகெங்கும் மொழிபெயர்க்கப்பட்டுள்ளது. அதுமட்டுமின்றி, அவரவர் தாய்மொழிகளிலும் ஹைக்கூ எழுதப்பட்டு வருவது கூடுதல் சிறப்புக்குரியது. இந்திய மொழிகளில் மட்டுமின்றி, ஐரோப்பிய, ஆப்பிரிக்க நாடுகளிலும், கிரேக்கம், பிரெஞ்சு, தென்

அமெரிக்காவிலும் ஹைக்கூ கவிதைகள் எழுதப்படுகிற நிலை இன்றைக்கு நிலவுகிறது.

20ஆம் நூற்றாண்டின் தொடக்கத்தில் 'Modern Review' (கொல்கத்தா) எனும் ஆங்கில இதழில் வந்த ஜப்பானிய கவிதைகளை வாசித்துவிட்டு, மகாகவி பாரதியார் எழுதிய 'ஜப்பானிய கவிதை' எனும் சிறு கட்டுரை ஒன்றின் வழியாகத்தான் முதன்முதலாகத் தமிழுக்கு அறிமுகமானது ஹைக்கூ. பிறகு, ஆங்கிலத்திலிருந்து சில ஜப்பானிய கவிதைகள் தமிழில் மொழியாக்கம் செய்யப்பட்டு வெளியாகின.

வெகுசன இதழ்களில் கவிக்கோ அப்துல் ரகுமான் எழுதிய அறிமுகக் கட்டுரைகள் விரிந்த தளத்தில் ஹைக்கூவைப் பரவலாகக் கொண்டு சேர்த்தன. வாணியம்பாடியில் நடத்திய மாலை நேர கவிதை வகுப்புகளில் ஹைக்கூ பற்றியும் வகுப்பெடுத்தார் கவிக்கோ.

முதன்முதலாக நேரடியான ஹைக்கூ கவிதைகளை கவிக்கோ அப்துல் ரகுமான் எழுதினார். அவை, 'பால்வீதி' கவிதை நூலில் 'சிந்தர்' எனும் தலைப்பில் வெளியாகின.

அப்துல் ரகுமான், சுஜாதா, சேலம் தமிழ்நாடன், நெல்லை சு.முத்து, நிர்மலா சுரேஷ் ஆகியோரின் கட்டுரைகள் வழியே தமிழில் ஹைக்கூ கவிதைகள் பரவலாக அறியப்பட்டன. ஹைக்கூ அறிமுகமான காலத்திலேயே அது குறித்த விவாதங்களும் தொடங்கிவிட்டன. 'தமிழில் சிந்தர், அம்மானை, குறள் வெண்பா, ஆத்திச்சூடி போன்ற கவிதைகள் இருக்கையில், ஜப்பானிய ஹைக்கூ கவிதை எதற்கு..?' என்று கேள்வி எழுப்பினர்.

ஹைக்கூவின் மொழிநுட்பத்தை அறியாமல், வாசிப்பவனையும் கூட்டுப் படைப்பாளியாக்கும் அதன் அடர்த்தியை உள்வாங்காமல், 'துணுக்குக் கவிதை, குட்டிக் கவிதை' என்று அதன் வடிவத்தை மட்டுமே மனதில் கொண்டே, பலரும் விமர்சனங்களை முன்வைத்தனர். இவ்வாறான விமர்சனங்களைக் கண்டுத் தயங்காமல், தமிழ்க் கவிஞர்கள் காத லோடும் ஈடுபாட்டோடும் ஹைக்கூ கவிதைகளை எழுதியதன் விளைவாக, இன்று தமிழில் குறிப்பிடத்தக்க கவிதை வடிவமாய் ஹைக்கூ நிலை பெற்றிருக்கிறது.

காட்சி அனுபவத்தின் நேரடித் தாக்கம், மூன்றே வரிகளிலான செறிவான மொழி, கவிதையின் ஈற்றடியில் எதிர்பாராத

மின்அதிர்வு... என இந்த உள்ளடக்கங்களோடுதான் தமிழில் ஹைக்கூ கவிதைகள் எழுதப்படுகின்றன.

'கவிதை கல்வி கேள்வியின் மறு ஆக்கம்
ஹைக்கூ உள்ளம் உள்ளபடி வெளியீடு' என்பார் கவிஞர் சேலம் தமிழ்நாடன்.

உண்மைதான்; ஹைக்கூ கவிதைகள் மனித வாழ்வின் அந்தந்த கணங்களை உள்ளது உள்ளபடியே காட்சியாய்ப் பதிவு செய்வதில் வெற்றியடைந்துள்ளன.

'ஒருவன் தன் வாழ்நாளில் நான்கைந்து ஹைக்கூ கவிதைகளை எழுதினால்கூட போதும்' என்று சொன்ன பாஷோவின் ஹைக்கூ ஒன்று;

'வசந்த காலம்
பெயர் இல்லாத மலை
முகத்திரை அணிந்திருக்கிறது காலைப் பனியில்.'

தமிழின் முதல் ஹைக்கூ கவிதை நூல் வெளியாகி, சரியாய் 35 ஆண்டுகள் கடந்தோடிவிட்டன.

தமிழில் ஹைக்கூ கவிதை வடிவத்தின் சகோதர வடிவங்களான சென்ரியு, லிமரைக்கூ, ஹைபுன் வடிவங்களிலும் இன்றைக்கு கவிதைகள் எழுதப்படுகின்றன.

2008 - பிப்ரவரியில், பெங்களூருவில் உள்ள 'வாழும் கலை' அமைப்பு முன்னெடுத்து நடத்திய 'உலக ஹைக்கூ கிளப் விழா'வில் பல நாடுகளிலும் வருகை தந்த ஹைக்கூ கவிஞர்கள் பெருமளவில் பங்கேற்றனர்.

'இந்திய மொழிகளிலேயே தமிழில்தான் அதிகமாக ஹைக்கூ கவிதை நூல்கள் வெளிவந்துள்ளன' என்கிற இனிய செய்தி இந்த விழாவின் வழியே அறியக் கிடைத்தது. ஹைக்கூ நூல்கள், மொழிபெயர்ப்புகள், கட்டுரைகள், ஆய்வுகள், ஹைக்கூவின் கிளை வடிவங்கள்... என இன்றுவரை பல நூறு நூல்கள் தமிழில் வெளிவந்துள்ளன. தமிழில் ஹைக்கூ கவிதைகள் அறிமுகமாகி, ஒரு நூற்றாண்டினைக் கடந்திருக்கும் இவ்வேளையில், இன்னும் தெளிவும் செறிவுமான ஹைக்கூ கவிதைகள், தமிழில் வருவதற்கான உத்வேகம் கிடைக்குமென்றே நம்புவோம்.

தமிழில் ஹைக்கூ அறிமுகமான காலந்தோட்டு, அதைப் பின்தொடரும் பல நூறு ஆர்வலர்களில் நானுமொருவன் (இந்த 'நூறு' இன்றைக்கு 'ஆயிரமாய்' வளர்ந்திருக்கிறது

என்பதில் பெருமகிழ்ச்சியடைகின்றேன்). தமிழகத்தின் எந்த மூலையிலிருந்தும் ஒரு ஹைக்கூ நூல் வெளிவந்தாலோ, ஹைக்கூ பற்றிய எந்த இதழிலாவது ஒரு சிறுகுறிப்பு வந்தாலோ உடனே அதைத் தேடி என் கவனம் குவிந்துவிடும்.

அப்படியான தேடல் பொழுதொன்றில் இரண்டாயிரத்தின் தொடக்கத்தில் என் கவனத்தை ஈர்த்த பெயர் அமரன். அர்த்தச் செறிவும் சொல்லடர்த்தியுமிக்க கவிதைகளைப் படைக்கும் கவிஞராக என் வாசிப்பில் என்னுள் ஆழமாய்ப் பதிந்துபோனார் அமரன். அன்றிலிருந்தே கவிஞர் அமரனைப் பின்தொடர்ந்தது எனது வாசக மனம்.

பல்வேறு சிற்றிதழ்களிலும் கவிஞர் அமரனின் ஹைக்கூ கவிதைகளை வாசித்துவிட்டு, நான் பங்கேற்ற ஹைக்கூ கூட்டங்களில் அவற்றை மேற்கோளாகச் சுட்டிப் பேசியிருக்கின்றேன். 'மீன்வளத்துறை அதிகாரியாக மதுரையிலிருந்து புதுக்கோட்டைக்கு பணி மாறுதலில் கவிஞர் அமரன் வந்திருக்கிறார்' எனும் செய்தி, நண்பர்கள் வழி தாமதமாகக் கிடைக்கப் பெற்றேன். நேரில் சந்தித்துப் பேச ஆவலுற்றுச் சென்றபோது, மீண்டும் பணி மாறுதலில் அவர் புதுகையை விட்டுச் சென்றிருந்தார்.

காலங்கடந்தே கவிஞர் அமரனை நான் நேரில் சந்தித்த போதிலும், அவருடனான செல்பேசி பகிர்வுகள், ஆரம்ப நாட்களிலேயே எனக்கு வாய்த்த பெரும்பேறு என்பேன். நேரில் அருகமர்ந்து பேசுவதுபோலான பாவனையுடனே கவிஞர் அமரனின் செல்பேசி உரையாடலும் மனசுக்கு மிக நெருக்கமாக இருக்கும். எவ்வித பதட்டமுமின்றி, கையில் பட்டியலொன்றை வைத்துக்கொண்டு மிக கவனமாக உரையாடுவார். அவரது குரலில் வெளிப்படும் உற்சாகம் எதிர்முனையில் இருப்பவருக்கும் சட்டென தொற்றிக்கொள்ளும்.

தமிழில் புதிதாக ஹைக்கூ நூல் எது வந்தாலும், கவிஞர் அமரனுக்கும் சேர்த்தே இரு பிரதிகளாக நான் வாங்கத் தொடங்கினேன். அவருடனான எந்த உரையாடலும், "புதுசா என்ன ஹைக்கூ நூல் வந்திருக்கு?" என்று அவர் கேட்காமல் முற்றுப்பெற்றதே இல்லை.

மகாகவி, பொதிகை மின்னல், கவிஓவியா, கவிதை உறவு, புதுகைத் தென்றல்... என சிற்றிதழ் தேர்களில் ஹைக்கூ பவனி

வருபவர் கவிஞர் அமரன். மூன்று வரி எனும் வட்டத்துக்குள் நில்லாமல், நம் சிந்தனை வட்டத்தை எல்லைகள் தாண்டியும் விரியச் செய்யும் வாசிப்பு நுட்பத்தைத் தரவல்லவை அமரனின் ஹைக்கூ கவிதைகள். முதல் வாசிப்பிலேயே புரிந்துவிடக்கூடிய கவிதைகளல்ல; மறுவாசிப்பைக் கோரும் அர்த்தப்புஷ்டியான கவிதைகளவை. சொற்களால் உணர்த்தி விடமுடியாத, வாசிப்பின் வழி உய்த்துணர வேண்டிய கவிதைகளைப் படைத்து வருகிறார் கவிஞர் அமரன்.

இக்கூற்றுக்கு எடுத்துக்காட்டாக, 'கவிதை உறவு' இதழில் (அக்டோபர், 2019) வெளிவந்துள்ள அமரனின் ஹைக்கூ ஒன்று:

'ஒளிப்பயணம்
நிழற்காடு மலர்வனம்... எங்கெனினும்
இழையணுவே இறைவதனம்!'

ஹைக்கூ கவிதை வனத்துக்குள் அலைந்து திரியும் அமரனின் ஒளிப்பயணம், நிச்சயம் நிழற்காடாகி, மலர்வனமாகப் பூத்து, இறைவதனமாய் நிறையும் என்பதில் எனக்கு எள்ளளவும் ஐயமில்லை.

என் ஹைக்கூ நூல்கள் சேகரிப்பில் அமரனின் ஹைக்கூ நூல்களுக்கு முதன்மையான இடமுண்டு. மனம் ஹைக்கூவைத் தேடும் போதெல்லாம் என் நூலடுக்கின் முன்வரிசையிலிருக்கும் அமரனின் நூல்களை எடுத்துப் படிப்பேன்.

தமிழ் ஹைக்கூ உலகம் (ஏப்ரல், 2010), ஜப்பானிய ஹைக்கூ 400, நால்வர் நானூறு (தமிழில்: அமரன் – 2004), *Haiku Galaxy with Sentru Sparks* (செப்டம்பர், 2005),

ஜப்பானிய ஹைக்கூ அன்றும் இன்றும் (டிசம்பர், 2007), சில ஹைக்கூ, சில சென்ரியு (தமிழில்: அமரன் – 2008), அமரன் கவிதாவெளி – முதல் பாகம் (மார்ச், 2015) ஆகிய கவிஞர் அமரனின் நூல்கள் என் சேகரிப்பில் உள்ளன.

மூத்தவர், இளையவர், அறிமுகமானவர், அறிமுகமில்லாதவர் என்கிற பேதமெல்லாம் பார்க்கத் தெரியாதவர் கவிஞர் அமரன். ஹைக்கூவை ஹைக்கூவாகவே வாசிக்கிற அவரது கவிதை மனதுக்கு, எது நல்ல ஹைக்கூ என்பது சட்டெனப் புலப்பட்டுவிடும்.

பலரிடத்தும் இல்லாத மற்றொரு சிறப்பு கவிஞர் அமரனுக்கு உண்டெனில், அது அவரது ஆங்கில மொழியாக்கத் திறன்.

தமிழில் சரளமாக எழுதுவதைப் போலவே, ஆங்கிலத்தில் எழுதும் ஆற்றலும், தமிழ் ஹைக்கூவை ஆங்கிலத்தில் மொழிபெயர்க்கும் அவரது திறனும் வியக்க வைப்பவை. சிற்றிதழ்களில் அமரனின் ஹைக்கூ வெளிவருவதற்கு நிகராக, அவரது மொழிபெயர்ப்பு ஹைக்கூ கவிதைகளும் பிரசித்தமானவை. முன்னர், 'மகாகவி' இதழிலும் தற்போது 'மின்னல் தமிழ்ப் பணி' இதழிலும் பலரது ஹைக்கூ கவிதைகளை ஆங்கிலத்தில் மொழியாக்கம் செய்து, தமிழ் ஹைக்கூவை உலகின் திசைகளுக்கு அறிமுகம் செய்து வருகிற பணிக்காகவே அவரைக் கொண்டாடுபவர்களில் நானுமொருவன்.

2016இல் 'ஓவியா பதிப்பகம்' வெளியிட்ட கவிஞர் வதிலை பிரபா எழுதிய 'மெல்லப் பதுங்கும் சாம்பல் நிறப் பூனை' எனும் ஹைக்கூ நூல், கவிஞர் அமரனின் ஆங்கில மொழிபெயர்ப்போடு வெளிவந்து பெரிய வரவேற்பைப் பெற்றது. புதுக்கோட்டை புத்தகத் திருவிழாவில் சிறந்த ஹைக்கூ நூலுக்கான பரிசினையும் பெற்றது. தான் எழுதுவதோடு நில்லாமல், சக ஹைக்கூ கவிஞர்களின் படைப்புகளையும் ஆங்கிலத்தில் மொழிபெயர்க்கும் பரந்த மனம் படைத்தவர் அமரன்.

'நல்லதோர் எழுத்துக்காரன்
ஓய்வறியா ஆன்மா... பகலில்
உழைப்போடும் இருட்தியானம்'

- என்று தன்னை ஹைக்கூவாலேயே அறிமுகம் செய்து கொள்பவரல்லவா அமரன், அதனால் அவரது ஓய்வறியா ஆன்மா, நல்ல எழுத்துக்காரர்களைத் தேடிக்கண்டெடுத்து அறிமுகம் செய்து ஆனந்திக்கிறது.

கவிஞர் அமரனின் இன்னொரு சிறப்புக் குணம், மேடைகளைக் கண்டாலே விலகிச் செல்லும் அவரது இயல்பு. ஒருமுறை அவருடனான உரையாடலில், "உங்களின் 'தமிழ் ஹைக்கூவுலகம்' நூலை கூட்டமொன்றில் அறிமுகம் செய்யலாம். நீங்களும் பேச வருகிறீர்களா..?" என்று கேட்டேன். "அய்யோ... நான் வந்தாலும் மேடைக்கு வர மாட்டேன். ஓர் ஓரமாக உட்கார்ந்திருப்பேன்..!" என்றார். எந்த மஞ்சள் வெளிச்சத்தையும் விரும்பாத கவிஞர் அமரனின் வெள்ளை மனத்தை நானும் கண்டுகொண்டேன்.

இரண்டாண்டுகளுக்கு முன்பு, மதுரையில் நடைபெற்ற கவிஞர் இரா.இரவியின் நூல்கள் வெளியீட்டு விழாவில் நான் பேசிக்கொண்டிருந்தேன். கூட்டத்தின் பின்னிருக்கையில் நானறிந்த கவிதை முகம். அட... நம்ம கவிஞர் அமரன்! பேசும்போது கவிஞர் வந்திருப்பதைச் சுட்டிக்காட்டிப் பேசினேன். பலரும் அமரன் வந்திருப்பதை அறிந்து மகிழ்ந்தனர்; நிகழ்வு முடிந்ததும் கைக்குலுக்கி, அன்பைப் பகிர்ந்துகொண்டனர்.

"நான் அப்படியே பின்னாடியிருந்துட்டுப் போயிரலாமுனுப் பார்த்தா, நான் வந்திருக்கிறதைச் சொல்லி, இப்படி என்னை மாட்டிவிட்டுட்டீங்களே..!" என்று என்னிடம் செல்லமாகக் கோபப்பட்டார்.

கவிக்கோ அப்துல் ரகுமானுடனான நேர்சந்திப்பின்போது ஒருமுறை என்னிடம், "அமரனோட கவிதைகளை இளைய தலைமுறையினர் புரிந்துகொள்கிறார்களா, முருகேஷ்?" என்று என்னிடம் கேட்டார். "புதிதாக ஹைக்கூ எழுதுபவர்கள் அமரனின் கவிதையைப் புரிந்துகொள்வதில் கொஞ்சம் சிரமப்படுகிறார்கள், அய்யா!" என்றேன். "ரொம்ப அடர்த்தியாத்தான் எழுதுறாரு..!" என்றார் அவருக்கே உரித்தான செல்லச் செருமலோடு.

பல வண்ணத்தில் கலையழகோடு, நல்ல வழவழப்பான தாளில், கெட்டி அட்டையோடும், மிகுந்த பொருட்செலவோடும் வரும் கவிஞர் அமரனின் அழகழகான நூல்களைப் பார்க்கும் போதெல்லாம் எனக்கு, மகாகவி பாரதியின் நினைவும் உடன் சேர்ந்தே வரும்.

தனது நூல்களெல்லாம் இப்படியான நல்ல தரத்தில் வர வேண்டுமென்றுதானே அந்த மகாகவி கனவு கண்டான்..? அந்த மகாகவியின் கனவை, எங்கள் கவிஞர் அமரன் இப்போது நனவாக்கிக்கொண்டிருக்கிறார். அமரனின் நூல்களைப் பார்க்கும் எவருக்கும் தன்னுடைய நூலும் இப்படியாக வர வேண்டுமென்கிற ஆசை இயல்பாக எழும்.

'அலைகள் ஆர்ப்பரிப்பு
கையில் தேநீர்க் கோப்பையுடன்
அமைதியாய், நான்!'

இந்த ஒற்றை ஹைக்கூ போதும்; கவிஞர் அமரனை யாரென்று கண்டுகொள்ளவும், அவரெழுதும் தமிழ் ஹைக்கூ எப்படிப்பட்டதென்று அறிந்துகொள்ளவும்.

எதையும் அமைதியோடும் ஆழ்ந்த ஈடுபாட்டோடும் செய்வதில் வல்லவரான கவிஞர் அமரனின், பல்லாண்டுகால பேருழைப்பின் பெருவிளைச்சலாக 'அமரன் ஹைக்கூ ஆயிரம்', 'அமரன் கவிதாவெளி' நூல்கள் வெளிவருவதில் மகிழ்வடைகின்றேன். தமிழ் ஹைக்கூவோடு ஆங்கில மொழிபெயர்ப்பும் இந்நூலில் சேர்ந்து வருவது, கவிஞர் அமரனின் இரு மொழித்திறனுக்கும் நற்சான்றாக அமையும்.

முன்னரே குறிப்பிட்டுள்ள சிற்றிதழ்களோடு மட்டுமில்லாமல் மூவடி, சிகரம், இனிய நந்தவனம், நம்பிக்கை வாசல், இலக்கியச் சோலை, மின்மினி, காவ்யா தமிழ், தமிழ்த் தாராமதி, ஏழைதாசன், அருவி, புதிய பாணன் என இதழ்தோறும் மலர்ந்து மணம் பரப்பிய ஹைக்கூ மலர்கள், இதோ... ஓர் அணியாக, ஒரு மாலையாக நம் விழி வாசல் முன்னே விரிகின்றன.

'நீலவான் பார்த்திருக்க
மானுடக் கூட்டுக்குள்ளே உயிராகி...
ஊழிப் பறவை நாம்!'

- எனும் முதல் கவிதையை வாசித்துவிட்டு, நாமுமொரு ஊழிப்பறவையாய் உள்நுழையலாம். வாசித்தால் வேகமாகக் கடந்துவிடாமல், ஒவ்வொரு கவிதையும் நம்மை நிறுத்தி வைக்கிறது. நம் சிந்தனைச் சாளரத்தின் வழியே புதிய காற்றை உள்ளனுப்புகிறது. இந்த மானுடத்தின் சகல அம்சங்களையும் விட்டுவிடாமல், தொட்டுச் சென்றுள்ளார் கவிஞர் அமரன்.

'ஒருவர் புரிதலில் ஒருவர்
பாய்மரம் விரித்தாச்சு... கடலில்
ஆர்ப்பரிக்கும் அலைகள்.'

'வான்பறவைச் சிறகடிப்பாய்
மேலெழும் கால்பந்து... தலைமேல்
அடித்தனுப்பும் நீள்மரம்.'

'பிறந்த மண் நினைந்திடில்
விழிநீர் வழியும் புலம்பெயர்ந்த
நெஞ்சினில் நெருப்பெரியும்.'

'களங்கங்கள் விடைபெறட்டும்
கவனித்த துண்டோ... நமதுமுகம்
ஊடுருவும் குழந்தைப் பார்வை!'

'பிறந்த மண் பாசத்தே
சிற்றூர் எளிமைக்குத் திரும்பல்...
கல்லறை பிறிதொரு நாள்!'

நான் ரசித்துப் படித்த, ருசித்த கவிஞர் அமரனின் ஹைக்கூ முத்துக்களில் சில முத்துக்களை மட்டுமே மேற்சுட்டியுள்ளேன். இன்னும் ரசித்தவற்றைப் பட்டியலிட்டால் பக்கங்கள் பல நீளும்.

எதையும் உய்த்துணர்ந்து எழுதும் கவிஞர் அமரனின் கவிதையாற்றல், தமிழுக்குப் பல நல்ல ஹைக்கூ வரவுகளை நூல்களாகத் தந்துள்ளது. தமிழ் ஹைக்கூவின் ஆழத்தைக் காண விரும்புபவர்கள், கவிஞர் அமரனின் ஹைக்கூவை வாசியுங்கள்.

'தமிழில் ஹைக்கூவே இல்லை; தமிழ் ஹைக்கூ நீர்த்துப் போய்விட்டது' என்று ஆளாளுக்கு குற்றப்பத்திரிகையை வாசிப்பவர்களெல்லாம், கொஞ்சம் கரையொதுங்கி, அமரனின் ஹைக்கூவில் தமிழ்க் கவிதையின் அகத்தைத் தரிசியுங்கள். வாசிப்பை நேசிப்பவர்களால்தான் தமிழ் ஹைக்கூவுக்குள் உள்ளும் புறமுமான பயணத்தைத் தொடர முடியும்.

தமிழ் ஹைக்கூவை மிகுந்த காதலோடு நேசிப்பவர் கவிஞர் அமரன். ஆகையினால்தான் அவரால் இவ்வளவு சிறப்பான முறையில் ஹைக்கூவைத் தர முடிந்திருக்கிறது. தமிழில் தனது அழுத்தமான தடத்தினைப் பதித்திருக்கும் கவிஞர் அமரனின் ஹைக்கூ கவிதைகள், இனி எல்லைகள் கடந்தும் பேசப்படும் நாள் விரைந்து கனியட்டும்.

எனதன்புக் கவிஞர் அமரன் இன்னும் பல நூல்களைப் படைக்கவும், உலக மொழிகளில் கவிஞர் அமரனின் படைப்புகள் வெளிவர வேண்டுமென்பதும் என் பெருவிருப்பங்களுள் சில. இன்னும் ஆயிரமாயிரமாய் ஹைக்கூ பூக்கள் மலரட்டும். ஒவ்வொரு பூவிலும் கவிஞர் அமரனின் கவிதை மணம் வீசட்டும்.

1.10.2019

6

வானவில்லின் மனச் சித்திரங்கள்

மூன்று வரிக் குறுங்கவிதையான ஜப்பானிய ஹைக்கூ கவிதை, இன்று தமிழ் மண்ணில் பலராலும் விரும்பிப் படிக்கப்படும் – எழுதப்படும் கவிதை வடிவமாக மாறியிருக்கிறது. இது, ஓரிரு ஆண்டுகளில் சட்டென நிகழ்ந்துவிட்ட மாற்றமல்ல. பல்வேறு விமர்சனங்களையும் புரிதலற்ற சொல்லாடல்களையும் கண்டு சோர்ந்து நின்றுவிடாமல், தொடர்ந்து ஹைக்கூ வடிவக் கவிதைகளை எழுதியதன் விளைவாக, தமிழ் நிலத்தில் நிகழ்ந்த மாற்றமிது.

16ஆம் நூற்றாண்டின் பிற்பகுதியில், ஜப்பானில் எழுதப்பட்ட ஹொக்கு வகைப் பாடல்களே பின்னாளில் ஹைக்கூ கவிதையாகி, இன்றைக்கு உலகமெங்கும் பரவியுள்ள கவிதை வடிவமாகப் புகழ் பெற்றுள்ளது. தலைநகர் மாற்றங்களை அடிப்படையாகக்கொண்டு, ஜப்பானிய இலக்கிய வரலாற்றை ஆறு பிரிவுகளாகப் பிரித்துள்ளனர். அதில், நாராக் காலத்தில் (கி.பி.700–794) சோக்கா எனும் கவிதை வடிவம் இருந்தது. சோக்கா கவிதையின் தொடக்க அடிகள் 5, 7 என்ற அசையிலும், கடைசி இரண்டு அடிகள் 7, 7 என்ற அசை அமைப்பிலும் எழுதப்பட்டன. வரி வரம்பு எதுவுமில்லாத இக்கவிதை வடிவம், மக்களிடையே வரவேற்பைப் பெறவில்லை. பிறகு, நீண்ட

கவிதையான சோக்கா, ஐந்து வரிகளையுடைய தன்கா பாடலாகச் சுருங்கியது. இது 5, 7, 5, 7, 7 என்கிற அசை அமைப்பில் எழுதப்பட்டது. பின்னர், எடோ காலத்தில் (கி.பி.1603-1863) 5, 7, 5 என்ற அசை அமைப்போடு, மூன்றடிகள் கொண்டதாக சீன-ஜப்பானிய மொழிக் கலப்பில் ஹைக்கூ எழுதப்பட்டது.

தொடக்க காலத்தில் ஹைக்கூ கவிதை, ஹொக்குப் பாடல் என்றே அழைக்கப்பட்டது. பிறகு, ஹைகை என்று திரிந்து, காலப்போக்கில் ஹைக்கூ என்று அழைக்கப்பட்டது. ஹைக்கூ என்பதற்கு, 'அணுத்தூசி போன்ற சிறிய கவிதை' என்று பொருள்.

வங்கக் கவிஞர் இரவீந்திரநாத் தாகூர், ஓராண்டுக் காலம் (1916 ஏப்ரல் முதல் 1917 ஏப்ரல் வரை) ஜப்பானிலும் அமெரிக்காவிலும் உரையாற்றுவதற்காகப் பயணங்களை மேற்கொண்டார். தனது பயணத்தின்போது ஜப்பானிய ஹைக்கூ கவிதைகள் பற்றி அறிந்துகொண்ட அவர், தனது பயண அனுபவங்களை எழுதும்போது, ஜப்பானிய ஹைக்கூ கவிதைகள் பற்றியும் எழுதுகிறார். இந்திய மொழிகளிலேயே ஜப்பானிய ஹைக்கூ கவிதைகள் பற்றி எழுதப்பட்ட முதல் குறிப்பு இதுவாகத்தான் இருக்குமென்று ஆய்வறிஞர்கள் கருதுகின்றனர்.

'மாடர்ன் ரிவ்யூ' எனும் ஆங்கில இதழில் வெளிவந்த ஜப்பானிய ஹைக்கூ கவிதைகளை வாசித்துவிட்டு, 'சுதேசமித்திரன்' இதழில் மகாகவி பாரதியார் கட்டுரை ஒன்றினை எழுதுகிறார். பிறகு மொழிபெயர்ப்புகள் வழி தமிழில் ஹைக்கூ அறிமுகமானது.

1972, ஆகஸ்ட் மாதத்தில் இந்திய சுதந்திர வெள்ளிவிழா கவியரங்கில் பங்கேற்க, கவிக்கோ அப்துல் ரகுமான் புதுடெல்லி சென்றார். அங்குள்ள நூலகமொன்றில் ஜப்பானிய ஹைக்கூ கவிதை நூல்களைப் பார்க்கிறார்.

ஹைக்கூவால் பெரிதும் ஈர்க்கப்பட்ட கவிக்கோ, ஹைக்கூ பற்றிய அறிமுகக் கட்டுரைகளையும் முதன்முதலாக நேரடியான தமிழ் ஹைக்கூ கவிதைகளையும் 'சிந்தர்' எனும் தலைப்பில் எழுதுகிறார். 1984இல் தமிழின் முதல் ஹைக்கூ நூல் 'புள்ளிப்பூக்களாக' மலர்கிறது.

1916இல் மகாகவி பாரதியால் தமிழுக்கு அறிமுகமான ஜப்பானிய மூவரி ஹைக்கூ கவிதை, 68 ஆண்டுகளுக்குப் பிறகு ஓவியக்கவிஞர் அமுதபாரதியின் வழியே முதல் நூலாக வந்தது.

இன்றைக்கு தமிழ் நிலத்தில் ஹைக்கூ வடிவத்தில் மட்டுமல்ல; சென்ரியூ, லிமரைக்கூ, லிமரிக்சென்ரியூ, ஹைபுன் எனப் பல வடிவங்களில் கவிதைப்பூக்களாகப் பூத்துக் குலுங்குகின்றன.

சரியாய் 17 ஆண்டுகளுக்கு முன்னர் ‘கூப்பிடு தொலைவில்...’ எனும் சிறிய, அழகான கவிதை நூலொன்றின் மூலமாக தமிழ் இலக்கியப் பரப்பில் அறிமுகமானவர் அன்புத் தம்பி கவிஞர் நாணற்காடன். இராசிபுரத்தில் நடைபெற்ற அந்தக் கவிதை நூலின் வெளியீட்டு விழாவுக்குச் சென்றுவந்த ஞாபகங்களை நானும் வெண்ணிலாவும் இப்போதும்கூட பச்சையம் உலராத ஈரத்தோடு பகிர்ந்துகொள்வதுண்டு.

அந்த முதல் தொகுப்பின் ரசமிக்க காதல் வரிகளைப் பற்றி எழுத்தாளர் சுஜாதா ‘ஆனந்த விகடன்’ இதழிலும், எழுத்தாளர் ராஜேஷ்குமார் தனது கேள்வி – பதில் பகுதியிலும் பகிர்ந்தது பரவலான வரவேற்பைப் பெற்றது. எந்த எதிர்பார்ப்புகளோடும் தேங்கிவிடாமல், தன்போக்கில் படைப்பிலக்கியத் தளத்தில் கைவீசி நடந்த கவிஞர் நாணற்காடன், 2006இல் ‘பிரியும் நேரத்தில்...’ எனும் செறிவான ஹைக்கூ நூலொன்றைத் தந்தார். அந்நூலில் என் இதயம் தொட்ட பல ஹைக்கூ கவிதைகள் உண்டு. என்றாலும் இதோ, ஒரு பருக்கை:

‘பேருந்தில் பாடல்
நின்றுவிட்டது
முந்தானைக்குள் குழந்தை.’

ஒவ்வொரு வாசிப்பிலும் புதுப்புது அர்த்தங்களைச் சுரக்கிற பல ஹைக்கூ முத்துக்களைக்கொண்ட தேர்ந்த தொகுப்பது.

ஒரு படைப்பு எழுதப்பட வேண்டியதன் நோக்கம் பற்றியும், அதற்கான சமூகத் தேவை குறித்தும், எவ்வித குழப்பமுமில்லாத தெளிவான நேர்பார்வை கொண்ட கவிஞர் நாணற்காடன், தன் படைப்புகளாலும் கலை இலக்கியக் களச் செயல்பாட்டினாலும் தமிழ்நாடு கலை இலக்கிய பெருமன்றத்தின் நாமக்கல் மாவட்டச் செயலாளராகச் செயலாற்றி, இன்றைக்கு மாநிலச் செயலாளர்களில் ஒருவராக வளர்ந்து நிற்கிறார்.

‘சாக்பீஸ் சாம்பலில்...’ எனும் கவிதை நூலுக்காக தமுஎகசவின் சிறந்த கவிதை நூலுக்கான பரிசு, இந்தியிலிருந்து தமிழில் மொழிபெயர்த்த சிறுகதைகளுக்காக இராசபாளையம் மணிமேகலை மன்றத்தின் சிறந்த மொழிபெயர்ப்பு நூலுக்கான

பரிசெனத் தன் எழுத்தாக்கப் பணிகளைப் புத்துணர்வோடும் உற்சாகத்தோடும் தொடர்ந்து ஆற்றி வருகிறார். தம்பி நாணற்காடனின் 'அப்பாவின் விசில்' சிறுகதைத் தொகுப்பும், உரைநடைக் கவிதைகளாலான 'நூறு நாரைகளாய் நின் நிலமெங்கும்' நூலும் கவனிக்கத்தக்க ஆக்கங்கள் என்பேன்.

ஹைக்கூ குறித்த உரையாடல்களின் போதெல்லாம் தவறாமல் மேற்கோளாகச் சுட்டப்பெறும் பெயராக கவிஞர் நாணற்காடனின் பெயர் நிலைத்திருக்கும் வேளையில், 14 ஆண்டுகளுக்குப் பிறகு, 2020இல் 'வௌவால்கள் பறக்கும் வீதி' எனும் ஹைக்கூ நூலோடு நம் விழிவாசல் வருகிறார் நாணற்காடன்.

புதுப்பார்வையும் நுட்பமான அவதானிப்பும் கொண்டவர் நாணற்காடன் என்பதற்கான கவிதைச் சாட்சியங்களாக விளங்குகின்றன இவரது ஹைக்கூ கவிதைகள்.

சின்னச் சின்ன வார்த்தைகளைக்கொண்டு நாணற்காடன் தீட்டும் ஹைக்கூ சித்திரங்கள், நம் மனத்திரையில் வானவில்லாய் வளைகின்றன. பலவண்ணங்காட்டி ஈர்க்கின்றன.

'வெயில் உருக்கும் சாலை
சின்னச் சின்ன நடையை
செருப்புக்குள் கழற்றிவிடும் குழந்தை.'

தன் சின்ன நடையை, செருப்புக்குள் குழந்தை கழற்றிவிடும் அழகை, இதைவிட வேறெப்படி காட்சிப்படுத்த முடியும்..? 'ஆகா... அற்புதம்...' என்றே மனம் கூத்தாடுகிறது.

இயற்கையின் அழகைப் பாட, நாமும் பட்டாம்பூச்சியாக மாற வேண்டும்தானே..! வானம் பொழியும் மழையைப் பார்த்திருக்கிறோம். வெயில் பெய்யும் கோடையின் காட்சி ஒன்றை மிக நுட்பமாகப் பதிவுசெய்துள்ளார் கவிஞர் நாணற்காடன்.

'மிக இலாகவமாக
கோடைக்குள் நுழையும்
இலை பொழியும் மரம்.'

நீர்நிலைகள் நிலா தங்கும் விடுதிகள் மட்டுமல்ல; கவிஞனுக்கு கவிதை சுரக்கும் இடமும் அதுவே. குளத்தில் குதித்துக் குளிக்கும் சிறுவர்களைப் பார்ப்பதே அரிதாகிப் போய்விட்ட காலச் சூழலில், இந்தக் கவிதை இன்னொரு சமூக அவலத்தையும் சொல்லாமல் சொல்லிப் போகிறது.

'குளத்தில் குதித்ததும்
சட்டென மறைகிறது
சிறுவனின் அம்மணம்.'

வாழ்வின் எல்லாப் பொழுதுகளிலும் கவிதைப் பொதிந்து கிடக்கிறது. அதைக் கண்டெடுக்கும் கண்களையுடையவனே கவிஞனாகின்றான். பலரும் அனுபவித்த / பார்த்த காட்சிதான் இதுவென்றாலும், எங்கள் கவிஞர் நாணற்காடனின் பேனாவுக்குத்தான் இதைக் கவிதையாக்கிய பெருமை சேர்கிறது.

'அனிச்சையாய் கை தூக்கி
அவ்வப்போது பார்க்கச் செய்யும்
அணிய மறந்த கடிகாரம்.'

இனி, வெறுங்கையைப் பார்க்கும் போதெல்லாம் நினைவில் நிற்கப் போகிறது இந்த ஒற்றை ஹைக்கூ.

தாத்தாவுக்குப் பின்னர், கூட்டிப்போக யாருமில்லாத கைத்தடியும், நதி வற்றியதும் பாறைகளில் தெரியும் வெயிலொழுகும் கோடையும், ஆலமரத்தடியில் படுத்திருக்கும் விழுதுகளின் நிழலும், லாரி சென்றபின் ஈர மணற்குவியலிலிருந்து வெளியேறும் நண்டும்... என்னை மட்டுமல்ல; வாசிக்கிற எவரின் மனதை விட்டும் வெளியேறாமல் தங்கிப்போகும் ஹைக்கூ பவளங்களாக மிளிர்கின்றன.

எதிலும் இயல்பாகவே ஹைக்கூவைத் தேடும் கவிதை மனம் வாய்த்த நாணற்காடன், தமிழ் ஹைக்கூவுக்கு கிடைத்துள்ள ஆளுமைமிக்க கவிவரவு. இவரது கவிதைகளைக் கொண்டாடுவதன் மூலமாகவே தமிழ் ஹைக்கூவைச் சரியாய் அடையாளப்படுத்த முடியும் என்பது என் திடமான நம்பிக்கை.

தமிழில் எழுதுவதோடு நின்றுவிடாமல், இந்தி – ஆங்கிலப் படைப்புகளின் மொழியாக்கப் பணிகளிலும் தன்னை ஆற்றலோடு ஈடுபடுத்திக்கொண்டிருக்கும் கவிஞர் நாணற்காடனின் ஹைக்கூ கவிதைகள், தமிழ் – இந்தி – ஆங்கிலம் என மும்மொழிகளிலும் வருவது பொருத்தமானது. தமிழ் ஹைக்கூ உலகின் திசைகளில் வலம்வர வேண்டுமெனில், உலக-இந்திய மொழிகளில் தமிழ் ஹைக்கூ கவிதைகளை மொழியாக்கம் செய்ய வேண்டியது மிகவும் அவசியம்.

காலத்தின் தேவையறிந்து இந்நூலைச் சிறப்பாக வெளியிடும் அன்புக் கவிஞர் கவினுக்கும் எனதன்பு வாழ்த்துகள்.

'இருளின் நடுப்பொழுது
நிற்பது நான் மட்டும்தான்
வெளவால்கள் பறக்கும் வீதி.'

- என்று எழுதும் கவிஞர் நாணற்காடனின் ஹைக்கூ கவிதைகள், தமிழ் வீதிகள்தோறும் படிக்கப்பட வேண்டிய கவிதைகளாக ஒளிரட்டும்!

16.03.2020

7

ஈரமனதில் பூத்த மலர்கள்

தமிழில் ஹைக்கூ எனப்படும் ஜப்பானிய மூவரி கவிதை வடிவம் அறிமுகமாகி, சரியாய் 103 ஆண்டுகளைக் கடந்திருக்கின்றோம். தமிழில் முதல் ஹைக்கூ கவிதை நூல் வெளிவந்து, 35 ஆண்டுகள் கடந்துவிட்டன. தமிழில் மட்டுமல்ல, இந்திய அளவிலும்கூட இருபதாம் நூற்றாண்டின் தொடக்கத்தில் ஹைக்கூ அறிமுகமானதாக கவிதை ஆய்வாளர்கள் கூறுகின்றனர்.

வங்கத்துக் கவிஞர் இரவீந்திரநாத் தாகூர், 1916-17இல் ஜப்பான், அமெரிக்கா ஆகிய நாடுகளுக்குப் பயணம் சென்றார். தனது பயண அனுபவங்கள் பற்றி எழுதுகையில், ஜப்பானில் புகழ்பெற்று விளங்கிய மரபுக்கவிதை வடிவமான ஹைக்கூ பற்றியும் எழுதுகிறார். இதே காலகட்டத்தில், கொல்கத்தாவிலிருந்து வெளியான 'மாடர்ன் ரிவ்யூ' இதழில் ஜப்பானிய கவிஞர் நோகுச்சி எழுதிய ஹைக்கூ ஒன்றின் ஆங்கில மொழிபெயர்ப்பினை வாசிக்கிறார் பாரதியார். ஹைக்கூ கவிதையின் எளிமையும் வார்த்தைச் செறிவும் மூன்றே வரிகளிலமைந்த அதன் குறு வடிவமும் பாரதியை ஈர்க்கிறது.

'தீப்பற்றியெறிந்தது வீடு;
வீழும் மலரின்
அமைதியென்ன...'

இந்தக் கவிதையைச் சிலாகித்து ‘சுதேசமித்திரனி’ல் பாரதி எழுதிய கட்டுரையே, தமிழில் ஹைக்கூ குறித்த முதல் அறிமுகம்.

ஜப்பானில் நெடுங்காலம் கோலோச்சிய சோக்கா *(Sokka)* எனும் நீண்ட கவிதை வடிவத்தின் தொடக்க வரிகளே தன்கா *(Tanka)* எனும் கவிதை வடிவமாகக் கிளைத்து, பின்னர் ரெங்கா *(Ranga)* எனும் தொடர்க் கூட்டுறவுக் கவிதையாகி, அதன் முதல் மூன்றடிகள் 5,7,5 எனும் 17 அசைகளையுடைய ஹொக்கு *(Hokku)* பாடல்களாகப் பதினாறாம் நூற்றாண்டின் பிற்பகுதியில் மட்சுவோ பாஷோவால் எழுதப்பட்டது. பிறகு, பூஸனின் காட்சியழகு மிளிரும் ஓவியப் பார்வையும், இஸ்ஸாவின் சிற்றுயிர் மீதான நேசமும், மசோகா ஷிகியின் வாழ்வியல் தத்துவமும் நவீன இலக்கியப் பார்வையும் சேர்ந்தே வளர்ந்த ஹொக்குப் பாடல்கள், இருபதாம் நூற்றாண்டில்தான் ஹைக்கூ *(Haiku)* எனும் பெயர் தாங்கி, உலகின் திசைகளிலெல்லாம் வலம் வரத் தொடங்கியது.

ஹைக்கூ என்பதற்கு ‘ஒரு கோப்பைத் தேநீர்’ என்றும் ‘அணுக்கரு அல்லது அணுத்தூசி’ என்றும் பொருள் கொள்ளலாம்.

1970-80களில் ஹைக்கூ தமிழில் அறிமுகமானபோது, ஜென் புத்திஸ பார்வையில் 17 அசைகளுடன் எழுத வேண்டும்; காதல், அரசியல் ஹைக்கூவில் கூடவே கூடாது என்றெல்லாம் குறுக்குக்கோடு கிழித்தவர்களே அநேகம்.

தமிழில் முதன்முதலாக ஹைக்கூ கவிதைகளை எழுதிய கவிக்கோ அப்துல் ரகுமானின் (‘எந்தத் தத்துவப்பட்டையும் போட்டுக்கொள்ளாமல், எந்தக் கோட்பாட்டுக் கண்ணாடியும் அணிந்துகொள்ளாமல் படைப்பாளன் சுதந்திரமாக, நேராக இந்த உலகத்தைப் பார்க்கலாம்’ - நவம்பர், 1984) கூற்றினை ஏற்று, இன்றைக்குத் தமிழ் ஹைக்கூ கவிஞர்கள் நூறாய், ஆயிரமாய் ஹைக்கூ கவிதைகளைப் படைத்து வருகின்றனர்.

எனது கால்நூற்றாண்டுக்கால நண்பரும் கவிஞருமான இரா.இரவி, இன்றைக்கு தமிழ் ஹைக்கூவில் தவிர்க்கவே முடியாத ஒரு பெயராகத் தன்னை நிலைநிறுத்திக்கொண்டிருக்கிறார். படைப்பிலக்கியத் தளத்தில் அயராமல் இயங்கிட—எழுதிட—நூலாக்கிட மனத்தெளிவும் சமூகம் குறித்த ஆழ்ந்த புரிதலும் ஒரு கவிஞனுக்கு மிகவும் அவசியம். இவற்றை ஒருங்கே பெற்றிருக்கும் கவிஞர் இரா.இரவி, அந்தத் தளத்தில் ஒரு உற்சாகியாய் தொடங்கியங்கி வருகிறார்.

1997இல் நான் தொகுத்த 'வேரில் பூத்த ஹைக்கூ' எனும் ஹைக்கூ கூட்டுத் தொகுப்பில் இடம்பெற்ற கவிஞரின் ஹைக்கூ ஒன்று இன்னமும் என் நினைவில் நிழலாடுகிறது.

'வெடித்துச் சிதறும்
சிவகாசி சிறுவரின்
வாழ்க்கையும்.'

இது ஒன்று போதும்; கவிஞர் இரா.இரவி யாரென்று சொல்லவும், தமிழ் ஹைக்கூவின் திசை எதுவென்று காட்டவும்.

1999இல் கவிஞர் இரா.இரவியின் முதல் ஹைக்கூ கவிதை நூல், 'ஹைக்கூ கவிதைகள்' எனும் பெயரில் வெளியானது. அந்த நூல் வெளிவந்து 20 ஆண்டுகள் முடிந்த நிலையில், இதுவரை 10 ஹைக்கூ நூல்களைத் தந்திருப்பதோடு, ஹைக்கூ நூல்கள் குறித்த கட்டுரை நூலொன்றின் ஆசிரியராகவும் நம்முன்னே உயர்ந்து நிற்கின்றார்.

இது மட்டுமா கவிஞரின் உயரம்..? www.eraeravi.com, www.kavimalar.com, eraeravi.wordpress.com, eraeravi.blog spot.com எனப் பல இணையப் பக்கங்களிலும் தொடர்ந்து ஹைக்கூ கவிதைகளை எழுதி, உலகின் கவனத்தைத் தன்பால் ஈர்த்திருப்பத்தோடு, தனது கவிதைகளுக்காகவும், கவிதை நூல்களுக்காகவும் பல்வேறு விருதுகளையும் பரிசுகளையும் வென்றிருக்கிறார். ஆயிரம் ஹைக்கூ (ஆகஸ்ட், 2013), ஹைக்கூ முதற்றே உலகு (டிசம்பர், 2015), ஹைக்கூ 500 (நவம்பர், 2018) ஆகியவை பெரிதும் வரவேற்பைப் பெற்ற கவிஞரின் ஹைக்கூ நூல்களாகும்.

தமிழின் மூத்த – இளைய கவிஞர்கள் எழுதிய 26 ஹைக்கூ நூல்கள் பற்றி சிறப்பான முறையில் அறிமுகம் செய்து கவிஞர் இரா.இரவி எழுதியிருக்கும் 'ஹைக்கூ ஆற்றுப்படை' எனும் நூல், எனக்கு மிகவும் பிடித்த நூலாகும்.

கவிஞர் இரா.இரவி என்றாலே 'ஹைக்கூ'வும் சேர்ந்தேதான் பலரின் நினைவுக்கு வரும். என் நினைவில் ஹைக்கூ மட்டுமல்ல; முனைவர் இரா.மோகன் அவர்களும், முதுமுனைவர் வெ.இறையன்பு, இ.ஆ.ப., அவர்களின் பெயரும் சட்டென நினைவுக்கு வந்துவிடும். தான் பணியாற்றும் சுற்றுலாத்துறையின் உயரதிகாரியாக மட்டுமின்றி, சிறந்த இலக்கிய நேயராகவும் வெ.இறையன்பு அவர்களை ஏற்றுக்கொண்ட கவிஞர் இரா. இரவியின் இலக்கிய மனதும், தனது இலக்கிய குருவாக

முதுமுனைவர் இரா.மோகன் அவர்களை வரித்துக்கொண்டு சேர்ந்தியங்கிய அவரது பண்பட்ட உள்ளமும் என்னைக் கவர்ந்தவை.

மனித மாண்புகள் மெல்லச் சிதைவுறும் இக்காலச் சூழலில் நேயமிக்க மனிதராகவும் கவிஞர் இரா.இரவி வெளிப்படுகிறார். தனது பிறந்தநாள் மற்றும் மணநாளில் ஆண்டுதோறும் ஏதாவதொரு ஆதரவற்ற இல்லத்துக் குழந்தைகளுக்கு உதவிடும் இவரது ஈரமிக்க மனதில் ஹைக்கூ பூத்திருப்பதில் வியப்பேதுமில்லை.

சாகித்திய அகாதெமிக்காக இரா.மோகன் அவர்கள் தொகுத்த 'தமிழ் ஹைக்கூ ஆயிரம்' (2012) நூலில் இடம்பெற்ற கவிஞர் இரா. இரவியின் கவிதை, தமிழ்ச் சமூகத்தை மூன்றே வரிகளில் குறுக்கு வெட்டுத் தோற்றத்தில் படம்பிடித்துள்ள சிறந்த கவிதை என்பேன்.

'அப்பா போதையில்
அம்மா தொ(ல்)லைக்காட்சிப் போதையில்
குழந்தை கந்தகக் கிடங்கில்.'

சமூகத் தளத்தில் நிகழும் எந்தவொரு செயலும் இரா. இரவியின் பார்வையில் ஹைக்கூவாக விரிகிறது. எதையும் கவிதையாகப் பார்க்கும் மனமும், கவிதையாகவே சிந்திக்கும் திறனும் பெற்ற கவிஞர் இரா.இரவியின் 100 தேர்ந்த ஹைக்கூ கவிதைகளை, 'உதிராப் பூக்கள்' ஆகத் தொகுத்துத் தந்துள்ளார் கவிஞர் ஆத்மார்த்தி. தமிழகமறிந்த கவிஞரும் எழுத்தாளருமான ஆத்மார்த்தி, தனது ரசனையின் உயரத்தோடு ஹைக்கூ கவிதைகளைத் தேர்வு செய்துள்ள விதம் ரசிக்கும்படியுள்ளது.

முன்பே படித்துச் சுவைத்த கவிதைகள் என்றாலும், மீண்டும் அழகான படங்களுடன் கூடிய நேர்த்தியான வடிமைப்பில் படிக்கையில் நம் மனசோரம் ஓடிவந்து ஒட்டிக்கொள்கின்றன... இந்தக் குட்டிப் பட்டாம்பூச்சிகள்.

'பொம்மை உடைந்தபோது
மனசும் உடைந்தது
குழந்தைக்கு.'

இந்த ஹைக்கூ நம்மையும் குழந்தையாக்கி விடுகிறது.

'கலங்காது இசை
தீக்காயம் பட்டும்
புல்லாங்குழல்.'

காயங்களிலிருந்து உயிர்த்தெழுந்த இசை கவிதையாகிறது.

'குளத்து நீரில்
எறிந்த கல்லில்
உடைந்தது நிலா.'

அடடா... இனி, உடைந்த நிலாவைப் பார்க்கும் போதெல்லாம் கல்லெறிந்தவனின் மீது கோபம் வரத்தான் போகிறது.

'அழகோ அழகு
கூர்நுனி அழகு
குருவியின் உலகு.'

ஆகா... என்ன அழகு..? எளிய ஓசை நயமும் கவிதையில் இணைந்து நம்மை ரசிக்க வைக்கிறது.

'சுண்டக் காய்ச்சிய இறுகிய மொழிநடை' கொண்டது ஹைக்கூ என்பதற்கு இலக்கணமாக, ஆறேழு வார்த்தைகளுக்குள் சுருக்கெனச் சொல்லி, நம்மை வெகுநேரம் யோசிக்க வைக்கிறார் கவிஞர் இரா.இரவி. தனது கவிதைகளில் பிறமொழிச் சொற்களின்றி, தமிழ்ச் சொற்களை மட்டுமே கொண்டு எழுதிவரும் ஒரு முன்மாதிரி கவிஞராகவும் கவிஞர் இரா.இரவி என் மனதில் இடம்பிடித்துள்ளார். வாழ்வியல் தத்துவங்களாக, பொன்மொழிகளாகப் பொறிக்கத்தக்க கவிதைகளைத் தொடர்ந்து படைத்துவரும் கவிஞர் இரா.இரவியின் ஹைக்கூ கவிதைகளைப் பல கல்லூரி மாணவர்கள் ஆய்வு செய்து, பட்டங்களைப் பெற்றிருக்கிறார்கள். இவரது ஹைக்கூ கவிதைகள் பல்கலைக்கழகங்களில் பாடங்களாகவும் இடம்பெற்றுள்ளன.

கவிஞர் இரா.இரவியின் 1000 ஹைக்கூ கவிதைகளை கவிஞர் மரியதெரசா இந்தியில் மொழியாக்கம் செய்துள்ளார். ஆங்கிலத்திலும் இவரது கவிதைகள் மொழிபெயர்க்கப் பட்டுள்ளன. மிகுந்த ரசனையோடு ஹைக்கூ கவிதைகளைத் தேர்வு செய்திருக்கும் அன்பு நண்பர் ஆத்மார்த்திக்கு எனது மனம் கனிந்த பாராட்டுகள். ஹைக்கூ கவிதைக்கேயுரிய அழகோடு நேர்த்தியான நூலாக வெளியிட்டிருக்கும் வானதி பதிப்பகத்துக்கு வாழ்த்தும் நன்றியும்.

எதிர்வரும் விமர்சனங்களைக் கண்டுத் தயங்கி நிற்காமல், எள்ளவும் மனச்சோர்வின்றித் தொடர்ந்து ஹைக்கூ தளத்தில் என்னோடு சேர்ந்தியங்கி வரும் கவிஞர் இரா.இரவி, மேலும் பல உயரங்களை எட்டிப் பிடிக்கும் காலம் விரைவில் கனியட்டும்.

10.04.2020

8

கவிதை மணம் பரப்பும் மல்லிகை மொட்டுக்கள்

எத்தனை நூற்றாண்டுகள் கடந்தாலென்ன... காலத்தை முன்னோக்கியே செலுத்தும் கவிஞனின் கைகளில் கூர் மழுங்கா ஆயுதமாய் எப்போதும் கவிதைகளே இருக்கின்றன.

கவிதைகள், பசித்தவனுக்கு உணவாகிறதா..? காயம்பட்டவனுக்கு ஆறுதளிக்கிறதா..? காதல் மனங்களில் களிப்பினை உண்டாக்குகிறதா..? ஏற்றத்தாழ்வுமிக்க சமூகத்தின் மீது கோபங்களைக் கொப்பளிக்கிறதா..? இந்தக் கேள்விகளோடு இன்னும் பல கேள்விகளை இணைத்துக்கொண்டு யோசித்தாலும், கவிதை எல்லாமுமாய் இருந்திருக்கிறது; இனியும் இருக்கும்.

மனித வாழ்வியலோடு இரண்டறக் கலந்த கவிதைகள், காலச் சுழற்சிக்கேற்ப புதுப்புது வடிவங்களைப் புனைந்தாலும், மாறா அன்பின் நேசமாய், வாடா மலரின் வாசமாய் என்றென்றைக்கும் ஜீவித்திருக்கிறது.

சங்ககாலத் தமிழர் வாழ்வோடு முகிழ்த்தெழுந்த காப்பியங்களானாலும், இலக்கண மரபிலிருந்து கிளைத்து, சென்ற நூற்றாண்டின் இறுதிவரை கோலோச்சிய மரபுக் கவிதையானாலும், தளையுடைத்துப் பெருக்கெடுத்து முக்கால் நூற்றாண்டாய் மனசாட்சியோடு பேசும் புதுக்கவிதையானாலும், இருபத்தியோராம் நூற்றாண்டின் தொடக்கத்தில் புது

வேகமெடுத்து உலகின் திசைகளெங்கும் வலம்வந்து தமிழ் மண்ணிலும் ஆழ வேரூன்றி நிற்கும் ஹைக்கூ கவிதைகளானாலும் சரி; வாழ்வின் ஈரமும் மனித அன்பும் எதில் துளிர்த்திருக்கிறதோ அதுவே கவிதையாகிறது.

நீண்ட நெடிய வரலாற்றுப் பாரம்பரியமிக்க தமிழ்க் கவிதைப் பரப்பில், மகாகவி பாரதியார் எழுதிய குறுங்கட்டுரையின் வழியேதான் தமிழில் முதன்முதலாக ஹைக்கூ கவிதை அறிமுகமானது.

சோக்கா, தன்கா, ரெங்கா எனும் மரபுக்கவிதை வடிவங்கள் சிறப்பெய்திய கீழ்த்திசை பூமியான ஜப்பானில், 'ஜப்பானிய மகாகவி' எனக் கொண்டாடப்படும் மட்சுவோ பாஷோ, மரபுப்பாக்களான நீள்கவிதையின் முன்பகுதியை மட்டும் தனிப் பாடல்களாக்கி மூவரிகளில் எழுதத் தொடங்கினார். இவை ஹொக்கு பாடல்கள் என அழைக்கப்பட்டன. இந்தக் கவிதை வடிவம் பலரையும் கவர்ந்தது. பலரும் ஆர்வத்தோடு எழுதினர். இந்தக் கவிதைகளே பின்னாளில் ஹைக்கூ கவிதைகள் என உலகம் முழுவதும் அறியப்படலாயின. இதனை எழுதிய பாஷோ 'ஜப்பானிய ஹைக்கூவின் பிதாமகன்' எனப் போற்றப்படுகிறார். இது பதினாறாம் நூற்றாண்டின் பிற்பகுதியில் நிகழ்ந்தது.

இருபதாம் நூற்றாண்டின் தொடக்கத்தில் மகாகவி பாரதி, ஜப்பானிய ஹைக்கூ கவிதையின் காட்சியழகையும், தேவையற்ற வார்த்தைகள் ஒன்றுகூட இல்லாத அதன் வார்த்தைச் செறிவையும் பாராட்டி, தமிழ் மண்ணுக்கு அறிமுகம் செய்து வைத்தார். ஆனாலும், 1966க்குப் பின்னரே, ஆங்கிலம் வழி தமிழில் மொழிபெயர்க்கப்பட்ட ஹைக்கூ கவிதைகள் தமிழ் இதழ்களில் முகம் காட்டின. 'நடை' மற்றும் 'கணையாழி' இதழ்களில் இடம்பெற்ற ஹைக்கூ கவிதைகளை சுஜாதா, சி.மணி, சி.சந்திரலேகா ஆகியோர் மொழியாக்கம் செய்தனர். 1973–74 ஆண்டுகளில் 'தீபம்' இதழில் 'ஜப்பானியக் கவிதை வடிவங்கள்' எனும் தலைப்பில் கவிஞர் சேலம் தமிழ்நாடன் கட்டுரைத் தொடர் ஒன்றினை எழுதினார். (இதன் முதல் பகுதி மட்டுமே 'ஜப்பானியக் கவிதை' (2001) எனும் சேலம் தமிழ்நாடனின் நூலில் இடம்பெற்றுள்ளது).

உலக இலக்கியங்களைத் தேடியெடுத்து வாசித்து, அதனை அறிமுகம் செய்யும் கவிக்கோ அப்துல் ரகுமான், ஜப்பானிய

ஹைக்கூ கவிதை நூல்களை வாசிக்கிறார். அதன் சின்ன வடிவத்தின்மீது ஈர்ப்பு ஏற்பட்டு, நேரடியான தமிழ் ஹைக்கூ கவிதைகளை எழுதினார். 'சிந்தர்' எனும் தலைப்பில் கவிக்கோ அப்துல் ரகுமான் எழுதிய மூவரி ஹைக்கூ கவிதைகள், அவரது 'பால்வீதி' கவிதை நூலில் இடம்பெற்றுள்ளன. அத்தோடு நில்லாமல், 'ஜூனியர் விகடன்' உள்ளிட்ட வெகுசன இதழ்களில் எழுதிய கட்டுரைகளில் ஹைக்கூ கவிதைகள் பற்றிய அறிமுகக் கட்டுரைகளையும் எழுதினார். வாணியம்பாடியில் 'ஏதேன் தோட்டம்' எனும் பெயரில் நடத்திய கவிதை வகுப்புகளில் ஹைக்கூ கவிதைகள் பற்றியும் பகிர்ந்துகொண்டார். இது இளைய கவிஞர்களை ஹைக்கூ எழுதத் தூண்டியது.

இப்படியாக, தமிழில் ஹைக்கூ எனும் சிறுபொறி பற்றிக்கொண்டது. 1984, ஆகஸ்டில் கவிஞர் அமுதபாரதி எழுதிய 'புள்ளிப் பூக்கள்' வெளியானது. தமிழின் முதல் ஹைக்கூ கவிதை நூல் வெளியாகி, 36 ஆண்டுகளைத் தொடவிருக்கிற நிலையில், தமிழில் இதுவரை 500க்கும் மேற்பட்ட ஹைக்கூ மற்றும் ஹைக்கூ தொடர்பான நூல்கள் வெளிவந்துள்ளன. இந்தியாவிலுள்ள பல மொழிகளில் ஹைக்கூ எழுதப்பட்டாலும் தமிழில் ஹைக்கூ தொட்டிருக்கும் உயரத்தை வேறெந்த இந்திய மொழிகளிலும் ஹைக்கூ தொடவில்லை என்பதே காலம் காட்டும் உண்மை.

கவிதையுடனான காதலோடும் ஹைக்கூ மீதான ஈர்ப்போடும் இன்றைக்கு பல ஆயிரம் கவிஞர்கள் ஹைக்கூ எழுதி வருகிறார்கள். அவைகள் நூல்களாகவும் வெளிவருகின்றன.

மலைக்கோட்டை மாநகரிலிருந்து உலகு தழுவிய தமிழ்ப் படைப்பாளிகளை ஒருங்கிணைத்து வரும் கவிஞரும் நண்பருமான 'இனிய நந்தவனம்' இதழாசிரியர் சந்திரசேகரனின் வழி எனக்கு அறிமுகமானவர் கவிஞர் லோக.சந்திரபிரபு. கும்பகோணம் மண்ணில் விளைந்த கவிதைக்காரர்.

இவரது ஹைக்கூ கவிதைகளை முதன்முதலாக இந்த நூலின் வழியேதான் வாசித்தேன். இது கவிஞரின் நான்காவது நூல். தனது முதல் நூலை உயிர்த் திரவமான நீரைப் பற்றி எழுதியதோடு, இரண்டாவது நூலாக சிறுகதைத் தொகுப்பையும், மூன்றாவதாக 'பேனாச் சோறு' எனும் புதுமையான நூலையும் தந்துள்ளார். இந்த 'அம்மா பின்னிய கூடை'யிலுள்ள கவியரும்புகள் அத்தனையும்

மு.முருகேஷ் | 69

கவிதை மணம் பரப்பும் மல்லிகை மொட்டுக்களாக உள்ளன. இதிலுள்ள கவிதைகளை வாசித்து முடிக்கையில், பல கவிதைகள் நம் மனசிலும் பின்னிக் கொள்கின்றன.

தேவையற்ற ஜிகினாப் பூச்சுகள், மிகையான ஒப்பனைகள் இவையெதுவுமில்லாமல், வாழ்வின் எதார்த்தக் காட்சிகளை அப்படியே ஹைக்கூ கவிதைகளாக்கியுள்ளார் கவிஞர் லோக. சந்திரபிரபு.

தன் பார்வையில் படுகிற எதையும் கவிதையாக்கும் ஆற்றலும், ஹைக்கூ கவிதைக்கேயுரிய வார்த்தைச் செறிவும் இவருக்கு வெகுஇயல்பாகக் கைகூடியுள்ளன. கவித்துவதோடு சில கவிதைகள், காட்சியழகோடு சில கவிதைகள், தத்துவம் போல் சில கவிதைகள், பொன்மொழிபோல் மேலும் சில கவிதைகள்... என ஒவ்வொரு கவிதையும் கலைடாஸ்கோப்பில் உருளும் கண்ணாடித்துகள்களாய் வண்ணங்காட்டி மிளிர்கின்றன.

'மழை விட்டது
குருவியை அனுப்பியது மரம்
மேகத்துக்கு நன்றி.'

இனி, மழைக்குப் பிறகு மரத்திலிருந்து விடைபெறும் குருவிகளைப் பார்க்கும்போதெல்லாம் மேகத்துக்கான நன்றியை நம் மனம் சொல்லாமலே சொல்லிப் போகும்தானே..! இப்படியான காட்சியுருவை நம் மனக்கண்ணில் கிளர்த்துவதுதான் ஒரு ஹைக்கூவின் ஆகச் சிறந்த அம்சம் என்பேன்.

இப்படியான கவிதைகளே காலங்கடந்தும் நிற்கும். கவிஞரின் பெயரையும் சுமந்து நிற்கும்.

'குளத்திற்குள் மூழ்கிவிட்டு
மரத்தின் உச்சியில் ஒளி வீசும்
முழு நிலவு.'

ஆகா... விண்ணிலிருந்தாலும் மண்ணில் முகம் காட்டி ஒளிரும் நிலவை, தன் ஹைக்கூவுக்குள் மிக அழகாகப் படம்பிடித்துக் காட்டியுள்ளார் கவிஞர் லோக.சந்திரபாபு.

எதையும் வேகமாகக் கடந்துபோகிற வாசிப்பாளனுக்கு ஹைக்கூ நிச்சயம் புரிபடாமல் போகும். ஹைக்கூ வாசிக்க கவிதை மனம் மட்டுமல்ல; சற்று நிதானமும் வேண்டும். முதலிரண்டு வரிகளை வாசித்துவிட்டு, மூன்றாவது வரி என்னவாக இருக்கும் என நமக்குள்ளேயே சிறு வினாவை

எழுப்பிப் பாருங்கள். கவிதை வரைந்த காட்சியின் தொடர்ச்சியை நாமும் நமக்குள்ளே வரைந்து பார்க்கும் சுதந்திரம் ஹைக்கூவில் உண்டு. அப்போதுதான் ஹைக்கூ கவிதையின் மூன்றாம் வரியின் மின்அதிர்வு சூட்சுமம் நமக்குப் புரிபடத் தொடங்கும்.

'பருத்தி விவசாயி மகனை

வேலைக்கு அழைத்துக்கொண்டது...'

- என்ற ஹைக்கூவின் முதலிரண்டு வரிகளைப் படித்துவிட்டு, சில நிமிடங்கள் மூன்றாவது வரியை யோசித்தேன். என் மனதில் வேறு வேறு எண்ணங்கள் காட்சி ரூபங்கொண்டன. கவிஞர் லோக.சந்திரபிரபு என்ன எழுதியிருக்கிறார் எனும் ஆவலில் பார்த்தால் 'பனியன் கம்பெனி' என்று எழுதி, கலங்க வைத்தார். எவ்வளவு பெரிய சமூக அவலத்தை 'நறுக்'கென மூன்றே வரிகளில் சொல்லி, நம்மையும் சிந்திக்க வைக்கிறார்.

எல்லோரின் பார்வையிலும் படுகிற சாதாரண காட்சிதான். ஆனால், கவிஞனின் பார்வையில் படுகையில் அது கவிதையாகி விடுகிறது. அப்படியானதொரு கவிதை;

'மின்விளக்கில்
எண்ணெய் தடவிய தாள்
திகைத்து நின்றது பல்லி.'

- என்று எழுதி, வாசிப்பாளனையும் திகைக்க வைக்கிறார் கவிஞர். எனக்குப் பிடித்த பல கவிதைகள் இந்நூலில் இருந்தாலும், மிகவும் பிடித்த கவிதை என்று ஒன்று இருக்குமல்லவா..! இதோ... அந்தக் கவிதை;

'எவ்வளவு மழை
பார்ப்பதற்குள் போய்விட்டது
இரவு மின்னல்.'

ஆறே வார்த்தைகள்தான் இந்தக் கவிதையில். சொன்னதை விட சொல்லாமல் விட்டவையே, இந்தக் கவிதையை மேலும் அழகாக்கிப் போகிறது. வாழ்நாளில் நாம் எத்தனையோ மழைக்காட்சிகளைக் கண்டிருந்தாலும் ஒவ்வொரு மழையும் நம் நினைவிலிருந்து மெல்ல நழுவிப்போய்க் கொண்டேயிருக்கின்றன. இதை எழுதிக்கொண்டிருக்கும் இந்தக் கணத்திலும் வெளியே சடசடவெனக் கொட்டிக் கொண்டிருக்கிறது பெரு மழையொன்று.

இப்படியான எத்தனை மழைகளைப் பார்த்திருக்கின்றோம். ஒரு மழையையாவது முழுமையாய் நின்று ரசித்திருக்கிறோமா? இந்த மனித வாழ்வையே சில கணநேரம் சட்டென மின்னி மறையும் இரவு மின்னலாக்கிப் பார்த்துள்ளார் கவிஞர் லோக. சந்திரபாபு. இந்த ஞானமும் புரிதலுமே ஹைக்கூவிடம் இவரை நெருக்கமாகக் கொண்டுவந்து சேர்த்திருக்கிறது.

ஆற்று மணலை விற்ற காசில் நடக்கும் ஆறு கால பூஜையும், கிளைகள் விரைவாக சருகு மெதுவாக இறங்கினாலும் ஒரே மரமாக இருப்பதும், நட்டுச் சென்ற மரக்கன்றுகள் ஆட்டின் பசிக்கு உணவானதும்... நம் மனதில் நின்று, நினைவில் என்றென்றும் அசைபோடும் கவிதைகளாக உள்ளன.

'கண்களை வாங்கி வந்தது
கடைக்குச் சென்ற
அம்மா பின்னிய கூடை!'

- என்கிறார் கவிஞர் லோக.சந்திரபாபு.

உண்மைதான்... கவிஞரே! கலையழகு மிளிரும் பொருட்கள் கண்களைத் வாங்கிச் செல்வதுபோல், கவித்துவம் மிளிரும் கவிதைகள் வாசிப்பவர் மனங்களை வாங்கிச் செல்லும். கவிஞரின் ஆர்வமும் முயற்சியும் இன்னும் சிறந்த கவிதைகளை இவரிடமிருந்து காலத்தின் கைகளுக்குத் தரப் போகிறது என்பதற்கான முன்னோட்டமாக மலர்கிறது... இந்த 'அம்மா பின்னிய கூடை'.

கவிஞர் லோக.சந்திரபிரபுவுக்கு எனது மனம் கனிந்த வாழ்த்தும், நூலினைக் கலையழகோடு வெளியிடும் 'இனிய நந்தவனம்' பதிப்பகத்துக்கு எனது பாராட்டுக்களும். கவிஞர் லோக.சந்திரபிரபுவின் கவிதைகள் காலத்தின் கைகளில் புதிய ஆயுதமாக ஒளிரட்டும்.

11.06.2020

9

ஆயிரம் ஹைக்கூ மலரட்டும்

காலங்காலமாய் மாறிக்கொண்டேயிருக்கின்றன கவிதை வடிவங்கள். 'மாறுவது மரபு; இல்லையேல், மாற்றுவது மரபு' எனும் மாறா தத்துவத்தின் சாரமாய், பல்லாயிரமாண்டுகளாகக் காப்பியங்களாக மட்டுமே மரபுத்தடத்தில் பயணித்த தமிழ்க் கவிதையை, சுதந்திரக்கவிதையென மடை மாற்றி விட்டவன் மகாகவி பாரதி.

மேற்கத்திய கவிஞர்களான ஷெல்லி, வால்ட் விட்மன் ஆகியோரின் கவிதைகளை வாசித்த பாரதி, அதிலிருந்த பெற்ற உத்வேகத்தில் வசன கவிதைகளை எழுதத் தொடங்கினான். இன்றைக்கு தமிழ்க் கவியுலகில் கோலோச்சிக்கொண்டிருக்கும் புதுக்கவிதைக்கு முன்னோடி பாரதியின் வசனக்கவிதைளே. அதுவரை பண்டிதக் கூட்டம் மட்டுமே பாடிக் களித்திருந்த கவிதையை ஜனநாயகப்படுத்தி, மக்கள் மன்றத்தின் முன்நிறுத்தியவன் பாரதி.

பதினாறாம் நூற்றாண்டின் இறுதியில் கீழ்த்திசைப் பண்பாட்டில் முகிழ்ந்த ஜப்பானிய மரபுக்கவிதையான ஹொக்குப் பாடல்களைப் பற்றி, 1916ஆம் ஆண்டிலேயே குறுங்கட்டுரை ஒன்றின் வழியே தமிழுக்கு அறிமுகம் செய்தவன் பாரதி. இவையே, பின்னாளில் ஹைக்கூ கவிதை என அறியப்படலாயின.

அரை நூற்றாண்டுக் காலம் எந்தச் சலனமுமின்றி இருந்த தமிழ் நிலத்தில், 1966க்குப் பிறகு ஜப்பானிய ஹைக்கூ கவிதைகளை ஆங்கிலத்திலிருந்து தமிழில் மொழிபெயர்த்தபோது, மீண்டும் கவனம் பெறலாயிற்று. பிறகு மெல்ல மெல்லத் துளிர்த்து இன்றைக்கு தமிழ் மண்ணில் பூத்துக் குலுங்குகின்றன ஹைக்கூ மலர்கள்.

1984இல் தமிழின் முதல் ஹைக்கூ கவிதை நூல் வெளியானது. கவிப்பேரருவி ஈரோடு தமிழன்பன், அமுதபாரதி, மித்ரா, அறிவுமதி என கவிஞர்களின் பெயரைச் சொன்னாலே போதும்; இவர்களின் ஹைக்கூ கவிதைகள் நம் மனதில் மின்னலிடும்.

மூன்றே வரிகளிலான ஹைக்கூ கவிதை, இன்றைக்கு உலகெங்கிலும் எழுதப்படும் புகழ்பெற்ற கவிதை வடிவமாக விளங்குகிறது. மூன்றே வரிகளில் இருந்தாலும் வாசிக்கிற எவரையும் வசீகரிக்கும் வல்லமை ஹைக்கூவுக்கு உண்டு.

பார்க்க எளிதான வடிவத்தில் இருந்தாலும் ஹைக்கூவுக்குள் மூழ்கி முத்தெடுப்பது அவ்வளவு எளிதான செயலன்று. தொடர் வாசிப்பும் நுட்பமான வாழ்வியல் அனுபவமும் கைகூடி வரும்போதே, ஹைக்கூ வசப்படும்.

மூன்றே வரிகளில் செறிவான மொழிநடை, காட்சிப் பதிவு, மூன்றாவது வரியில் லேசான மின்அதிர்வு... என்கிற எளிய புரிதலோடுதான் இன்று தமிழில் ஹைக்கூ கவிதைகள் எழுதப்படுகின்றன.

தமிழில் ஓராண்டில் வெளியாகிற நூற்றுக்கும் மேற்பட்ட கவிதை நூல்களில் குறைந்தது 20 நூல்களாவது ஹைக்கூ கவிதை நூல்களாக இருக்கின்றன. அதுவும் கவிஞரின் முதல் கவிதை நூலாக 10 ஹைக்கூ நூல்களாவது இருக்கின்றன. இந்திய மொழிகளிலேயே தமிழில்தான் அதிகமான ஹைக்கூ நூல்கள் வெளிவருகின்றன என்பதும் தமிழுக்குப் பெருமை சேர்க்கிற வரவுதானே..!

2020ஆம் ஆண்டில் கோவிட்19 வைரஸ் தொற்று, உலகையே ஊரடங்கினால் முடக்கிப் போட்டிருக்கும் இச்சூழலில், தடைகளைக் கடந்து நம் விழி வாசலுக்கு வரவாகிறது 'கண்ணில் தெரியும் கடவுள்' எனும் இந்த ஹைக்கூ கவிதை நூல்.

என் இலக்கியத் தாய்வீடான தமிழ்நாடு முற்போக்கு எழுத்தாளர் கலைஞர்கள் சங்கத்தின் அறம் கிளை தொகுத்திருக்கும்

இந்த நூலை வாசித்த கணம், என்னைப் பெருமகிழ்ச்சியில் ஆழ்த்தியது. 2019ஆம் ஆண்டில் தொடங்கப்பட்ட அறம் கிளை, கடந்த ஒன்றரை ஆண்டுகளில் செய்திருக்கும் வேலைகள், தமிழ் கலை இலக்கிய, பண்பாட்டுத் தளத்தில் மிக முக்கியமான முன்னெடுப்பாக நான் பார்க்கின்றேன்.

அகவிழி இலக்கியச் சந்திப்புகள், சிறுகதை முற்றம், தத்துவப் பயிலரங்குகள், ஆய்வாளர்களோடு கலந்துரையாடல், 13 நூல்கள் வெளியீடு, இந்தப் பொதுமுடக்கக் காலத்திலும் 5 இணைய வழி கருத்தரங்குகள் என சற்றும் தொய்வின்றிச் செயலாற்றி இருக்கிறார்கள். அதன் விளைவுதான், இன்றைக்கு 540 உறுப்பினர்களோடு சமூகத் தளத்தில் ஆக்கப்பூர்வமான செயல்பாடுகளை அறம் கிளை செய்து வருகிறது. இதன் ஆதார சக்தியாக இருக்கும் அன்புக்கவிஞர், மருத்துவர் அ.உமர் பாரூக் என்றென்றும் என் அன்பிற்கினிய தோழர்.

தோழர் அ.உமர் பாரூக்குக்கும் எனக்குமான நட்புக்கு வயது கால்நூற்றாண்டுக் காலமிருக்கும். தமுஎகசவின் இலக்கியப் பயிலரங்குகளில் முகம் பார்த்து, கைகுலுக்கிக் கொண்டோம். கவிதைகளைப் பரிமாறிக் கொண்டோம்.

படைப்பிலக்கியத் தளத்தில் கம்பம் என்றதும் நினைவுக்கு வரும் இளம் படைப்பாளிகளாக அ.உமர் பாரூக், அய்.தமிழ்மணி இருவரும் அறியப்பட்டனர். எந்தச் செயலையும் திட்டமிட்டு, சரியான புரிதலோடு முன்னெடுத்துச் செல்லும் அ.உமர் பாரூக், அறம் கிளையைத் தொடங்கியபோது மகிழ்ந்தவர்களில் நானுமொருவன்.

அறம் கிளை, சென்னையில் நடத்திய கருத்தரங்கின் ஒரு அமர்வில் நானும் பங்கேற்றது எனக்கு மிகுந்த மனநிறைவை அளித்தது.

"தோழர்... அறம் கிளை நண்பர்களுக்காக ஒரு ஹைக்கூ பயிற்சிப் பட்டறையை நடத்தணும்..." என்று என்னிடம் பலமுறை சொல்லிக்கொண்டேயிருந்த உமர், "2020, ஏப்ரல் 8ஆம் தேதி அறம் கிளையின் இணைய வழி அமர்வில் ஹைக்கூ பற்றி நீங்கள் பேசணும், தோழர்" என்றார். நானும் மகிழ்வோடு சம்மதித்தேன்.

அன்றைய நிகழ்வு மனதுக்கு மிக நெருக்கமாக அமைந்து போனது. பல நண்பர்களும் ஹைக்கூ பற்றி ஆர்வத்தோடு

பகிர்ந்துகொண்டார்கள். சிலர் நிகழ்வின் இறுதியில் தாங்கள் எழுதிய ஹைக்கூ கவிதைகளைப் படிக்கவும் தொடங்கினர். நிகழ்வு முடிந்த பின்னரும் பலர் என்னோடு செல்பேசி வழி உரையாடினர்.

'இது நல்ல தொடக்கம்' என்று அ.உமர் முன்மொழிந்ததையே, நானும் அன்று வழிமொழிந்தேன். அன்று விதைத்தது வீண்போகவில்லை என்பதன் சாட்சியாய், இன்றைக்கு பலர் ஹைக்கூ கவிதைகளை ஆர்வத்தோடு எழுதியுள்ளனர்.

இந்த இலக்கியப் படைப்பையும் முற்றாய் அறிந்த பின்னர்தான் படைக்க வேண்டுமென்பது, 'நீச்சல் கற்றுக்கொண்ட பிறகே குளத்தில் இறங்கு' என்று சொல்லும் சட்டாம்பிள்ளைத்தனமான செயலாகும். எதையும் படைக்க முதலில் ஆர்வமும், படைப்பு மனமும் வேண்டும். ஒருவர் எழுதிய படைப்பினை, ஆர்வத்தோடு கேட்டுவாங்கிப் படிக்கவும், கருத்துக் கூறவும், முடிந்தால் செப்பனிட்டுத் தரவும் யாராவது ஒருவர் முன்வர வேண்டும். இப்படியான புறத் தூண்டுதல்கள் எதுவுமே கிடைக்காமல், டைரிக்குள்ளேயே முடங்கிக் கிடக்கும் பல்லாயிரம் படைப்பாளிகளை எப்படி மீட்டெடுப்பது என்பதே காலத்தின் முன்நிற்கும் பெருங்கேள்வி.

தன் படைப்பு, தனக்கான ஒளிவட்டம் எனும் குறுவட்டத்துக்குள் தன்னை முடக்கிக் கிடக்கும் யாருக்கும் இதுபற்றி கிஞ்சித்தும் கவலை கிடையாது. ஆனால், அறம் போன்ற கிளைகளின் செயலூக்கம் இப்படியான படைப்பாளிகளைக் கண்டெடுத்து நிச்சயம் வளர்க்கும் என்கிற நம்பிக்கையை எனக்குள் விதைத்துள்ளது. இத்தகைய செயல்பாட்டில் நானும் இணைந்திருப்பதைப் பெருமிதமாகப் பார்க்கிறேன். இந்த வாய்ப்பை எனக்கு வழங்கிய அறம் கிளைக்கும் தோழர் அ.உமர் பாரூக்கிற்கும் என் நன்றியும் பேரன்பும்.

இந்தத் தொகுப்பில் பல அசலான ஹைக்கூ கவிதைகளும், சில கவிதைத் தெறிப்புகளும், சில சென்ரியூ வகைக் கவிதைகளும் கலந்தேயிருக்கின்றன. புது மழைக்குப் பொங்கிவரும் காட்டாற்று வெள்ளத்தில் நுங்கும் நுரையும் சருகுகளும் இருப்பது இயல்பே. இன்றைக்கு ஆர்வத்தோடு எழுதத் தொடங்கியிருக்கும் இவர்களிலிருந்துதான் நாளைய தமிழ்க் கவிகள் வலம்வரப் போகிறார்கள். அதற்கு இப்படியான நூலாக்க முயற்சிகளும், கவிதை குறித்த தொடர் பகிர்வுகளும், எல்லாவற்றிற்கும் மேலாக

சுயதேடலுடன் கூடிய புத்தக வாசிப்பும் படிக்கட்டுகளாக அமையும்.

இந்தத் தொகுப்பிலுள்ள கவிதையை எழுதிய கவிஞர்கள் அனைவருக்குமே இதுதான் முதல் முயற்சி. 'முடியும் என்று முயன்றிருக்கிறார்கள்; இனி, விடியும் என்று சாதிப்பார்கள்' என்கிற நேர்மறை எண்ணத்தை இதிலுள்ள கவிதைகளை வாசிக்கையில் உணர முடிகிறது. இதில், இன்னொரு கூடுதலான மகிழ்ச்சி; படைப்பாளிகளில் பாதிக்கு மேல் பெண்களாக இருக்கிறார்கள். ஆண்களை விட நுட்பமான பார்வையுடைய பெண்கள், ஹைக்கூவிலும் சாதிப்பார்கள் என்பதை இந்தக் கூடுதல் பங்கேற்பும் உறுதி செய்துள்ளது.

'சிலைக்குப் படைக்காத சோறு
பசித்தவனுக்கு உணவானது
கண்ணில் தெரியும் கடவுள்.'

- என்கிற வரிகளின் வழியே கவிதா பிருத்வி, நம் பார்வைக்குத் தேர்ந்த கவிஞராக வரவாகிறார்.

'முதியோர் இல்லத்தில்
அம்மா மரணம்
வீட்டில் படையலிடும் மகன்.'

- எனும் கவிதை மூலமாக நம் மனங்களை நெகிழ வைக்கிறார் சாந்தி சரவணன்.

'பாவத்தின் பங்குகளால்
நிரம்பி வழிந்தது...
கோவில் உண்டியல்.'

- என சமூக எதார்த்தத்தைக் குட்டியுள்ளார் இரா.ஜெயந்தி.

'இறுதிப் பயணத்துக்கு
வழிகாட்டிப் போயின...
சவ ஊர்வலத்தில் உதிர்ந்த மலர்கள்.'

- என காட்சியினைக் கண்முன்னே படம்பிடித்துக் காட்டியுள்ளார் கு.பத்மினி.

'குண்டும் குழியுமாய் சாலை
நடக்கையில் குத்துகிறது...
ஓட்டுக்கு வாங்கிய பணம்.'

- என சமூக அவலத்தின்மீது சாட்டையைச் சொடுக்கியுள்ளது ந.ஜெகதீசனின் கவிதை.

கரோனா கால நெருக்கடி நிலைகளைப் பல கவிதைகள் அனுபவப் பகிர்வாக பொதிந்துள்ளன. அதிலொன்று;

'கட்டில் கால்கள்
இழுத்துப்போயின வங்கிக்கு
முதியோர் உதவித்தொகைக்காக.'

நாளிதழில் படித்தபோது நெஞ்சம் பதறிய செய்தி, மு.தனஞ்செழியனின் கவிதையில் காட்சி ரூபம் கொண்டுள்ளது.

கனிந்த பழங்கள் கண்டு ஏமாந்து திரும்பும் பறவை (ஜெ.சரவணன்), தேசியக்கொடியைக் கட்டியணைத்துத் தூங்கும் குழந்தை (ப.வித்யாஸ்ரீ), ஆணியடித்த சுவற்றில் மாட்டிக் கிடக்கும் பறக்கும் கிளி (அ.சு.சிவசந்தர்), விமானம் கண்டு பதறும் பறவைகள் (சு.இளவரசி)... என எனக்குப் பிடித்த, நான் ரசித்த கவிதைகளைப் பட்டியலிட்டால் இன்னும் நீண்டுகொண்டே போகும்.

எனக்கு மட்டுமல்ல; உங்களுக்கும் படித்ததும் பிடித்துப்போகும் பல கவிதைகள் இத்தொகுப்பில் உள்ளன. படியுங்கள்; படித்துவிட்டுப் பகிருங்கள்.

தமுஎகச, அறம் கிளையின் இப்படியான ஆக்கப்பூர்வமான நூலாக்கப் பணிகளைத் தமிழ்க்கூறும் நல்லுலகம் வரவேற்றுக் கொண்டாட வேண்டும். வாசிக்கிற விழிகளின் பதிவே, எழுதுகிற கரங்களுக்கு வைக்கும் வாழ்த்து முத்தமாகட்டும்.

'ஆயிரம் பூக்கள் மலரட்டும்' என்றார் மாவோ.

அறம் கிளையோடு சேர்ந்து நின்று எங்கள் கவிஞர்கள் சொல்கிறார்கள்... 'ஆயிரமாயிரம் ஹைக்கூ கவிதைகள் மலரட்டும்' என்று.

10.07.2020

10

பூப்பதும் காய்ப்பதுமாய்...

அந்தக் குடிலைச் சுற்றிலும் மரங்கள், செடிகள், கொடிகள், இல்லையில்லை... இப்படிச் சொல்வதுதான் பொருத்தமாயிருக்கும்; மரங்கள், செடிகள், கொடிகளுக்கு நடுவே அந்தச் சிறிய அழகிய குடில். அதுவொரு மடம்.

தினமும் அந்த மடத்தின் தோட்டத்தைச் சுத்தம் செய்யும் பணியைச் சீடனொருவன் கர்மசிரத்தையோடு செய்துவந்தான். மரத்தின் கீழே உதிர்ந்து கிடக்கும் சருகுகளையெல்லாம் கூட்டியள்ளி, ஒரு சிறு குழியில் போட்டு வைத்தான். பனி படர்ந்தப் புற்களையெல்லாம் சீராக வெட்டிச் சமப்படுத்தினான். காய்ந்த செடிகளைப் பிடுங்கி, குப்பைக் குழியில் போட்டான். சற்று தூரம் நடந்துசென்று, தள்ளி நின்று தோட்டத்தை ஒரு பார்வை பார்த்தான். அனைத்தும் சுத்தமாக இருந்தன. 'ஆகா... நல்ல சுத்தம்..!' என்று மனதுக்குள் சொல்லிக்கொண்டான்.

பணிந்து குருவிடம் வந்த சீடன், "தோட்டத்தை மிக அழகாகச் சுத்தம் செய்துவிட்டேன்" என்றான் பெருமிதமாக. சற்றுநேரம் மௌனமாக இருந்த குரு, "இல்லை... அங்கே பார்..!" என்றார்.

குரு சுட்டிக்காட்டிய இடத்தில் பழுத்த இலைகள் சில விழுந்து கிடந்தன. உடனே விரைந்து சென்று, அந்தப் பழுத்த இலைகளையெல்லாம் அகற்றினான். மீண்டும் குருவிடம் வந்து,

“தோட்டம் சுத்தமாகி விட்டது…” என்றான்.

குரு இடதுபுறமாகத் திரும்பி, “இங்கே பார்..!” என்றார். பட்டுப்போன சிறு மரக்கிளையொன்று கீழே உடைந்துகிடந்தது.

‘குருவுக்கு எவ்வளவு தெளிவான பார்வை. தோட்டத்தை மிகுந்த சுத்தத்தோடு வைத்திருக்க விரும்புகிறார்’ என்று மனதிற்குள் நினைத்துக்கொண்டான். ஓடிப்போய் அதையெடுத்து அப்புறப்படுத்தினான். மறுபடியும் குருவிடம் வந்து,

“தோட்டம் சுத்தமாகி விட்டது…” என்றான்.

குரு பார்வையால் சுற்றிப் பார்த்துவிட்டு, “தோட்டம் நன்றாக இல்லை…” என்றார் குரு.

‘‘ஒரு குப்பைகூட இல்லையே… சுத்தமாக இருக்கிறதே..!” என்று சீடன் சொன்னான்.

“இல்லை; தோட்டம் நன்றாக இல்லை!” என்றார் மறுபடி.

கோபம் வந்தது சீடனுக்கு. “என்னைப் பற்றி என்ன நினைக்கிறீர்கள்..? நானென்ன பைத்தியக்காரனா, எவ்வளவு சுத்தம் செய்திருக்கிறேன். வேண்டுமென்றே தோட்டம் நன்றாக இல்லை என்று சொல்கிறீர்களே!” என்று சீடன் கோபமாகச் சொல்ல, பதிலெதுவும் பேசாமல் கீழிறங்கி வந்தார் குரு. வியப்போடு குருவைப் பார்த்துக்கொண்டு நின்றான் சீடன்.

தோட்டத்திலிருந்த ஒரு மரத்தின் கீழே போய் நின்று, அந்த மரத்தை உலுக்கினார் குரு. அந்த மரத்திலிருந்து பனித்துளிகளும், இலைகளும் உதிர்ந்து கீழே விழுந்தன. மீண்டும் ஒருமுறை உலுக்கினார். இப்போது இலைகளோடு கொஞ்சம் பூக்களும் உதிர்ந்தன. பக்கத்திலிருந்த ஒரு செடியைப் போய் உலுக்கினார். அதிலிருந்தும் இலைகளும், பூக்களும், பிஞ்சுகளும் உதிர்ந்தன.

குரு அமைதியாகத் திரும்பி நடந்தார். பின்னாலேயே ஓடிவந்த சீடனிடம், “இப்போது பார்… தோட்டம் நன்றாக இருக்கிறது” என்றார். சீடனுக்கு ஒன்றும் புரியவில்லை. குழப்பத்தோடு குருவைப் பார்த்தான்.

“ஒரு தோட்டமென்றால் இலைகளோடும், பூக்களோடும், பிஞ்சுகளோடும், காய்களோடும், சருகுகளோடும் இருப்பதே அதன் இயல்பு. மிகச் சுத்தமாக இருப்பதென்பது தோட்டத்தின் இயல்பல்ல; தோட்டத்தை அதன் இயல்பிலேயே இருக்க விடு; நீயும் எப்போதும் உன் இயல்பிலேயே இரு!” என்றார்

குரு. சீடனுக்குள்ளிருந்த குழப்பம் அப்போதுதான் தெளியத் தொடங்கியது. அப்படியே மண்டியிட்டு குருவை வணங்கினான் சீடன்.

ரென்கா பாடலின் தொடக்க வரிகளான மூன்றே வரிகள், 17 அசைகளில் அமைந்த மரபுப்பாடல்... இதுதான் பதினாறாம் நூற்றாண்டில் இறுதியில் ஜப்பானில் எழுதப்பட்ட ஹொக்குப் பாடல்கள் அறிமுக காலம்.

மட்சுவோ பாஷோ, கூட்டுறவுக் கவிதையான ரென்காவின் முதல் மூன்று வரிகளைச் சற்றே மாற்றி. ஹொக்கு எழுதத் தொடங்கினார். 'ஹொக்கு' என்பதற்கு 'தொடக்கப் பாடல்' என்று பொருள். இந்த ஹொக்குப் பாடல்களே, பின்னாளில் ஹைக்கூ எனும் பெயரால் அறியப்படலாயின.

'கவிதையில் உள்மனதை நேரடியாகப் பேசு; எண்ணங்களைக் கலையவிடாமல் நேராகச் சொல்' என்பதையே தன் கவிதைப் பார்வையெனக் கொண்டவர் பாஷோ. 'ஹைக்கூ நால்வரில்' ஒருவரான ஷிகி என்பவர்தான் முதன்முதலாக 'ஹொக்கு'வை, 'ஹைக்கூ' எனும் பெயரால் அழைத்தவர்.

இன்று உலகையே தன் மூவரிச் சிறகுகளால் வலம் வருகின்றன... இந்த ஹைக்கூ பறவைகள். இந்தியாவில் தமிழ், இந்தி, வங்கம், கன்னடம், தெலுங்கு, மலையாளம் என பல மொழிகளிலும் எழுதப்படுகிற இந்த ஜப்பானிய கவிதை வடிவம், ஆங்கில மொழியின் வழியாகவே உலகெங்கிலும் பரவியது. பிரெஞ்சு, இத்தாலி, ஜெர்மன், ஆசிய, இலத்தீன், அமெரிக்க மொழிகளிலெல்லாம் இன்றைக்கு ஹைக்கூ எழுதப்படுகிறது.

பாரீஸ் நகரில் 1910ஆம் ஆண்டில் மைக்கேல் ரெவான் என்பவர், ஜப்பானிய ஹைக்கூ கவிதைகளை மொழிபெயர்த்து வெளியிட்டார். 1913ஆம் ஆண்டின் ஏப்ரலில் புகழ்பெற்ற நவீன அமெரிக்கக் கவிஞரான எஸ்ரா (வெஸ்டன் லூமிஸ்) பவுண்ட், தனது 28ஆவது வயதில் எழுதிய 'பாதாளத் தொடர்வண்டி நிலையத்தில்' எனும் கவிதையை சில ஆய்வாளர்கள் ஹைக்கூ என்றும், மேலும் சிலர் அது ஹைக்கூ இல்லை என்றும் விமர்சித்தனர்.

இந்திய மொழிகளில் வங்க மொழியில் தேசியக் கவிஞர் இரவீந்திரநாத் தாகூர் எழுதிய ஜப்பானியக் கவிதை குறித்த கட்டுரைகள் மூலமாகவும், தமிழில் மகாகவி பாரதியார் எழுதிய கட்டுரை வழியாகவும் அறிமுகமானது ஹைக்கூ. இரவீந்திரநாத்

தாகூர், ஜப்பானிய ஹைக்கூ கவிதைகளை மொழிபெயர்த்ததோடு, தனது தாய்மொழியாகிய வங்காளத்திலும் சில கவிதைகளை எழுதியுள்ளார்.

ஆங்கில இலக்கியப் பேராசிரியராக ஜப்பானில் பணியாற்றிய ஆர்.ஹெச்.பிளித், கொலம்பியா பல்கலைக் கழகத்தில் ஜப்பானியக் கலை ஆய்வுத்துறை பேராசிரியராக இருந்த எரால்டு ஜி.ஆண்டர்சன் இருவரும்தான், ஜப்பானுக்கு வெளியே ஹைக்கூ கவிதைகள் பரவ காரணமாக இருந்தவர்கள். 1934இல் வெளியான ஆண்டர்சனின் 'மூங்கில் துடைப்பம்' எனும் ஹைக்கூ பற்றிய குறுநூலும், 1958இல் வெளியான 'ஹைக்கூ ஓர் அறிமுகம்' நூலும், 1950களில் வெளியான ஆர்.ஹெச். பிளித்தின் 'ஜப்பானிய ஹைக்கூ' நான்கு தொகுதிகளும், 1957இல் கென்னத் யசுதாவின் 'ஜப்பானிய ஹைக்கூ ஆய்வுகள்' நூலும் விரிந்த தளத்தில் ஆங்கில மொழியில் ஹைக்கூவைக் கொண்டு சேர்த்தன.

ஹைக்கூ பற்றிய வாதப் பிரதிவாதங்களை ஆய்வாளர்களும் விமர்சகர்களும் ஒருபக்கம் நிகழ்த்திக்கொண்டிருக்க, ஹைக்கூ தன்போக்கில் பூமிக்குள் ஊடுருவிப் பரவும் வேர்களென எங்கெங்குமாய் முளைத்தெழுந்தன.

தமிழ் ஹைக்கூ கவிதைகள் இந்திய மொழிகளிலோ, உலக மொழிகளிலோ இன்னும் மொழிபெயர்க்கப்படாததன் விளைவாக, போதிய அளவில் கவனம் பெறவில்லை. உலகெங்குமுள்ள ஹைக்கூ அமைப்புகள், ஹைக்கூ இதழ்களுடனான தொடர்புகளையும் நாம் வளர்த்தெடுக்க வேண்டிய தேவையிருக்கிறது. சில மூத்த மரபுக் கவிஞர்களும், நவீன கவிஞர்களும் 'தமிழில் எழுதப் படுவதெல்லாம் ஹைக்கூ கிடையாது' என அதிரடியான தீர்ப்புகளைச் சொல்லிக்கொண்டே இருந்தாலும், தமிழ் மண்ணின் வேர் ஈரத்தில் பூத்துக் குலுங்குகின்றன... ஹைக்கூ மலர்கள்.

1990களின் தொடக்கத்தில் தமிழகம் முழுவதுமிருந்தும் வெளியான சிற்றிதழ்களில் நான், கதை, கவிதைகளைத் தொடர்ந்து எழுதிக்கொண்டிருந்தேன். அதே இதழ்களில் எழுதிக்கொண்டிருந்த சக படைப்பாளியாக எனக்கு அறிமுகமானவர் க.அம்சப்ரியா. ஒரு கூட்டுப்பறவையாக நாங்கள் இல்லாவிட்டாலும், எங்களை அடைகாக்கும் தாய்க்கூடாகச் சிற்றிதழ்கள் இருந்தன.

என்னைப்போலவே அவரும், அவரைப்போலவே நானும் அம்மாப் பிள்ளைகள். அம்மாவை எல்லோருக்கும் பிடிப்பதைப்

போன்றே, அம்மா பற்றிய கவிதைகளும் அனைவருக்கும் பிடிக்கும்தானே! க.அம்சப்ரியா எழுதிய அம்மா பற்றிய ஒரு கவிதையைப் பாராட்டி, எனது முதல் கடிதம் போனது. அவரும் பதிலெழுதினார். இருவருக்குமான நட்பும் பகிர்வும் அன்றிலிருந்து இன்றுவரை தொடர்கிறது.

'கற்போம்... கற்பிப்போம்; கல்லாமையை இல்லாமல் ஆக்குவோம்!' எனும் முழக்கத்துடன் தொடங்கப்பட்ட அறிவொளி இயக்க எழுத்தறிவிக்கும் பணிகளில் புதுக்கோட்டையில் நானும், பொள்ளாச்சியில் க.அம்சப்ரியாவும் பணி செய்தோம். 1993இல் எனது முதல் ஹைக்கூ கவிதை நூல் 'விரல் நுனியில் வானம்' வெளிவந்தது. கலை இலக்கிய பெருமன்றமும் நியூ செஞ்சுரி புக் ஹவுஸும் இணைந்து நடத்திய கவிதை நூல் போட்டியில் வெற்றிப் பெற்று, 1994இல் வெளிவந்தது 'சூரியப் பிரசவங்கள்' எனும் க.அம்சப்ரியாவின் முதல் கவிதை நூல். அந்த நூலில் 'ஹைக்கூ ஊர்வலம்' எனும் பெயரில் சில ஹைக்கூ கவிதைகளை எழுதியிருந்தார் க.அம்சப்ரியா. அந்தக் கவிதைகள் அவரைத் தனித்து அடையாளங்காட்டுவதாக இருந்தன.

6 கவிதை நூல்கள், 5 கட்டுரை நூல்கள் எனத் தொடர்ந்து படைப்பிலக்கியத் தளத்தில் தீவிரமாக இயங்கிவரும் கவிஞர் க.அம்சப்ரியாவின் ஹைக்கூ கவிதைகள், தனிநூலாக வரவேண்டுமென்று அவரது முன்னிருக்கை வாசகர்களில் ஒருவனாய் நானும் விரும்பினேன். வாய்ப்பேற்படும் போதெல்லாம் என் விருப்பத்தை அவரிடம் பகிர்ந்தும் இருக்கின்றேன். சென்ற ஆண்டின் இறுதியில், எனது மின்னஞ்சலுக்கு சில ஹைக்கூ கவிதைகளை அனுப்பிய கவிஞர், 'நூலாக மலரவுள்ள எனது ஹைக்கூ கவிதைகள்' என்ற குறிப்பையும் எழுதியிருந்தார். எனக்குப் பெருமகிழ்ச்சியாயிற்று.

ஹைக்கூவை உணர்ந்து, உள்வாங்கி எழுதும் கவிஞர்களில் க.அம்சப்ரியா குறிப்பிடத்தக்கவர். அவர் நடத்திய வேள்வி, சூரிய வீதி இதழ்களில் தேர்ந்த தமிழ் ஹைக்கூ கவிதைகளை அடையாளப்படுத்தியவர். 2016ஆம் ஆண்டில் 'புன்னகை' இதழை, ஹைக்கூ கவிதைச் சிறப்பிதழாகக் கொண்டுவர அவர் முயற்சியெடுத்தார். அதுஏனோ இன்றுவரை கைகூடாமலேயே போயிற்று. எந்தக் கூட்டத்திலும் முட்டிமோதி முன்வரிசைக்கு வர ஆசைப்படாத மனம் கொண்டவர் கவிஞர் க.அம்சப்ரியா. தன்னளவிலான இலக்கிய, கல்வி மற்றும் சமூகப் பணிகளை

அமைதியாக ஆர்ப்பாட்டமின்றி செய்துவரும் விசித்திர வசீகரன் இவரென்பேன். தனது நூல்களுக்காக தமுஎகச, சிவகாசி பாரதி இலக்கிய சங்கம், கம்பம் பாரதி இலக்கியப் பேரவை, நொய்யல் இலக்கிய விருது, எழுத்துக்களம் இலக்கிய விருது, சிற்பி இலக்கிய விருது என குறிப்பிடத்தக்க விருதுகளையும், கல்விச் செயல்பாடுகளுக்காக 'தினமலர், இலட்சிய ஆசிரியர் விரு'தினையும் பெற்ற சற்றும் தளும்பா நிறைகுடமிவர்.

'பொள்ளாச்சி இலக்கிய வட்ட'த்தின் தலைவராக இருந்து, ஏராளமான இளைய படைப்பாளர்களுக்குத் தளமமைத்து தந்திருப்பதும், அவர்களது நூலாக்க முயற்சிகளுக்கு வழிகாட்டியாக இருப்பதும் கவிஞர் அம்சப்ரியாவை நமக்கு நெருக்கமாகக் கொண்டுவந்து காட்டும் காரணிகளாகும். கவிஞரைப் போலவே, அவரது இயல்பில் பூத்த ஹைக்கூ கவிதைகளும் நம்மை வசப்படுத்துகின்றன. கவிஞரின் 'ஹைக்கூ ஊர்வலத்தில்' எனக்கு மிகவும் பிடித்த ஹைக்கூ ஒன்று;

'தெருவில் தினம்வரும் சூரியன்
ஜன்னலில் மலரக் காத்திருக்கும்
நான்.'

கால்நூற்றாண்டைக் கடந்திருக்கும் வேளையில், தன்போக்கில் மலரும் காட்டுப்பூவென அவராகவே மலர்ந்திருக்கிறார். காத்திருந்த எனக்கும் மிகப் பிடித்தமான ஹைக்கூ கவிதைகளைப் பரிசாக அளித்திருக்கிறார். இனிவரும் சூரியன், இவரின் ஹைக்கூ வெளிச்சத்தால் இன்னும் மிளிருமென நம்புகின்றேன்.

தொடக்ககால ஜப்பானிய ஹைக்கூ கவிதைகள் ஜென் தத்துவத்தை அடிப்படையாகக்கொண்டு படைக்கப்பட்டன என்கிற புரிதலோடு, ஜென், சடங்குகளையும் வழிபாடுகளையும் ஏற்பதில்லை என்பதையும் உணர்ந்தும் உள்வாங்கியும் ஹைக்கூ கவிதைகளைப் படைத்துள்ளார் கவிஞர் க.அம்சப்ரியா.

"நீ... நீயாய் உன் இயல்பில் இரு; அந்தந்த கணங்களை உணர்ந்து வாழ்" என்பதையே ஜென் போதிப்பதால், 'ஜென்'னை அறிந்தவர்களுக்கு ஹைக்கூ மிக எளிதாக வசப்படும். கவிஞர் க.அம்சப்ரியாவின் கவிதைகளில் ஜென் பார்வை எந்தப் பூச்சுகளுமற்று, அதன் இயல்பில் வெளிப்பாடு கொண்டுள்ளன.

அமைதியான சுனையூற்றிலிருந்து வழிந்தோடும் நீரையள்ளிப் பருகும் பரவசத்தோடுதான் கவிஞர் க.அம்சப்ரியாவின்

ஹைக்கூ கவிதைகளை வாசித்தேன். என் தாகத்தை மட்டும் தீர்க்கவில்லை; ஹைக்கூவுக்கேயுரிய மொழி அடர்த்தியையும், நுட்பமான காட்சிப் பார்வையையும் கொண்ட செறிவான தமிழ் ஹைக்கூ கவிதைகள் என தேர்ந்த முத்துக்களாக இருக்கின்றன.

'மழைப்பாடல் கேட்க
எட்டிப் பார்க்கும் மீன்கள்
துளிகளில் துள்ளும் இசை.'

இசை கேட்டுத் துள்ளும் உள்ளங்களைக் கண்டிருந்த நமக்கு, இசையே துளிகளில் துள்ளுவதைப் பார்ப்பது புதுமையான அனுபவமன்றோ..!

தனிமையென்பது கவிஞர்களுக்கே வாய்த்த பெரும்பேறு. ஒவ்வொருவருக்கும் ஒவ்வொருவிதமான சிந்தனையைத் தனிமை தரும். எங்கள் அன்புக் கவிஞர் அம்சப்ரியாவுக்கு..?

பொள்ளாச்சியிலிருந்து பில்சின்னாம்பாளையத்துக்கு தனியே நடந்துபோகிறார் கவிஞர். இனி, அவரே சொல்கிறார்.

'யாருமற்ற பாதை
வழித்துணையாய் வருகிறது
எப்போதோ வாசித்த கவிதை.'

இனி, நம் தனிமைப் பயணங்களில் நமக்கான வழித்துணையாக வரப்போகிறது... இந்த ஒற்றை ஹைக்கூ.

'கடவுளை வரைந்தாள் சிறுமி
தரிசனம் பார்த்து
திரும்புகிறார் கடவுள்.'

மீண்டும் மீண்டும் நான் வாசித்து ரசித்த கவிதை. இந்தக் கவிதையின் தரிசனம் பெறவே, அம்சப்ரியாவை நீங்கள் அவசியம் வாசித்தாக வேண்டும்.

'திடுக்கிட்டு விழிக்கிறான்
கனவில் அறுவடை...'

இந்தக் கவிதையின் முதலிரண்டு வரிகளை வாசித்துவிட்டு, 'ஈற்றடி என்னவாக இருக்கும்..?' என்று சில விநாடிகள் யோசித்தேன். என் கனவு வேறொரு கவிதையானதே தவிர, அம்சப்ரியாவின் மூன்றாவது வரிதான் என் நெஞ்சைப் பிடித்துலுக்கியது..!

'நிலமிழந்தவனின் இரவு.'

வலி சுமந்த இந்த ஒற்றை வரி, நம் இரவுகளைத் தூங்கவிடாமல் செய்யும் வலிமையுடையது.

மூலையில் கிடக்கும் அப்பாவின் கலப்பையும், தானே ஏற்றிய சுடரில் தானில்லாமல் போவதும், மீன்களை வரைவதற்குள் ஒலித்துவிட்ட மணியும், மரத்தின் அசைதலே மந்திரமாகி துளிர்க்கும் வசந்தமும் கவிஞர் க.அம்சப்ரியாவை ஹைக்கூ கவிஞர்களில் கவனிப்புக்குரிய ஆளுமையாக முன்னிறுத்தும் கவிதைகளாக உள்ளன. நான் ரசித்துப் படித்த, படித்துச் சிலாகித்த பலப்பல ஹைக்கூ கவிதைகள் இந்நூலெங்கும் உள்ளன. பூப்பதும் காய்ப்பதுமாய் இருக்கும் கனி மரங்களைத் தேடித்தானே தேனீக்களும் பறவைகளும் படையெடுத்து வரும்..? நான் கவிஞர் க.அம்சப்ரியாவைத் தேடி வந்ததன் விளைவு, வீணாகி விடவில்லை. நல்ல கனிகளையே கவிகளாகத் தந்திருக்கிறார்.

ஹைக்கூ எழுத விரும்பும் இளைய கவிஞர்களின் முன்னே, கவிஞர் க.அம்சப்ரியாவின் இந்த 'வீடு நிறைய வேப்பம்பூ வாசனை' நூலினை வைத்து, 'இதுதான் தமிழ் ஹைக்கூ' என்று பெருமையோடு நெஞ்சு நிமிர்த்தி சொல்லும் வகையிலான கவிதைகளாக இந்நூலிலுள்ள கவிதைகள் உள்ளன.

'காற்றின் விருந்தினர்
அனுப்ப மனமில்லை
வீடு நிறைய வேப்பம்பூ வாசனை.'

நம் மனசுக்குப் பிடித்த விருந்தினர் ஒருவர், நம் வீடு தேடி திடீரென வந்துநின்றால், நம் உள்ளம் உற்சாகத் துள்ளல் கொள்ளும்தானே..! அப்படியான ஒரு மனநிலைதான் இப்போது எனக்கும் வாய்த்திருக்கிறது. ஹைக்கூ வாசலில் வந்து நிற்கும் விருந்தினரான கவிஞர் க.அம்சப்ரியாவை ஆரத் தழுவி வரவேற்கின்றேன்.

20.07.2020

11

இருட்டைக் கிழிக்கும் ஒளியின் குரல்

கொஞ்சம் மலைப்பாகவும், ரொம்பவே பிரமிப்பாகவும் இருக்கிறது! கொரோனா வைரஸ் பெருந்தொற்று உலகையே ஊரடங்கு எனும் ஒற்றைக் கயிற்றினால் கட்டிப்போட்டிருந்த சூழலிலும், நவீன அறிவியல் தொழில்நுட்பம் வழங்கிய ஜூம் மீட், கூகுள் மீட், ஸ்கைப் மீட், யூடியூப் லைவ், மைக்ரோசாஃப்ட் டீம்ஸ், ஃபேஸ்புக் லைவ், கோ டூ மீட்டிங்... என எத்தனையெத்தனை வெப்பினார் கூட்டங்கள் தமிழகத்தில் நடந்தேறியுள்ளன!

நம்மை ஆளும் அரசுகள் நோய்த்தொற்றுக் காலங்களில் எப்படியான மக்கள் நலச் செயல்திட்டங்களை முன்னெடுக்க வேண்டும் என்பது பற்றிய சரியான அக்கறையும் தெளிவுமில்லாமல் திடீரென பல வாரங்களுக்கான ஊரடங்கினை நாடெங்கிலுமே அறிவித்தன. பிழைப்புக்காக உலகின் திசையெங்கிலும், இந்திய மாநிலங்களிலும் பரவிக் கிடந்த மக்கள் என்ன செய்வதென புரியாமல் திகைத்து நின்றனர். விமானம், இரயில், பேருந்து என போக்குவரத்துகள் அனைத்தும் முடக்கப்பட்ட நிலையில், அழுக்கேறிய வெடிப்புண்ட கால்களோடு பல நூறு மைல்களை நடந்தே கடக்கத் துணிந்தனர் உழைப்பாளி மக்கள்.

போதிய உணவின்றி, நல்ல குடிதண்ணீர் கூட கிடைக்காமல் செல்லும் வழியிலேயே செத்து மடிந்தனர். வரும் வழியிலேயே

அவர்கள் செத்து விழுந்த செய்தியறியாமல் வழிமேல் விழி வைத்து காத்திருந்தன... சொந்தங்கள். கை கைட்டி, வாய் மூடி நின்றன... வக்கற்ற அரசுகள்.

'தனியொருவனுக்கு உணவில்லையெனில் ஜெகத்தினை அழித்திடுவோம்' என பொங்கியெழுந்த மகாகவி பாரதி பிறந்த தமிழ் மண்ணிலும் நிகழ்ந்த துயரங்கள் எண்ணற்றவை. 'சொல்லச் சொல்லத் தீராதது துயரம்; சொல்லில் வடிந்தால் துயரம் குறையும்' என்பதற்கேற்ப, கோரோனா கால நெருக்கடி நிலையை, தமிழ்க் கவிஞர்கள், எழுத்தாளர்கள் பலரும் தங்கள் படைப்புகளில் பதிவு செய்துள்ளார்கள். இன்னமும் பதிவு செய்வார்கள்.

கொரோனா காலத்தில் எழுதப்பட்ட 103 தமிழ்க் கவிஞர்களின் கவிதைகளை, சமீபத்தில் மறைந்த மொழிபெயர்ப்பாளர் டாக்டர் கே.எஸ்.சுப்ரமணியன் ஆங்கிலத்தில் மொழியாக்கம் செய்து, 'LOCKDOWN LYRICS' எனும் நூலாகத் தந்துள்ளார்.

'உடனுக்குடன் எழுதுவதெல்லாம் இலக்கியமாகுமா..?' என்று முகம் சுளிக்கும் அறிவுஜீவிகளும் இருக்கிறார்கள். 'சமூக, அரசியல் விமர்சனங்களைப் படைப்பிலக்கியமாக்கினால் பிரச்சார நெடியடிக்குமே!' என்று மூக்கை, காதுகளை, கண்களை மூடிக்கொள்ளும் சுத்த சுயம்பு படைப்பாளர்களும் இருக்கிறார்கள். இப்படியான முனை மழுங்கும் குரல்களைப் புறந்தள்ளி, கடந்த ஏப்ரலில் தமுஎகசவின் அறம் கிளை ஒருங்கிணைத்த ஹைக்கூ பயிற்சிப் பட்டறை தந்த உத்வேகத்தில் இளைய கவிஞர்கள் எழுதிய கவிப்பூக்களை ஆரமாக்கி, கடந்த ஆகஸ்ட் மாதம் வெளியிட்டோம்.

'கண்ணில் தெரியும் கடவுள்' எனும் அந்த ஹைக்கூ கவிதைத் தொகுப்பில் எண்ணற்ற கவிதைகள், சமகாலச் சிக்கலை, சமூக நெருக்கடியை மிகச் சரியான வார்த்தைகளால் சாடியுள்ளன. அந்த நூலில் பங்கேற்ற அனைவருக்கும் முதல் பிரசுரமே அந்த நூல்தான் என்பது கூடுதல் மகிழ்வான செய்தி. அந்த நூலாக்கத்தை முன்னெடுத்த அறம் கிளை செயலாளர், நண்பர், நாவலாசிரியர் அ.உமர் பாரூக்கின் பணி பாராட்டுக்குரியது. அந்த நூலாக்கப் பணியில் நானும் இணைந்திருந்தேன் என்பது என்னளவில் மிகுந்த மன நிறைவைத் தந்தது.

முதல் பிரசவமே சுகப் பிரசவமாய் நிகழ்ந்துவிட்டது என பூரித்திருந்த வேளையில், 'அட... இரட்டை நூல்களா?' என

வியக்க வைக்கும் வகையில், ஹைக்கூ பயிற்சிப் பட்டறையில் பங்கேற்ற நண்பர்கள், இன்னும் இருக்கின்றன கவிதைகள் என தொடர்ந்து அனுப்பினர்.

இந்த இரண்டாவது நூலுக்கான கவிதைகளை வாசிக்கையில், கால் நூற்றாண்டுகளுக்கு முன்னால் 1996இல் வெளியான எனது 'பூவின் நிழல்' நூலில் ஓவியக்கவிஞர் ஸ்ரீரசா எழுதிய முன்னுரை வரிகள்தான் என் நினைவுக்கு வந்தன.

'முந்நூத்தி அறுபத்தஞ்சு நாளைக்கு ஒரு கவிதை எழுதுவதும், ஒரு நாளைக்கு முந்நூத்தி அறுபத்தஞ்சு கவிதைகள் எழுதுவதும் எல்லாம் எழுதுபவரின் இடம், பொருள், ஏவல் சார்ந்தது. கூந்தலுள்ளவர்கள் அள்ளி முடிந்துகொண்டால் வழுக்கைத் தலையருக்கு ஏன் பொத்துக்கொண்டு வருகிறதாம்? 'முடிந்தவன் சாதிக்கிறான்; முடியாதவன் போதிக்கிறான்' என்பார்கள்.'

இன்றைக்கும் நிலவுகிற படைப்பிலக்கியச் சூழலுக்குப் பொருந்திப்போகிற மிகச் சரியான வரிகள் இவை.

முந்தைய தொகுப்பு நூலிலுள்ள கவிதைகள் அனைத்தும் எப்படி சமுதாயத்தின் குரலாக எதிரொலித்ததோ, அப்படியே இந்த 'இப்படிக்கு இயற்கை' நூலிலும் இடம்பெற்றுள்ள கவிதைகள் அமைந்துள்ளன. இதிலுள்ள கவிஞர்களுக்கும் இந்த நூலே முதல் பிரசுர வாய்ப்பு என்பதறிகையில் மனம் மேலும் நெகிழ்கிறது. 74 கவிஞர்களின் 254 ஹைக்கூ மலர்கள் இதில் இடம்பெற்றுள்ளன.

தமிழ்க் கவிதைகளில் இதுவரை யாரும் சொல்லாத புதுமை, எவரும் பார்க்காத பார்வையென்று எதுவுமேயில்லை. நமக்கான அன்றாட அவசரங்களில் எல்லோருமே ஏதோவொன்றை நோக்கி ஓடிக்கொண்டேயிருக்கிறோம். நின்று பார்க்க, நிதானித்து ரசிக்க நேரமில்லை; நேரமிருந்தாலும் பலருக்கு மனமில்லை. இந்த நூலில் கவிதைகளை எழுதியிருக்கும் அனைவருமே நம்மிலிருந்து வந்தவர்கள் தான். ஆனாலும், தான் எனும் சிறுசிமிழுக்குள் தன்னை அடக்கிக்கொள்ளாமல், சற்றே விரிந்த தளத்தில் சமூக அக்கறையுடன் இந்தச் சமுதாயத்தைப் பார்த்ததன் பதிவுகளே... இங்கு கவிதைகளாகியுள்ளன.

சில கவிதைகளில் செறிந்த வார்த்தையும், காட்சியழகும் கைகூடி மிளிர்கின்றன. இன்னும் சில கவிதைகளில் சமூகக் கோபம் கொப்பளித்துள்ளன. மேலும், சில கவிதைகள் சீர்கெட்ட சமுதாயப் போக்கினை எள்ளி நகையாடியுள்ளன. மிகச் சில

கவிதைகள் எழுத வேண்டுமென்கிற ஆர்வத்தில் விளைந்தவை. மொத்தத்தில், இந்த மண்ணில் விளைந்த தமிழ் நாற்றுகள் இவை.

தமிழ் ஹைக்கூ கவிதைகள் ஆங்கிலம், இந்தி, மலையாளம், தெலுங்கு, கன்னடம் என பல மொழிகளில் மொழிபெயர்க்கப்பட்டு, உலகின் திசைகளில் கவனம் பெறும் காலமிது. இச்சூழலில் வெளிவரும் இந்நூலிலும் நம் மனசுக்கு நெருக்கமான ஹைக்கூ கவிதைகள் இடம்பெற்றுள்ளன. எனக்குப் பிடித்த கவிதைகள் என பல கவிதைகளைச் சொல்ல முடியும். நிறைய சொல்லாவிட்டாலென்ன... நிறைவாய் சிலவற்றைப் பகிர்கிறேன்.

'வீட்டுத் தோட்டம்
உணர்த்தியது
விவசாயிகளின் வலியை.'

இந்த நூலில் முதல் கவிஞராக இடம்பெற்றிருக்கும் கவிஞர் செ.கல்பனா செந்தில் எழுதிய இந்தக் கவிதையில் ஒலிக்கும் வலியின் குரலை நம்மாலும் உணர முடிகிறது. 'விவசாயிகள் தேசத்தின் முதுகெலும்பு' என்று மேடைதோறும் முழங்கும் தலைவர்கள், அவர்களது துயரத்தை இன்னமும் உணராமலிருப்பது எதைக் காட்டுகிறது?

'ஆற்றுநீரும்
வானவில்லாய் வண்ணங்களில்
தொழிற்சாலை கழிவு.'

- என்கிறார் கவிஞர் பி.டார்வின் ராஜ். ஆறு, குளங்களையெல்லாம் கழிவுகளால் நிரப்பிவிட்டு, குடிநீருக்குத் தாகத்தோடு அல்லாடித்திரியும் நிலையை இதைவிட வேறெப்படிச் சொல்வது? கார்ப்பரேட் முதலாளிகள் லாபத்தில் உண்டு கொழிக்க, அவர்கள் நடத்தும் தொழிற்சாலை கழிவுகளால் நீர்வளம் மட்டுமா பாழ்பட்டுப் போனது..? நம் எல்லா இயற்கை வளங்களும்தானே..!

'கட்டிய மணல்வீடு
சற்றுமுன் சரிந்தது
பள்ளிப் பேருந்து வருகை.'

- என்று எழுதியுள்ளார் கவிஞர் ச.அனுசுயா. குழந்தைகளிடம் வெகுஇயல்பாக இருக்கும் குழந்தைமையை நசுக்குவதில் நம் பள்ளிகளே முதலிடத்தில் இருக்கின்றன. குழந்தைகள் கட்டிய மணல்வீடு சரிவதைப் போலவே, பெற்றோர் கட்டிய

மனவீடுகளும் சரிந்து விழுகின்றன. நாம் எல்லோருமே காதுகளை மூடிக்கொண்டு கடந்து போய்க்கொண்டிருக்கின்றோம்.

'இயந்திரத்தின் இரைச்சலில்
கேட்காமலேயே போனது...'

- என்று கவிஞர் மு.ஜெய்கணேஷ் எழுதிய கவிதையின் முதலிரு வரிகளை வாசித்துவிட்டு, ஈற்றடி என்னவாக இருக்குமென ஒரு நிமிடம் யோசித்தேன். 'வரப்போர மரத்தூளியில் கட்டியிருக்கும் குழந்தையின் அழுகுரலாக இருக்குமோ...' என்று யோசித்தபடி, கவிஞர் என்ன எழுதியிருக்கிறார் என ஆவலோடு வாசித்தேன். அப்படியே மெல்ல அதிர்ந்துபோனேன்..!

'அறுவடைப் பாட்டு.'

படித்ததும் 'நச்'சென்று இதயத்தில் குத்தியது. இயந்திரங்களின் வருகை மனித உழைப்பை நிலத்திலிருந்து அப்புறப்படுத்தும் அவலம் தொடர்கையில், இனி எங்கிருந்து ஒலிக்கும் அறுவடைப் பாட்டு..?

கவிஞர் ம.விஜயா எழுதிய கவிதையின் முதல் வரியே என்னைச் சுண்டி இழுத்தது. 'கொரோனாவுக்கு நன்றி...' என்று எழுதினால் யாருக்குத்தான் கோபம் வராது. ஆனாலும், நன்றி சொல்வது யாரென்று தெரிந்ததும் இந்தக் கவிதைக்கான பொருள் புரிந்து ரசித்தேன்.

'கொரோனாவுக்கு நன்றி...
இயல்பாய் மூச்சு விடுகிறேன்...
இப்படிக்கு இயற்கை.'

காற்று மாசினால் மூச்சு திணறிய இயற்கைக்கு சற்றே ஆசுவாசமளித்த கொரோனாவுக்கு நன்றி சொல்வதில் தவறென்ன இருக்கிறது..? அதனால்தான் நூலின் தலைப்பாகவும் இந்தக் கவிதை முந்திக்கொண்டது.

'வேற்றுமையில் ஒற்றுமை' எனும் பெருமையுடைய நம் தேசத்தின் மத நல்லிணக்கத்தை, எப்படியேனும் சிதைத்துவிட வேண்டுமென்று மதவெறி சக்திகள் பாபர் மசூதியை இடித்தன. அவர்கள் திட்டமிட்டபடியே, 'டெல்லிக்குப் போக அயோத்தி வழியே குறுக்குப்பாதை' அமைத்து, அதில் வெற்றியும் பெற்றனர். இத்தனை ஆண்டுகளாக இழுபறியில் இருந்த அந்த வழக்கின் தீர்ப்புகள் இப்போது ஒவ்வொன்றாக வருகின்றன... முன்னுக்குப் பின் முரணாக.

பாபர் மசூதி இடிக்கப்பட்டதும், அந்த நிகழ்வை தலைமையேற்று நடத்தியவர்கள் யாரென்பதும், இடிப்பினைத் தொடர்ந்து நாடெங்கும் நிகழ்ந்த கலவரங்களும் யாவரும் அறிந்ததே. இன்றைக்கு இடித்தவர்களைக் குற்றமற்றவர்கள் என நீதிமன்றம் விடுவிக்கிறது. இந்த வலியான தீர்ப்பின் சாரத்தை மூன்று வரி கவிதையாக்கி, நம் மனசைத் தொடுகிறார் கவிஞர் தியாகு கண்ணன்.

'இடித்தவனுக்கே
சொந்தமாகிப் போனாளே...
பாபர் மசூதி.'

இது 'புதிய பாதை' கதையல்ல; சீழ்ப்பிடித்த பழைய கதை என்பதை வரலாறு நமக்குச் சொல்லும்.

ஒரு அழகான காட்சியை அப்படியே காதலோடு கவிதையாக்கி யுள்ளார் கவிஞர் அ.பாலமுரளி.

'நீர் தெளித்துவிட்டு
நடந்தே போனாள்
கோலம் போட்டது பாதச்சுவடு.'

புலம் பெயர்ந்தோர் நினைவுகளை மழை விட்ட பின்புமான மரத்தடிச் சாரல் (மு.அராபத் உமர்) என்பதும், வறண்ட வயலின் சேற்றுத்தடத்தில் கால் புதைய விவசாயி (இரா.சத்யா ராம்ராஜ்) ஏங்குவதும், வீட்டில் வேண்டாம் தோட்டத்துக்குப் போவென மழையை (ர.புவனேஸ்வரி) விரட்டுவதும், பேசாத பொழுதுகளைச் சொட்டுச் சொட்டாய் நிரம்பி வழிய விடுவதும் (ச.கிருத்திகா பிரபா)... என வாசிப்பில் உங்களோடு நினைவு யுத்தம் நடத்தப்போகும் பல கவிதைகள் இந்நூலெங்கும் உங்கள் விழி தரிசனத்துக்காகக் காத்திருக்கின்றன.

சமூக இருட்டைக் கிழிக்கும் ஒளியின் குரலாக இந்நூலிலுள்ள கவிதைகள் உள்ளன. இந்நூலில் பங்கு பெற்றுள்ள கவிஞர்கள் அனைவருக்கும் எனது தோழமை பூத்த வாழ்த்துகள்.

கவிதை, சிறுகதை என தொடர் நூல் முயற்சிகளை தமுஎகச, அறம் கிளை முன்னெடுத்து வருவது வரவேற்கத்தக்க, பாராட்டுக்குரிய பணியாகும். இந்த நல்முயற்சிகள் சற்றும் சோர்வின்றித் தொடர, அறம் கிளையின் அனைத்து தோழமைகளுக்கும் எனது வாழ்த்துகளைப் பகிர்ந்து மகிழ்கின்றேன்.

வாருங்கள்... இயற்கையின் தாய்மடியில் இளைப்பாறலாம்; கவிதைகளோடு கைகுலுக்கலாம்.

27.10.202

12

ஒளியிலைகளினூடே பூத்த கவிமரம்

காலக்காற்றில் அசையும் கவிமரத்திலிருந்து உதிர்வன சருகுகளல்ல... கவிதைக்கனிகள்! நிலத்தில் விழும் கனிகளிலிருந்து தெறிக்கும் விதைகளுக்குள்ளிலிருந்து முளைத்தெழுகின்றன ஆயிரமாயிரமாய் துளிர்கள்.

தமிழ் மண்ணும், தமிழ் மொழியும் எதையும் உள்வாங்கிச் செறித்துக் கொள்ளும் வீர்யமும் வளமையும் கொண்டவை. பல்லாயிரமாண்டுகால இலக்கியச் சிறப்புடைய தமிழில் தற்போது எஞ்சியிருக்கும் படைப்புகளை விட, நாம் தொலைத்தவையே அதிகம் என்பது வலியேற்படுத்தும் வரலாற்று உண்மை.

தமிழ் மொழியே கவிதை மொழியெனச் சொல்லத்தக்க வகையில், சங்க காலம் தொடங்கி, பதினெட்டாம் நூற்றாண்டுவரை தமிழில் எழுதப்பட்ட இலக்கியங்கள் யாவும் கவிதை வடிவில் அமைந்தவையே. தமிழின் மாபெரும் இலக்கியங்களான ஐம்பெரும் காப்பியங்கள், ஐஞ்சிறு காப்பியங்கள் ஆகியவையும் கவிதை வடிவிலான கதைகளே.

ஐரோப்பியர்களின் வருகைக்குப் பின்னரே, பதினெட்டாம் நூற்றாண்டில் அவர்களின் வழியாகத் தமிழில் உரைநடை அறிமுகமானது. பின்னர் நாவல், சிறுகதை ஆகிய வகைமைகளில் தமிழில் படைப்பிலக்கியங்கள் எழுதப்பட்டன. இன்றைக்கு உலக இலக்கியங்களுக்குச் சற்றும் குறைவில்லாத தரத்தில்

நாவல்களும் சிறுகதைகளும் உரைநடைகளும் தமிழில் படைக்கப்படுவதை ஆய்வறிஞர் உலகம் நன்கறியும்.

'காற்றும் இனிது; தீ இனிது; நீர் இனிது; நிலம் இனிது' என்று தமிழ்க் கவிதையில் புதிய கவிக்குரலை எழுப்பிய மகாகவி பாரதியே, பண்டித சிகாமணிகளின் மேட்டிமைதனத்திற்குள் சிக்குண்டுக் கிடந்த தமிழ்க் கவிப்பறவைக்குச் சுதந்திர வெளியை அறிமுகம் செய்து வைத்தவன். மேற்கத்திய கவிஞர்களான ஷெல்லி, வால்ட் விட்மன் ஆகியோரின் கவிதைகளால் புத்தாக்கம் பெற்ற பாரதி, தமிழிலும் வசன கவிதைகளைப் படைத்தான். 'ஷெல்லிதாசன்' எனும் புதுப்பெயரையும் சூட்டிக்கொண்டான்.

மரபுக்கவிதையை மக்கள் சபைக்கு அழைத்து வந்த பாரதி, தமிழ் இதழியலில் நிகழ்த்திய புதுமைகள் ஏராளம். ஆங்கிலத்தில் தலைப்பிட்டு அதன் கீழே தமிழில் தலைப்பிடுவதைத் தவிர்த்து தமிழில் மட்டுமே தலைப்பிடுதல், கேலிச்சித்திரம் எனப்படும் கார்ட்டூன்களின் வழியாகக் கருத்தினை உணர்த்துதல், தமிழ் ஆண்டு, மாதம், நாள் ஆகியவற்றோடு ஆங்கில ஆண்டு, மாதம், நாளையும் சேர்த்துக் குறித்தல், பக்க எண்களைத் தமிழில் கொடுத்தல், மாறுபட்ட கருத்துடைய இருவரின் கட்டுரைகளை விவாதக் கட்டுரைகளாக வெளியிடுதல், இதழை வாசிப்பவரின் பொருளாதார வசதிக்கேற்ப புதுமையான சந்தா முறை என பட்டியல் நீளும்.

இப்படியான பல புதுமைகளுக்கு வழிகோலிய பாரதி எழுதிய சிறுகட்டுரை வழி தமிழுக்கு அறிமுகமானதே இன்றைக்கு உலகெங்கிலும் எழுதப்படும் மூவரி கவிதையான ஹைக்கூ. 17 அசைகளையுடைய ஜப்பானிய மரபுக்கவிதையான ஹைக்கூ, 16ஆம் நூற்றாண்டில் ஜப்பானிய இலக்கியத்தின் மறுமலர்ச்சி காலத்தில் முகிழ்த்த புதுவகைப் பா வடிவமாகும்.

ரென்கா எனும் தொடர்கவிதையின் தொடக்க மூவரியை 'ஹொக்குப் பாடல்' என தனியே அறிமுகம் செய்தவர் 'ஜப்பானிய ஹைக்கூ முதல்வர்'. 19ஆம் நூற்றாண்டில் மாஸஓகா ஷிகியின் காலத்தில்தான் ஹொக்குப் பாடல்களுக்குத் தனி அடையாளம் கிடைத்தது. மூவரி கவிதைகளை முதன்முதலாக 'ஹைக்கூ' எனும் பெயரால் அழைத்தவர் ஷிகி. 'ஜப்பானிய நவீன இலக்கியத்தின் முன்னோடி' என்று கொண்டாடப்படும் ஷிகி, 20,000 ஹைக்கூ கவிதைகளை எழுதியுள்ளார்.

உலகின் திசைகளிலெல்லாம் ஹைக்கூ கவிதை அறிமுகமாகக் காரணம் அதன் ஆங்கில மொழியாக்கமே. ஆங்கிலத்தில் ‘ஹொக்கு’ என்றனர். ஹைக்கூவை அறிமுகப்படுத்திய பிரெஞ்சுக் கவிஞர்கள் ‘ஹைகை’ என்றழைத்தனர். ஹைக்கூ பற்றிய முதல் அறிமுகத்தைத் தமிழுக்குத் தந்த பாரதியும் ‘ஹொக்குப் பாடல்’ என்றே குறிப்பிடுகிறார்.

இந்திய மொழிகளிலேயே ஹைக்கூ கவிதைகளின் தொடர் வளர்ச்சிக்கான செயல்பாடுகள் தமிழில் தான் அதிகம் நடைபெறுகின்றன. மரபில் தோய்ந்த மூத்த கவிஞர்கள், புதுக்கவிஞர்கள், புதிய-இளைய கவிஞர்கள் என அனைவரையும் வசப்படுத்தியுள்ளது ஹைக்கூ. வெறும் மூவரி தானே என்று முகஞ்சுளிப்பவர்களுக்கு ஹைக்கூவின் அர்த்தச் செறிவும், காட்சியழகும், வாசகனைக் கூட்டுப் படைப்பாளியாக்கும் அதன் நுட்பமும் ஒருபோதும் புரியாது. இவர்களால் முடியாததை தமிழில் முடியாது என்று சொல்வதும், ஹைக்கூ பொய்க்கூ என்று பொய்யாய் புலம்புவதையும் தவிர இவர்களால் வேறென்ன செய்துவிட முடியும்?

மரபில் ஊறித் திளைத்த, புதுக்கவிதையில் புதுத்தடம் பதித்த கவிஞர்கள் ஹைக்கூவை அறிந்து, உணர்ந்து படைக்கையில், தமிழ் ஹைக்கூ உலக அரங்கில் உச்சம் தொடும் காலம் கனிந்து வருகிறது. அதன் நேற்றைய முதல் குரல் கவிப்பேரருவி ஈரோடு தமிழன்பன். இன்றைய குரலாக ஒலிப்பவர் கவிமாமணி ஆரூர் தமிழ்நாடன்.

‘ஆரூர் தமிழ்நாடன்’ எனும் பெயர் கடந்த 30 ஆண்டுகளுக்கும் மேலாக என் மனதில் கல்வெட்டாய்ப் பதிந்திருக்கும் ஒரு கவியாளுமையின் பெயராகும். புதுக்கோட்டையிலிருந்து தஞ்சை நோக்கிய என் பயணங்களையெல்லாம் கவிதைகளாக்கிய பெருமைக்குரியவர் கவிஞர் ஆரூர் தமிழ்நாடன். தஞ்சையில் இவரின் தலைமையிலான கவியரங்கில் பங்கேற்பதென்றால் என் மனம் றெக்கை கட்டிக்கொண்டு கிளம்பிவிடும். காலையில் காரைக்குடிக்குச் சென்று, தொழில்நுட்பக் கல்லூரி வகுப்புகளை முடித்துவிட்டு, அங்கிருந்தே தஞ்சைக்குப் போய் கவிஞர் தலைமையில் கவிபாடிய அந்த நாட்களை இன்றைக்கும் என் அடிமனசில் ஈரமாய்ப் பொத்தி வைத்திருக்கின்றேன்.

தமிழுக்கேயுரிய கம்பீரமான குரலில் கவியரங்கைத் தலைமையேற்றுத் தொடங்கும் கவிஞர் ஆரூர் தமிழ்நாடனின்

கவிதைக்கான முன்னிருக்கை வாசகனாக, நான் மேடையில் அவரருகே இருந்தாலும் என் கவிமனம் எதிரே அமர்ந்திருக்கும். கவிஞர்களை அழகு தமிழில் அறிமுகப்படுத்தும் விதமும், அவர்கள் கவிதையைப் படித்துவிட்டு அமர்வதற்குள் அவர்களது கவிதைப் பற்றி கவிஞர் ஆரூர் தமிழ்நாடன் சொல்லும் சில வரி கவித் தெறிப்புகளும் அரங்கமதிர கரவொலிகளை அறுவடை செய்வன. 'கவியரங்குகளைக் கவிஞர் ஆரூர் தமிழ்நாடனைப் போல் வசப்படுத்த வேண்டும்' என்று விடிய விடிய கவிதைகளைத் திருத்தியெழுதிய அந்த நாள்களின் பச்சையம் எனக்குள் இன்றைக்கும் உலராதிருக்கிறது.

இளையவர்களின் தோள்களை வாஞ்சையோடு அணைக்கும் கவிஞரது கரங்களில் தாயன்பு கனிந்திருக்கும். உதட்டில் கசியும் உண்மைச் சிரிப்பும் யாரையும் காயப்படுத்தா சொற்களின் தொகுப்பும் ஆரூர் தமிழ்நாடனைப் பார்த்ததுமே யாருக்கும் நட்புகொள்ளத் தூண்டிவிடும்.

21 வயதில் முத்தமிழறிஞர் கலைஞரின் அணிந்துரையோடு 'கற்பனைச் சுவடுகள்' எனும் கவிதை நூலைத் தந்த கவிஞர் ஆரூர் தமிழ்நாடன், சூரியனைப் பாடுகிறேன், நீ ஒரு பகல், ஈரோடு தந்த இடி, சிறகுகளாகும் சிலுவைகள் உள்ளிட்ட பல கவிதை நூல்களை மட்டுமின்றி, கட்டுரைகள், சிறுகதைகள், நாவல்களையும் எழுதியுள்ளார். தனது படைப்புகளுக்காக பாவேந்தர் நூற்றாண்டு விழாவில் தமிழக அரசின் பரிசு, பெரியார் விருது, கவிக்கோ விருது உள்ளிட்ட பல விருதுகளைப் பெற்றுள்ளார். கோவை பாரதியார் பல்கலைக்கழகப் பாடத்தில் இவரது கவிதைகள் இடம்பெற்றுள்ளன. 'இனிய உதயம்' இலக்கியத் திங்களிதழின் இணையாசிரியராக இருந்து, தமிழகம் முழுவதுமுள்ள படைப்பாளிகளுக்குப் புதிய தளமமைத்துத் தரும் கவிஞர் ஆரூர் தமிழ்நாடன், தமிழ் இலக்கிய உலகம் கொண்டாட வேண்டிய ஆகச் சிறந்த படைப்பாளுமைகளுள் ஒருவர்.

நவீன அறிவுஜீவிக் குழுக்கள், அரசியல் சார்ந்த இலக்கிய வட்டங்கள், தனிநபர்துதிபாடிகள் என எந்த சார்புக்குழுவுக்குள்ளும் தன்னைச் சுருக்கிக் கொள்ளாமல், எந்த அங்கீகாரத்திற்காகவும் ஏங்கி நிற்காமல், தன்னளவில் ஏற்றுக்கொண்ட திராவிட இயக்கச் சிந்தனைகளை உறுதியாய் மனதில் இருத்தி, இன்றளவும் நேர்பட எழுதும் கவிஞர் ஆருர் தமிழ்நாடனின் ஹைக்கூ கவிதைகள், அவரின் கவித்துவப் புலமைக்கு மேலுமொரு சான்றாகியுள்ளன.

கவிஞரின் கவிதைகளை, கட்டுரைகளை அவ்வப்போது தொடர்ந்து வாசித்துவரும் என் பார்வைக்கு அவரது ஹைக்கூ கவிதைகள் வராமல் போனது பெருவியப்பே. ஆனாலும், பிரசுர அவசரம் ஏதுமின்றி, ஒரு ராஜாளிப் பறவையின் கூர்ந்த-தெளிந்த பார்வையோடு ஹைக்கூவை உற்றுநோக்கி, உள்ளுணர்ந்து எழுதியுள்ளார் கவிஞர் ஆரூர் தமிழ்நாடன்.

'சாம்பல்மேட்டில் அமரும் வண்ணத்துப்பூச்சி' எனும் இந்த நூல், தமிழ் ஹைக்கூ வரலாற்றில் ஒரு மைல்கல் என்பேன். கடந்த ஒரு வாரகாலமாக வண்ணத்துப்பூச்சிகள் வந்தமரும் இந்த கவிமரத்தைச் சுற்றியே என் மனம் வட்டமிட்டுக் கொண்டிருக்கிறது. இதுவரை ஆறு முறை வாசித்துவிட்டேன். இன்னும் வாசிப்பேன். ஒவ்வொரு வாசிப்பிலும் வேறு அர்த்தங்களைச் சுரப்பதாக, புதுப்புது பரிமாணங்களைக் காட்டுவதாக உள்ளன இந்நூலிலுள்ள ஹைக்கூ கவிதைகள்.

'திடீர் மழை
சுள்ளிப் பொறுக்கும் சிறுமிக்கு
குடை பிடிக்கும் மரம்.'

மழைக்கு மரம் பிடிக்கிற கவிதைக்குடைக்குள் நானும் ஒதுங்கிக்கொண்டேன். தன்னை வெட்டுகிற கோடரிக் கரங்களுக்கே நிழல் மடி விரிக்கும் மரங்கள், சுள்ளிப் பொறுக்கும் சிறுமிக்கு குடைபிடிக்கும் அழகை வெகுநேரம் நின்று ரசித்தேன்.

'மீனும் இல்லை
கொக்கும் இல்லை
வெறுமை ஓடும் நதி.'

நீரோடிய காலங்கள் நம் நினைவில் மட்டுமே தேங்கி நிற்கும் இன்றைய காலத்தின் அவலத்தை இதை விடச் சிறப்பாக சொல்லிவிட யாரால் முடியும்?

ஒவ்வொரு மழைக்குப் பிறகும் இந்தப் பூமி அழகாகிவிடுகிற அதிசயம் கவிஞர்களின் கண்களுக்கு மட்டுமே வாய்க்கும் பேறு. அதிலும் கவிஞர் ஆரூர் தமிழ்நாடன் தனித்துவத்தோடு மிளிர்கிறார்.

'மின்கம்பிகளை
முத்துச்சரம் ஆக்குகிறது
ஒவ்வொரு மழையும்.'

வாசிக்கும்போதே நமக்குள் மின்சாரம் பாய்ச்சும் மெல்லிய அதிர்வை உணராதவர் எவரேனும் உண்டோ?

'நினைக்கும்போதெல்லாம்
மலரஞ்சலி செய்கிறது...'

இந்த முதலிரண்டு கவிதை வரிகளை வாசித்துவிட்டு, சில நொடிகள் கண்மூடி யோசிப்புக்குள் மூழ்கினேன். யாராக இருக்கும்?, யாருக்கு இருக்கும்? என்கிற கேள்விகள் சிந்தனையைக் கிளற, ஈற்றடிக்காக கவிஞரிடமே சரணடைந்தேன்.

'கல்லறையோர மரம்.'

- எனும் கடைசி வரியில் சிலிர்த்துப் போனேன்!

ஹைக்கூவைப் பற்றி பேசும்போதெல்லாம், 'உனக்கு ஜென் தெரியுமா?' என்று கேட்பவர்கள் இன்னுமிருக்கிறார்கள். அவர்களுக்குச் சொல்லிக்கொள்வேன். உண்மையில், ஜென் ஒரு மதமல்ல; சடங்குகளையும் வழிபாடுகளையும் அது ஏற்பதில்லை. இறைவன் இவன்தான் என்றோ, இறைவனை அடையும் வழி இது என்றோ ஜென் குறிப்படுவதில்லை. ஜென் தத்துவங்களில் புத்தரும் ஒரு ஜென் துறவி என்பதனை மிகச் சரியாகப் புரிந்துகொண்டிருக்கும் கவிஞர் ஆரூர் தமிழ்நாடனின் ஹைக்கூவில் ஜென்னின் சுடர் முகம் ஒளிர்கிறது.

'போதி மரம்
அழகாய்ச் சுடர் விடுகிறது
அடுப்பில்.'

'ஊருக்குள் ஒரு விளக்கு
அணைந்திருக்கலாம்
மயானத்தில் வெளிச்சம்.'

ஜென் பற்றிய புரிதலும், ஹைக்கூ குறித்த தெளிவுமில்லாமல் இவ்விரு கவிதைகளையும் எழுதியிருக்கவே முடியாது.

இந்தத் தொகுப்பில் எனக்குப் பிடித்த ஹைக்கூ கவிதைகள் என்று எல்லாக் கவிதைகளையுமே பட்டியலிடலாம். அப்படி ஒவ்வொரு கவிதையும் ஒவ்வொரு அழகு!

'சிற்பக் கூடத்தில்
பிரசவத்துக்காகக் காத்திருக்கிறது
கர்ப்பிணிக் கல்.'

'சாப்பிடச் சொல்லும்
மகளின் குரலில்
அம்மா.'

என்னை ரொம்பவே ஈர்த்த-பாதித்த இவ்விரு கவிதைகளைச் சொல்லாமல் விடமுடியுமா?

கவிஞர் ஆரூர் தமிழ்நாடனின் காதல் கவிதைகளுக்கென்றே தனி வாசகர் வட்டமிருப்பதை நானறிவேன். கவிதையால் மனம் கோத்து, கவிஞர் அமுதாவை வாழ்வின் இணையராகக் கைப்பிடித்தவராயிற்றே! இந்த ஹைக்கூ நந்தவனத்திற்குள்ளும் காதல் மணம் பரப்பும் கவிப்பூக்கள் பல உள்ளன. மணமறிய ஒன்றே ஒன்று;

'பழைய புத்தகத்தின்
உலர்ந்த மரிக்கொழுந்தில்
அவள் வாசனை.'

இந்த வரிகளை வாசிக்கும்போது நம்மைச் சுற்றி எழும் மரிக்கொழுந்தின் வாசம் எந்த கூந்தலுக்குரியது என்பதை நமது பால்யம் மட்டுமே அறியும்.

வேறு யாராலும் எழுதியிருக்கவே முடியாத, அப்படியே எழுதியிருந்தாலும் அர்த்தமற்ற வரிகளாகவே நின்றிருக்கும் ஒரு ஹைக்கூ, கவிஞர் ஆரூர் தமிழ்நாடன் எழுதியிருப்பதால் அர்த்தப்புஷ்டியோடு கம்பீரமாக எழுந்து நிற்கிறது. இந்தக் கவிதைக்கான முன்கதைச் சுருக்கத்தைப் பிறகு பார்க்கலாம். முதலில் அந்தக் கவிதை;

'நிறையவே சுடப்பட்டிருக்கின்றன
பாட்டி வடை சுடும்
கதைகள்.'

இலக்கியத்திலும், திரைத்துறையிலும் இந்தக் கதை திருடும் கும்பலின் கைவண்ணம் தற்போது அதிகரித்து வருகிறது. இந்தக் கதை திருட்டொன்றில் கவிஞர் ஆரூர் தமிழ்நாடனின் கதையொன்றும் சுடப்பட்டிருக்கிறது.

2010ஆம் ஆண்டில் வெளியாகி வெற்றிப்பெற்ற 'எந்திரன்' திரைப்படத்தின் கதை, 1996இல் கவிஞர் ஆரூர் தமிழ்நாடன் 'இனிய உதயம்' இதழில் எழுதிய 'ஜூகிபா' கதையின் அப்பட்டமான திருட்டு.

கதைக்கும் திரைப்படத்துக்குமான 16 ஒப்பீடுகளை முன்வைத்து தொடரப்பட்ட வழக்கில், இயக்குநர் ஷங்கரின் மேல்முறையீட்டை உயர் நீதிமன்றம் தள்ளுபடி செய்துள்ளது. நீதி தேவதையின் தராசுத் தட்டு எப்பக்கமும் சாய்ந்துவிடாமல்,

கவிஞர் தமிழ்நாடனின் உண்மைக்கதையின் பக்கமே நின்று, நீதியை நிலைக்க வைக்குமென்று உறுதியாய் நம்புகிறேன். அந்த நீதி வெற்றிப்பெறும் நாளினைக் கொண்டாட தமிழ் எழுத்துலகமே காத்திருக்கிறது.

வேண்டாத சொற்கள் ஏதுமின்றி, தேர்ந்த சொற்களாலும், தெறிப்பான வரிகளாலும் எழுதப்பட்டுள்ள கவிஞர் ஆரூர் தமிழ்நாடனின் ஹைக்கூ, தமிழ் ஹைக்கூவிற்கு கூடுதல் அழகையும் அர்த்தத்தையும் தருகின்றன.

மரபில் ஊறியவர் கவிஞர் என்பதற்கு இவரது சொல்லாட்சியே சாட்சி. ஒளிப்பால், ஆற்றின் சடலம், படகுப் பறவைகள், ஆதியிருள், நீரின் கைகள், கருணைச் சூரியன் என பல வார்த்தைகளின் நேர்த்தியான இணைப்பில் 'சொல் புதிது; பொருள் புதிது' படைத்துள்ளார் கவிஞர் ஆரூர் தமிழ்நாடன்.

கிளையசைக்கும் மரம் சுவரில் பொம்மலாட்டம் நடத்துவதும், அறுவடைக் காலம் அடகு ரசீதுகளைத் தேடுவதும், பள்ளிவாசலின் பாங்கோசை சன்னதித்தெரு கடந்து சர்ச் தெருவில் கேட்பதும், எச்சில் இலையில் அம்மாவின் வாசம் நுகர்ந்து திகைக்கும் ஆட்டுக்குட்டியும்... 'ஆகா!' என நம்மை அசர வைக்கின்றன.

தமிழில் ஹைக்கூ எழுத முடியாது, தமிழில் எழுதுவதெல்லாம் ஹைக்கூவே இல்லை என்று கொக்கரித்தவர்களின் காதுகளில் விழும்படி கவிஞர் ஆரூர் தமிழ்நாடனின் ஹைக்கூ கவிதைகளை உச்சரிக்க வேண்டும் என்ற எண்ணம் வருகிறது. தமிழ் ஹைக்கூ உலக மொழிகளில் மொழிபெயர்க்கப்படும் காலம் இன்னும் வெகுதூரமில்லை. அப்படி மொழியாக்கம் செய்யப்படும்போது 'இதுதான் எங்கள் தமிழ் ஹைக்கூ' என்று துணிந்து சொல்லத்தக்க வகையில் கவித்துவச் செறிவோடும், காட்சியழகோடும் எழுதப்பட்டுள்ளன கவிஞர் ஆரூர் தமிழ்நாடனின் இந்த மின்னற்பாக்கள். ஆகையினால்தான் நூலாகும் முன்னரே கவிஞரது ஹைக்கூ கவிதைகள் சிலவற்றை கவிஞர் அமரன் தொகுத்துவரும் தமிழ் ஹைக்கூ கவிதைகளின் ஆங்கில மொழியாக்கத்திற்கென தேர்வு செய்துள்ளார்.

இந்த 'சாம்பல்மேட்டில் அமரும் வண்ணத்துப்பூச்சி' ஹைக்கூ நூல், கவிஞர்களுக்கான தாய்வீடாகிறது. வாருங்கள்... கவிக்கனிகளால் குலுங்கும் இந்த மரத்தில் நாம் நமக்கான கூடுகளைக் கட்டலாம்; பகிர்ந்துண்ணலாம்.

மிகச் சிறப்பானதொரு ஹைக்கூ நூலினைப் படைத்திருக்கும் கவிஞர் ஆரூர் தமிழ்நாடன் அவர்களுக்கும், அழகுற நூலாக்கியுள்ள படைப்புக் குழுமத்துக்கும் என் பணிந்த வணக்கமும் கனிந்த வாழ்த்துகளும்.

எங்கள் கவியுலகின் மூத்த சகோதரரான கவிஞர் ஆரூர் தமிழ்நாடனை, அவரது இளைய தம்பிகளுள் ஒருவனாய்ச் சேர்த்தணைத்து மகிழ்கின்றேன். அண்ணனின் கைகளை இறுகப் பற்றிக்கொள்கிறேன். எனக்குள்ளும் பரவுகின்றன... புதிய நம்பிக்கையும் கூடுதலான உற்சாகமும்.

16.11.2020

13

திசையெங்கிலும் பரவ வேண்டிய பேரொளி

காலமரத்தின் கிளைகள்தோறும் பழுத்துத் தொங்குகின்றன கனிகள். பசியாற வரும் பறவைகளுக்கெல்லாம் தஞ்சமளிக்கின்றன கிளைக்கரங்கள். எங்கோ தொலைதூரத்திலிருந்து வரும் பறவைகள் பயணக் களைப்பை மறந்து, இறகுகளைக் கோதிக் கொள்கின்றன. கூரிய அலகுகளால் கொத்தி, ஆளுக்கொரு கனியைச் சுவைக்கின்றன. பசியாற்றிய நன்றிக்காகக் கனிகளுக்குள்ளிருந்த விதைகளைச் சுமந்து, வேறொரு மண்ணில் விதைத்துவிட்டும் போகின்றன பறவைகள்.

கனிகளைத் தாங்கி நின்ற மரத்திற்கோ, பசியாறிய பறவைகளுக்கோ தெரிந்திருக்கவில்லை... கனியின் எந்தப் பகுதி அதிகம் சுவையென்று. காலச் சுழற்சியில் பூத்து, காய்த்து, கனிவது என்பதை மட்டுமே மரங்களறியும். கனிகளைத் தேடிச்சென்று பசியாறுவதை மட்டுமே பறவைகளறியும். இவை, கனிகளுக்கான விதிகள் மட்டுமல்ல; இலக்கியத்திற்கும் இதுவே பொருந்தும்.

கதை, கவிதை, கட்டுரை, புதினம், நாடகம் என இலக்கியத்தின் பல வகைகளில் எது சிறந்தது என்பதை எப்படி வரையறுப்பது? படைப்பின் அளவு கருதியா, அல்லது ஒரு படைப்பு எடுத்துக்கொள்ளும் கால அளவைக் கருத்தில் கொண்டா?

எழுதிய படைப்பாளியை அளவுகோலாக வைப்பதா அல்லது படைப்பு எழுதப்பட்ட காலத்தைப் பொறுத்து முடிவெடுப்பதா? எப்படிப் பார்த்தாலும் சமநிலையில் நில்லாமல் மேலும் கீழுமாய் மாறிமாறித் தள்ளாடுகின்றன... தராசுத் தட்டுகள்.

ஒரு படைப்பின் உயிராதாரமாக விளங்கும் அதன் உள்ளடக்கமும், இந்தச் சமுதாயத்திற்கு அந்தப் படைப்பு என்ன மாதிரியான கருத்தினை முன்வைக்கிறது என்பதைப் பொறுத்தே, அது சிறப்பான படைப்பென்பதை அறுதியிட்டுக் கூற முடியும். இந்த நேரத்தில், ஒரு மேனாட்டு ஆய்வாளன் சொன்ன வரிகள்தான் சட்டெனை என் நினைவுக்கு வருகின்றன. 'எது கவிதை என்கிற கேள்வி எனக்குள் எழும்வரை, கவிதை பற்றிய எனது புரிதலில் எவ்வித குழப்பமுமில்லாமல் நான் தெளிவாகவே இருந்தேன்' என்கிறார்.

பல நேரங்களில் தெளிவைத் தர வேண்டியவையே, நம்மை வெகுவாகக் குழப்பி விடுகின்றன. கூடவே, குழம்பக் குழம்பத்தான் தெளிவு கிட்டும் என்கிற வியாக்கினமும் சேர்ந்துகொள்கிறது. எப்படியானபோதிலும், தொடர் வாசிப்பும், தேடலுமே நம்மை சரியான திசை நோக்கி வழிநடத்தும். வாசிப்பு குறைந்தாலும், நம் தேடல் தடைப்பட்டாலும் படைப்பின் ஊற்றுக்கண் அடைபட்டுப்போகும் அபாயமுண்டு.

எனக்கு அறிமுகமான நாளிலிருந்து இப்போதுவரை, தொடர்ந்து படைப்பிலக்கியத் தளத்தில் எங்கேயும் தேக்கமின்றிச் செயலாற்றி வரும் ஆற்றலாளர் கவிஞர் பல்லவிகுமார். எண்பதுகளின் மத்தியில் தனது இலக்கிய ஆர்வத்தின் நீட்சியாக, நண்பர்களோடு இணைந்து 'பல்லவி' எனும் இதழினைத் தொடங்கினார். இடைப்பட்ட காலங்களில் பணிச்சூழல், இல்லற பொறுப்புகள் என காலங்கடந்தோடினாலும், தனக்குள்ளிருக்கும் படைப்புச்சுனை தூர்ந்து போகாமல் எழுதிக்கொண்டும், இயங்கிக்கொண்டும் இருந்தார்.

'திசை எட்டும்' இதழின் ஆசிரியர் குழுவில் ஒருவராக இருந்து, அய்யா குறிஞ்சிவேலனின் வளர்ப்பில், ஒரு மொழிபெயர்ப்பாளராகவும் பரிணமித்தார். 'இனிய ஹைக்கூ' இதழில் என்னோடு சேர்ந்து, ஜப்பானிய-இந்திய ஹைக்கூ கவிதைகள் குறித்து பல ஆழமான கட்டுரைகளை எழுதினார். ஹைக்கூவின் பிற வடிவங்கள் குறித்து பல்லவிகுமார் எழுதிய கட்டுரைகளும் குறிப்பிடத்தக்கவையாகும்.

இன்றைக்கு, தமிழில் தனித்த அடையாளத்தையும் வரவேற்பையும் பெற்றிருக்கும் ஹைக்கூ கவிதைகளைப் பரவலாகக் கொண்டுசென்றதில் கவிஞர் பல்லவிகுமாருக்கும் பங்குண்டு. எல்லோருமாய் சேர்ந்திழுத்த ஹைக்கூ தேர், இன்றைக்கு ராஜபாட்டையில் வலம்வருவதைக் கண்டு, ஹைக்கூ கவிஞர்கள் அனைவருமே பூரித்து நிற்கின்றோம்.

தமிழில் ஹைபுன் வடிவத்தை அறிமுகம் செய்து முதல் கட்டுரையை எழுதியவர் பல்லவிகுமார் என்பதை வரலாறு பதிந்துகொண்டுள்ளது.

முப்பதாண்டுகள் கடந்த நிலையில், 2021ஆம் ஆண்டின் தொடக்கத்தில் மீண்டும் 'தமிழ்ப் பல்லவி' எனும் பெயரில் காலாண்டிதழைப் பல்லவிகுமார் வெளிக்கொண்டு வந்திருப்பதிலிருந்தே, அவரது இலக்கிய காதலை உணர்ந்துகொள்ள முடிகிறது.

கவிதை, ஹைக்கூ, சாரணர் இயக்கம், ஹைபுன், சிறுவர் கதைகள், கட்டுரைகள் என பல நூல்களைப் படைத்திருக்கும் கவிஞர் பல்லவிகுமாரின் மொழியாக்கத்தில் மலர்கிறது 'ஜப்பானிய ஹைக்கூ நால்வர்' எனும் இந்தக் காலத்தின் தேவை கருதிய அற்புதமான நூல்.

பல்லாண்டுகளாக நான் பலமுறை கவிஞரிடம் வைத்த அன்பின் வேண்டுகோளை, இந்த நூலின் வழியே நிறைவேற்றியுள்ளார். தமிழில் ஹைக்கூ எழுதுபவர்கள் மட்டுமின்றி, ஹைக்கூ பற்றி அறிந்துகொள்ள விரும்புபவர்கள் அனைவரும் வாசிக்க வேண்டிய செறிவான தகவல்களோடும், தெறிப்பான ஹைக்கூ கவிதைகளோடும் இந்நூல் வருவது கூடுதல் சிறப்பு.

2016ஆம் ஆண்டு (அக்டோபர்–டிசம்பர்) 'திசை எட்டும்' இதழ் 'தமிழ் ஹைக்கூ நூற்றாண்டுச் சிறப்பிதழை' வெளியிட்டபோது, அதில் பல்லவிகுமார் எழுதிய 'ஹைக்கூ நால்வர்' எனும் கட்டுரையின் விரிவாக்கமே இந்த நூல்.

ஜப்பானிய மண்ணில் துளிர் விட்டு, இன்று உலகின் திசையெங்கும் பரவியிருக்கும் ஹைக்கூவை வளர்த்தெடுத்த பெருமைக்குரிய ஜப்பானிய மகாகவிகள் நால்வரைப் பற்றிய விரிவான தகவல்களையும், அவர்களது தேர்ந்தெடுத்த ஹைக்கூ கவிதைகளையும் தமிழாக்கம் செய்திருக்கும் கவிஞர் பல்லவிகுமாரை எவ்வளவு பாராட்டினாலும் தகும்.

ஹைக்கூ ஆய்வாளரான ஆர்.ஹெச்.பிளித், 'ஜப்பானிய ஹைக்கூ நால்வரை'ப் பற்றி செய்திருக்கும் மதிப்பீடு மிகச் சரியாயிருக்கிறது.

ஆன்மநேயன் என்று மட்சுவோ பாஷோ *(Basho, the spiritual)* வையும், யோஸா பூஸனை *(Buson, the artistpoet)* ஓவியக்கவி என்றும், மனிதநேயன் என்று கொபயாஷி இஸ்ஸாவை *(Issa, the humanist)*யும், மாஸஓகா ஷிகி *(Shiki, the universal)*யை பிரபஞ்சக்கவி என்றும் குறிப்பிட்டுள்ளார்.

பாஷோ தன் வாழ்நாளில் ஹைக்கூ எனும் பெயரைக்கூட கேட்டதில்லை. அவர் படைத்த ஹொக்குப் பாடல்களே, ஹைக்கூ கவிதைகளாக உலகெங்கிலும் அறியப்படும் என்பதை அவர் அறிந்திருக்கவில்லை.

'ஹைக்கூ எழுதும்போது,ஒருவரின் கவிதை பேச வேண்டும்' என்று அறிவித்தவர் பூஸன். 'ஜப்பானிய மொழியில் சீனக் கவிதைகள்' என்றே பூஸனின் கவிதைகளை ஆய்வாளர்கள் குறிப்பிடுகின்றனர்.

தனது மூன்றாவது வயதிலேயே தாயாரை இழந்த இஸ்ஸாவின் வாழ்வு வறுமையால் சூழப்பட்டது. தனது கவிதைகளில் சிற்றுயிர்களைக் கொண்டாடியவர் இஸ்ஸா.

தனது 18ஆவது வயதில் ஹைக்கூ எழுதத் தொடங்கிய ஷிகியை, 22 வயதில் காசநோய் தாக்கியது. ஆனாலும், தனது ஹைக்கூ பயணத்தைச் சோர்வின்றித் தொடர்ந்தார். இவரது தலைமையில் குயில் கவிதை இயக்கம் உருவானது. 1894-1895 இல் சீனாவுக்கும் ஜப்பானுக்கும் போர் மூண்டபோது, அந்தப் போர் முனைக்குச் செய்தியாளராகச் சென்ற ஷிகி, அங்கிருந்தும் ஹைக்கூ கவிதைகளை எழுதினார்.

இப்படியாக, தங்களது வாழ்நாள் முழுக்க ஹைக்கூ கவிதைப் படைப்பதிலேயே கழித்த ஜப்பானிய நால்வரும் இன்றைக்கும் தங்களது ஹைக்கூ கவிதைகளின் வழியே உலகெங்கிலும் வாழ்ந்துகொண்டிருக்கிறார்கள் என்பதே மறுக்க முடியாத உண்மை.

இவர்களைப் பற்றி வாசிப்பதென்பது, ஹைக்கூவை நாம் நெருக்கமாக உணர வழிவகுக்கும். அதிலும், கவிஞர் பல்லவிகுமாரின் செறிவான ஹைக்கூ தமிழாக்கம், வாசிப்பில் ஆழ்ந்த பொருளைத் தருவதாக உள்ளன.

'புல் இதழ் தடுக்கலில்
விழுந்திடும் மின்மினி
மீண்டும் பறக்கும்.'

— பாஷோ

'மாலைக் காற்றில்
கொக்கின் கால்களில்
ததும்பும் நீரலை.'

— பூஸன்

'ஊமையின் இராப்பிச்சை
காது கேளாதவன் பாத்திரத்தில்
தாளமிடும் மழை.'

— இஸ்ஸா

'ஒரு விளக்கு
புதிதாக எரிகிறது
முதல் குளிர்கால மயக்கம்.'

— ஷிகி

இப்படியாக, நான் மிகவும் ரசித்த / என்னை நெகிழ வைத்த நிறையக் கவிதைகளைச் சொல்லலாம். நான்கு ஹைக்கூ மகாகவிகளைப் பற்றியும் தேடிக் கண்டெடுத்துக் கட்டுரைகளாக எழுதியதோடு, அவர்களது கவிதைகளையும் தமிழாக்கித் தந்திருக்கும் கவிஞர் பல்லவிகுமாரை ஆரத்தழுவி எனதினிய வாழ்த்துகளைப் பகிர்கின்றேன்.

திசையெங்கிலும் பரவ வேண்டிய இந்த ஹைக்கூ பேரொளியை, என் கரங்களிலிருந்து உங்கள் கரங்களுக்குத் தருவதில் பெருமிதம் கொள்கின்றேன். இலக்கியத் தளத்தில் சளைக்காமல் செயலாற்றும் என் அன்பு நண்பர், கவிஞர் பல்லவிகுமார், இன்னும் பல நூல்களைப் படைக்கவும், தனது படைப்புகளுக்காகப் பல்வேறு சிறப்புகளையும் பெருமைகளையும் அவர் அடையும் காலமும் விரைந்து கனியட்டும்.

19.02.2021

14

கலைடாஸ்கோப்பில் வழியும் அழகு

அதுவொரு சிறிய குடில். குடிலைச் சுற்றிலும் பூச்செடிகளும் மரங்களும் அடர்ந்திருந்தன. அதிகாலையின் அமைதியுனூடே விட்டுவிட்டுக் கேட்கும் வண்டுகளின் மெல்லிய ரீங்காரம். எந்த நொடியிலும் கீழே விழுந்துவிடும் தவிப்பில் இலைகளின் நுனிகளை இறுகப் பற்றியிருந்தன பனித்துளிகள்.

கண்களை மூடி தியானித்துக் கொண்டிருந்தார் ஜென் குரு. கிளையை விட்டு மேலெழும்பிப் பறக்க எத்தனித்த பறவையொன்று, பறத்தலைத் தவிர்த்து, தியானத்திலிருக்கும் குருவையே உற்றுப் பார்த்தபடி இருந்தது. அச்சமேதுமற்று பறவையின் கால்களை உரசிக்கொண்டு, கிளையின்மீது ஊர்ந்து சென்றது புழுவொன்று. காற்றின் விரல்கள் பறித்துப்போட்ட பூக்கள் தரையெங்கும் உதிர்ந்து கிடந்தன. சிறிய மூங்கில் கூடையொன்றில் ஒவ்வொரு பூக்களாக எடுத்து வைத்துக் கொண்டிருந்தான் சீடன். பூக்களை எடுத்து கூடைக்குள் போடுமுன், பூவையெடுத்த கை அனிச்சையாக மூக்கின் அருகே சென்றது. ஆழமாக மூச்சுக்காற்றை உள்ளிழுத்த சீடன், 'ஆகா... என்ன மணம்..!' என்று தனக்குள்ளே சொல்லிக்கொண்டான்.

பூக்களைக் கூடையில் போடுகையில், பூவின் மேல் படர்ந்திருந்த பனியின் ஈரம், சீடனின் கை விரல்களில்

ஒட்டிக்கொண்டு பிசுபிசுத்தது. ‘இனிக்குமோ..?’ என்ற கேள்வியோடு வாயருகே கையைக் கொண்டுசென்ற சீடனின் பார்வை, தியானத்திலிருக்கும் குருவின் திசை நோக்கி குவிந்தது. சட்டென கையைப் பின்னிழுத்துக்கொண்டான்.

செடியில் மலர்ந்திருக்கும் பூக்கள், சீடனைப் பார்த்து சிரிப்பது போலிருந்தது. இதுநாள் வரை அவன் ஒரு பூவையும் செடியிலிருந்து பறித்ததில்லை. ‘எதையும் அதன் இயல்பிலேயே இருக்க விடு’ என்று குரு சொன்னதன் முழு அர்த்தத்தையும் அறிந்திருந்தான் சீடன்.

கீழே கிடந்த ஒரு பூவைக்கூட விட்டு வைக்காமல் மூங்கில் கூடையை பூக்களால் நிரப்பினான். கூடை நிரம்பி மேலே தளும்பின பூக்கள். லேசாக மூச்சு முட்டியது மூங்கில் கூடைக்கு. அசைக்காமல் மெதுவாக மூங்கில் கூடையை இரு கைகளாலும் ஏந்தி, மென்நடை போட்டான்.

திடீரென வீசிய காற்றில் கூடையில் குவிந்திருந்த பூக்கள் சரிந்து கீழே கொட்டின.

சட்டென கண்களைத் திறந்த ஜென் குரு சொன்னார்;

“மூங்கில் கூடை சொன்னது உனக்குப் புரியவில்லை. ஆனால், இயற்கைக்குப் புரிந்திருக்கிறது.”

மூங்கில் கூடையை அப்படியே கீழே வைத்துவிட்டு, முழந்தாளிட்டு அமர்ந்தான் சீடன்.

இன்னும் கொஞ்சம் பூக்கள் கீழே சரிந்தன. சீடனைப் பார்த்து குரு புன்னகைத்தார். அந்தப் புன்னகையின் அர்த்தம் பூக்களுக்கும் புரிந்திருந்தது.

பேராசைகளின் குப்பைத்தொட்டியாக எப்போதும் ததும்பி வழிகிறது மனித மனம். எதிலும் நிறைவடையாமல் தளும்பத் தளும்ப அதனுள் நிரப்பிக் கொண்டேயிருக்கிறோம் எண்ணற்ற ஆசைகளை. ஒன்றன்மேல் ஒன்றாக குவியும் ஆசைகள், முட்டிமோதி, சில நிறைவேறியும்-பல நிறைவேறாமலும் நொதித்துக் கொதித்து, நாள்கள் கடந்தோட மட்கி, கசடுகளாக உருமாறிவிடுகின்றன. எது சரி?, எது தவறு? என்பதெல்லாம் இரண்டாம்பட்சமாகிப் போக, எப்படியேனும் தன் ஆசைகளை அடைய, குறுக்கு வழிகளைத் தேடி விரைந்து ஓடுகிறோம். எதன் வழியும் நிறைவடையாத மனித மனம், இயற்கையின் மடியில் இளைப்பாறும் அதிசயம் நிகழும் கணத்திலேயே அமைதியும் தெளிவும் பெறத் தொடங்கிவிடும்.

108 | எனக்கு ஹைக்கூ பிடிக்காது

மனித மனங்களைக் கவ்விப் பிடித்திருக்கும் பேராசையின் பெருவிரல்களில் முளைத்திருக்கும் நகங்களே முட்களாகி குத்திக் கிழிக்கின்றன. முட்களைப் பூவாக மலர்த்தும் நுட்பத்தைச் செய்பவையே இலக்கியங்கள். 'மனிதன் சுவாசிப்பதால் வாழ்கிறான்; நூல்களை வாசிப்பதால் மட்டுமே மேன்மை அடைகின்றான்' என்பதை இளைய தலைமுறைக்குச் சொல்ல வேண்டிய மாபெரும் பொறுப்பும் கடமையும் நம் ஒவ்வொருக்கும் இருக்கிறது.

கீழ்த்திசைப் பண்பாட்டில் பூத்த கடைசி மலரான ஹைக்கூ, இன்று உலகின் திசையெங்கும் பரவியிருக்கிறது. ஹைக்கூ வேரிறக்காத நிலமே இந்தப் பூமியில் எங்கும் இல்லையென்று சொல்லலாம். ஒரு குறிப்பிட்ட கவிதை வடிவத்தின்மீது காதலுற்று, உலகெங்குமுள்ள கவிஞர்கள் அதை எழுதுகிற அதிசயம், வேறெந்த மொழி கவிதைக்கும் கிடைத்திராத பெரும்பேறு. ஜெர்மன், பிரெஞ்ச், இஸ்பானியன், போர்ச்சுக்கீசு, இத்தாலி மற்றும் ஆசிய, இலத்தீன், அமெரிக்க மொழிகளில் மட்டுமல்ல, இன்றைக்கு இந்திய மொழிகளிலும் மூவரி ஹைக்கூ தன் சுவடுகளை ஆழப் பதித்துள்ளது.

ஜப்பானின் மூவரி மரபுக்கவிதையான ஹைக்கூ கவிதைக்கென்றே பல இதழ்கள் வெளிவருகின்றன. ஹைக்கூ அமைப்புகள் உருவாக்கப்பட்டு, ஆண்டுதோறும் ஹைக்கூ போட்டிகள் நடத்தப்படுகின்றன. உலகெனும் ஒற்றைப் புள்ளியில் மையம் கொண்டிருக்கிறது இந்த ஹைக்கூ வடிவம்.

ஏனைய இந்திய மொழிகளில் எழுதப்படுகிற ஹைக்கூ கவிதைகளுக்கு இல்லாத சிறப்பு, தமிழ் ஹைக்கூவுக்கு உண்டு. கவிக்கோ அப்துல் ரகுமான் சொன்னதையும், மகாகவி ஈரோடு தமிழன்பன் வழிகாட்டியதையும் தமிழ்க் கவிஞர்கள் மிகச் சரியாக உள்வாங்கிக்கொண்டு, ஹைக்கூவை தமிழ் மண்ணுக்குரிய மூவரி கவிதையாக எழுதியதன் விளைவே, தமிழ் நிலத்திலும் இன்று ஆயிரமாயிரமாய் ஹைக்கூ மலர்கள்.

17 அசைகளைக் களைந்து, ஜென் தத்துவக் கண்ணாடியை அணியாமல், இயற்கையின் மீதான தீரா நேசத்தோடு, காட்சியழகும், கவித்துவச் செறிவுமாக, மூவரி எனும் வடிவத்தை மட்டுமே கொண்டு, தமிழ் மண்ணையும், தமிழ் மக்களையும் ஹைக்கூ கவிதைகளில் பதிவுசெய்ததன் பயனே, இந்திய மொழிகளில் தமிழ் ஹைக்கூ முன்னிருக்கையில் இடம் பிடித்திருக்கிறது.

தமிழ் ஹைக்கூ கவிதையின் பெருமைக்குரிய கவிஞர்களுள் ஒருவராக தனது முதல் நூலிலேயே முன்வரிசைக்கு வந்துள்ளார் கவிஞர் பட்டியூர் செந்தில்குமார். கவிஞரது சில கவிதைகளை அவ்வப்போது சிற்றிதழ்களில் வாசித்திருக்கின்றேன். 'தூண்டில்' (அக்டோபர், 2020) முதல் இதழில் வாசித்த ஹைக்கூ ஒன்றின் வழியே என்னுள் நுழைந்துகொண்டார் கவிஞர் பட்டியூர் செந்தில்குமார்.

'அறுவடை முடிந்த வயல்
எதுவுமில்லையெனக்
கைவிரித்துக் காட்டும் பொம்மை.'

செழித்து வளர்ந்திருக்கும் வயல்வெளியைப் பார்த்துப் பிரமிக்கும் மனம் நம் எல்லோருக்கும் வாய்த்திருக்கிறது. ஆனால், அறுவடைக்குப் பின்னான அந்த விவசாயியின் வாழ்வில் கவிழ்ந்திருக்கும் இருளைப் பற்றி யாருக்கும் கவலையில்லை. 'அறுவடை முடிஞ்சதும் தர்றேன்...' என்று சொல்லியே விவசாயி பெற்ற கடன்கள், அறுவடை களத்திலேயே வட்டியோடு வண்டியிலேற, வெறுங்கையோடு வீடு திரும்புகிறான் விவசாயி.

'உழுதவன் கணக்குப் பார்த்தால், உழக்கும் மிஞ்சாது' என்று சொன்ன நம் மூதாதையான ஒட்டனின் வார்த்தைகள் தான் எத்தனை சத்தியமானவை. வெயிலில் காய்ந்து, மழையில் நனைந்து, கிழிந்த கந்தலோடு, உடைந்த குச்சியொன்றினால் தாங்கி நிற்கும் வயற்காட்டுப் பொம்மை, வெறும் பொம்மையா... இல்லையில்லை... அது விவசாயியின் குறியீடுதானே..!

விவசாயியின் வலி மிகுந்த வாழ்வை மூன்றே வரிகளில் எழுதிய கவிஞரை, வாசித்த கணத்திலேயே மானசீகமாகக் கட்டித்தழுவிக் கொண்டேன். கவிஞர் கார்முகிலோன் வழங்கும் சிறந்த ஹைக்கூ கவிதை நூல் பரிசுக்கும் இந்தக் கவிதையைத் தேர்வு செய்தேன். ஒரு கவிதையின் வழியே என்னை உலுக்கிய கவிஞர் பட்டியூர் செந்தில்குமாரின் மொத்த ஹைக்கூ கவிதைகளையும் இப்படி ஒரே நூலாக வாசிக்கையில், என் பிரமிப்பும் ஆச்சரியமும் பன்மடங்காகிப் போனது.

நெல்லை மாவட்டத்திலுள்ள பட்டியூரில் விவசாய குடும்பொன்றில் பிறந்து, கிராமத்தின் உழவுக்காற்றைச் சுவாசித்து, கிராமிய வாழ்வை நேசித்து வளர்ந்த கவிஞர் செந்தில்குமாரை, பொருள் தேடும் பணி, பாலைவன மண்ணிற்கு இழுத்துக்கொண்டு போனது. எங்கேயிருந்தாலென்ன... வேர் தாய்மண்ணில்தானே இப்போதும் புதைந்திருக்கிறது.

தன் மேல் ஒட்டியிருக்கும் பரம்படித்த வயற்சேற்றின் ஈரத்தை உலர விடாமல் எழுதியிருக்கிறார் ஒவ்வொரு கவிதைகளையும். அந்த ஈரம் கவிதைகளிலும் சொட்டிக்கொண்டேயிருக்கிறது.

வீட்டில் ஆடு, மாடுகளோ, வேறு பொருள்களோ களவு போய்விட்டால், மை போட்டுப் பார்ப்பதும், குறி கேட்பதுமான வழக்கம் இந்த நவீன அறிவியல் யுகத்திலும் கிராமங்களில் தொடரவே செய்கின்றன. இன்னமும் மக்கள் விடமுடியாத நம்பிக்கைகளைப் பிடித்தபடியே தான் வாழ்வின் போக்கில் போய்க்கொண்டிருக்கிறார்கள்.

ஊரில் யாரோ ஒருவரின் வீட்டில் மாடொன்று தொலைந்து போகிறது. தேடியலைகிறார்கள். எங்கெங்கெல்லாமோ அலைந்து திரிகிறார்கள். கவிஞர் பட்டியூர் செந்தில்குமார் அதை ஹைக்கூ ஒன்றில் நுட்பமாகப் பதிகிறார்.

'மாடு தொலைந்த இரவு
தேடியலையும் திசையெல்லாம்
கேட்கும் மணியோசை.'

இன்னும் எத்தனை இரவுகளைக் கடக்க முடியாமல் இந்த மணியோசை என்னை இம்சிக்கப் போகிறதோ..!

இயற்கையின் பேரழகை மனிதன் வெறுமனே பார்த்துவிட்டு, கடந்து போகின்றான். கவிஞன் தன் விழிகளால் அதைப் பருகுகின்றான். ஹைக்கூ கவிஞன் தன் இதயத்தில் அதை வரைபடமாகப் பதிந்து, வாசகப் பார்வைக்கும் கடத்துகின்றான்.

'பனிப்பொழியும் இரவு
வாழைக்கன்றின் இலையிலிருந்து
கொட்டும் நிலவொளி.'

ஆறே வார்த்தைகளில் எழுதப்பட்ட இந்தக் கவிதை, பல நூறு பக்கங்கள் எழுதுவதற்கான சிந்தனையைக் கிளறுகின்றன. நீங்களும் உள்நுழைந்து ரசியுங்கள். வாழையிலை என்று சொல்லாமல், வாழைக்கன்றின் இலை என்று சொல்லியிருப்பதே கவிஞரின் தனித்துவமான பார்வைக்குச் சாட்சி.

நீர்வளமிக்கதாக விளங்கிய தமிழ் நிலம் நம்மை ஆண்டவர்களின் அக்கறையின்மையால் இன்று தாகமெடுத்த நிலமாக மாறிப்போயிருக்கும் அவலத்தைச் சொல்லும் மற்றொரு ஹைக்கூ, தமிழ் ஹைக்கூவின் செறிவுமிக்க வெளிப்பாட்டிற்கான ஆகச் சிறந்த எடுத்துக்காட்டு என்பேன்.

‘வறண்ட நதி
ஒரு செடி சொட்டும் பனித்துளியில்
நனையும் கூழாங்கல்.’

அழகியலும் சமூக அக்கறையுடனும் மிளிரும் கவிஞர் பட்டியூர் செந்தில்குமாரின் பல கவிதைகள், என் மனசுக்கு மிகவும் நெருக்கமாகிப் போயின. அவற்றுள் ஒன்று;

‘கோடு வரைந்துகொள்வேன்
இரவு வானத்தில்
வரிசையாக மூன்று நட்சத்திரங்கள்.’

இனி வானத்தைப் பார்க்கும் போதெல்லாம் இந்த மூன்று நட்சத்திரங்களைத் தேடித்தான் நம் பார்வையினி அலையப் போகிறது.

‘மங்கையராகப் பிறப்பதற்கே நல்ல மாதவம் செய்திட வேண்டும்’ என்றார் கவிமணி தேசிக விநாயகம் பிள்ளை. ஆனால், பிஞ்சுக் குழந்தைகளும் பாலியல் வல்லுறவுக்கு ஆளாகும் கொடுமைகள், இதயம் படைத்த எல்லோரையும் நிலை குலையச் செய்திருக்கிறது. அதனால்தான் கவிஞர் எழுதியிருக்கும் கவிதையொன்றில் வரும் குழந்தைக்கு என்ன நேர்ந்துவிடுமோ என்கிற பதைபதைப்புக்கு நம்மை ஆளாக்குகிறது. ஒரு நல்ல படைப்பென்பது இப்படியான வினையைப் புரிய வேண்டும்.

‘விளையாடும் சிறுமி
அறுந்துவிழும் கால் கொலுசு
தன் கடைசிச் சத்தத்தோடு.’

ஒரு சிறுமியின் கால் கொலுசு அறுந்து விழுகிறது. அச்சப்பட இதிலென்ன இருக்கிறது..? என மேம்போக்காகக் கேள்வி எழலாம். ‘கடைசிச் சத்தத்தோடு’ எனும் ஈற்றடியில் இடம்பெற்றுள்ள சொல், வேறொரு தளத்திற்கு நம் மன அலையை விரித்துச் செல்வதைத் தேர்ந்த வாசகனால் கண்டுணர முடியும்.

அஸ்திவாரக் குழியிலிருந்து இடம்பெயரும் எறும்புகளும், துக்க வீட்டின்முன் பூ உதிர்க்கும் மரமும், தச்சன் சன்னல் செய்கையில் வீசும் காற்றும், நடைச் சத்தம் அருகே வர பறக்க ஆயத்தமாகும் குருவியும்... என நாம் பார்வையிலிருந்து தப்பிய காட்சிகளையெல்லாம், தனது கலைடாஸ்கோப் பார்வையின் வழியே அழகியல் ததும்பும் சித்திரங்களாக்கியுள்ளார் கவிஞர்.

செதுக்கிய வார்த்தைகள், சேதாரமில்லாக் கவிதைகள், நுணுக்கமான பார்வை, கவிதையோடு இயைந்தொழுகும் கவித்துவம் என தனது முதல் கவிதை நூலிலேயே ஆர்ப்பாட்டமில்லாமல் அமைதியாக வெளிப்பட்டுள்ளார் கவிஞர் பட்டியூர் செந்தில்குமார்.

இந்த 'பறக்க ஆயத்தமாகும் குருவி' ஹைக்கூ நூலை வாசித்ததும், நம் சிந்தனைச் சிறகுகள் வானமளக்கப் பறக்கும். திசைகளை அளக்கும். தமிழ் ஹைக்கூவின் சிறப்பு என்னவென்று இந்த உலகிற்கே உரக்கச் சொல்லும்.

27.03.2021

15

தன்னையே வரைந்துகொள்ளும் சித்திரம்

'மாறுவது மரபு; இல்லையேல் மாற்றுவது மரபு' என்பதே எப்போதும் மாறாத தத்துவம். காலங்காலமாக மாறிவரும் சமூக மாற்றங்களுடன் சேர்ந்தே தமிழ்க் கவிதையும் மாறி வருகிறது. உலக மொழிகளில் மூத்த மொழியும், நீண்டநெடிய மரபுத் தொடர்ச்சியும் உடைய தமிழில், சங்ககாலப் இலக்கியங்கள் யாவும் காப்பியங்களாகவே படைக்கப்பட்டன.

இருநூறு ஆண்டுகளுக்கும் மேலாக ஆங்கிலேய ஏகாதிபத்தியத்தின் ஆளுகைக்குள் உட்பட்டிருந்த நம் தேசத்தில், பல்வேறு கலாச்சாரங்களும், பண்பாட்டு விழுமியங்களும் கூடிக்குலவும் சூழல் நிலவியது. இருபதாம் நூற்றாண்டின் தொடக்கத்தில் மேற்கத்திய இலக்கியங்களின் தாக்கத்தினால் புதுக்கவிதை, சிறுகதை, புதினம் ஆகிய படைப்பிலக்கியங்கள் தமிழிலும் படைக்கப்பட்டன. வண்ணங்கள் கூடி ஓவியம் பிறப்பதைப் போல், பல்வேறு ராகங்கள் சேர்ந்தியங்கி இசை பிறப்பதைப் போலவே, பண்பட்ட புதுவகை இலக்கியங்களும் தமிழில் பிறக்கத் தொடங்கின.

மக்களுக்கான இலக்கியங்களைப் படைப்பதில் மகாகவி பாரதி முன்னோடியாகத் திகழ்ந்தார். எளிய சந்தங்களைக்கொண்ட புதிய சொல்லாட்சியுடன் பாரதியால் படைக்கப்பட்ட

பாடல்கள், மக்களுக்கு புதிய பொருளையும் புதிய சுவையையும் தந்தன. 'எமக்குத் தொழில் கவிதை; இமைப்பொழுதும் சோராதிருத்தல்; நாட்டிற் குழைத்தல்' என பாரதியின் உருவில் கம்பீர நடைப்போட்டது தமிழ்க் கவிதை.

'புதியன விரும்பு' என்று ஆத்திச்சூடியில் சொன்ன பாரதியே, பதினாறாம் நூற்றாண்டின் இறுதியில் கீழ்த்திசைப் பண்பாட்டில் பூத்த ஹைக்கூ மலர்களைப் பற்றி 'ஜப்பானியக் கவிதை' எனும் குறுங்கட்டுரையாக எழுத, இதே காலகட்டத்தில் தேசியக் கவி இரவீந்திரநாத் தாகூரால் வங்க மொழியிலும் ஜப்பானிய ஹைக்கூ கவிதை அறிமுகமானது. அரை நூற்றாண்டுகளுக்குப் பின்னரே, தமிழில் முதன்முதலாக ஹைக்கூ கவிதைகள் எழுதப்பட்டன.

எண்பதுகளின் மத்தியில் தமிழின் முதல் ஹைக்கூ நூல் வெளிவர, தொண்ணூறுகளில் ஆண்டிற்கு பத்து நூல்கள் வீதம் வெளிவந்தன. இருபத்தியோரம் நூற்றாண்டின் தொடக்கத்தில் அறிமுகமான நவீன அச்சு இயந்திரங்களின் வரவு, ஹைக்கூ கவிதையின் புதிய பாய்ச்சலுக்கும் வழிவகுத்தன. ஆண்டிற்கு இருபதுக்கும் மேற்பட்ட ஹைக்கூ நூல்கள் வெளிவரத் தொடங்கின. ஹைக்கூ கவிதைகளோடு நின்றுவிடாமல், ஹைக்கூவின் கிளை வடிவங்களான சென்ரியு, ஹைபுன், லிமரைக்கூ, லிமர்புன் ஆகியவற்றிலும் நூல்கள் வெளிவந்தன.

தமிழ் ஹைக்கூவின் விரிவான பரவலுக்குத் தளமமைத்தவர்களில் முதன்மையானவர் கவிப்பேருவி ஈரோடு தமிழன்பன். 1985ஆம் ஆண்டு பிப்ரவரில் வெளியான ஈரோடு தமிழன்பனின் 'சூரியப் பிறைகள்' ஹைக்கூ கவிதை நூல், ஜப்பானிய ஹைக்கூ கவிதைகள் பற்றியும், தமிழ் ஹைக்கூ பயணிக்க வேண்டிய திசையையும் மிகச் சரியான முறையில் சுட்டிக்காட்டியது. 'வாசல் ஓர வாசகம்' எனும் தலைப்பில் ஈரோடு தமிழன்பன் இந்த நூலில் எழுதியிருந்த முன்னுரை, ஹைக்கூ கற்க விரும்பியவர்களுக்கு சரியான வழிகாட்டியானது. 'சூரியப் பிறைகள்' தந்த ஒளியின் பிரவாகத்தில் தமிழ் ஹைக்கூ நிமிர்ந்தெழுந்தது.

கவிதைக்குள் புதிதாய் நுழையும் இளைய கவிஞர்களின் வசீகரமிக்க செல்லக் கவிதையானது ஹைக்கூ. மூன்றடிகள், 17 அசைகள் எனும் ஒழுங்கமைவுடன் ஜப்பானில் எழுதப்பட்ட மரபுக்கவிதையான ஹைக்கூ, காலவோட்டத்தில் தன்னைப் பிணைத்திருந்த தளைகளை மெல்ல அறுத்தெறிந்தது. தமிழ்

ஹைக்கூ கவிதைகள் சொற்செறிவு, கவித்துவம், மூன்றடி எனும் வரையறைக்குள் நின்றே எழுதப்பட்டன.

"வாசகன் தனது கைவசம் கொஞ்சம் வார்த்தைகளை வைத்துக்கொண்டு ஹைக்கூவைப் படிக்க வேண்டும். அவை தேவைப்படலாம். அவன், தனது அனுபவங்களையும், அனுமானங்களையும், கற்பனைகளையும் எடுத்துக்கொண்டு சென்றால், தானும் படைப்பாளியோடு ஒரு பங்குதாரராகிப் பயனை இதயக் களத்தில் வரவு வைக்கலாம்" (சூரியப் பிறைகள், பக்கம்:10) என்று சொன்ன ஹைக்கூ முன்னோடி ஈரோடு தமிழன்பனின் அடியொற்றியே இன்றைக்கு தமிழில் பல்லாயிரம் ஹைக்கூ படைப்பாளிகள் இயக்கம்போல் இயங்கி வருகின்றனர்.

காலந்தோறும் பூத்துக்குலுங்கும் ஹைக்கூ கவிமரத்தில் புதிய மலரெனப் புன்னகைப் பூக்கப் புதுவரவாகிறார் கவிஞர் இளையோன். பெயரில்தான் இளையோன் என்றாலும் முதல் ஹைக்கூ படைப்பிலேயே முதிர்ச்சியுடன் வெளிப்பட்டுள்ளார். கோயம்புத்தூரில் வசித்துவரும் கோ.குமரன், பூ.சா.கோ. கல்லூரியில் இளங்கலை இயற்பியல் மூன்றாமாண்டு படித்து வருகிறார். இந்த நூலின் வழி இளையோனாகக் கவியுலகுக்கு அறிமுகமாகிறார். இளைய கவிஞனுக்கேயுரிய புதுப்பார்வையும் உற்சாகமும் சமூகச் சிந்தனையும் இவரது ஹைக்கூ கவிதைகளின் வழியே நம் கவனத்தைக் கவர்கின்றன.

இளையோனின் முதல் கவிதை நூல் இந்த 'தூறல்'தான் என்றாலும், இதுவொரு பெருமழைக்கான முன்வரவாகவே பார்க்கின்றேன். தேர்ந்த வார்த்தைகளும், சுருக்கமான சொல்லாடலும், கவித்துவ சாறு பிழிவுமாக இளையோனின் ஹைக்கூ கவிதைகள் மிளிர்கின்றன. சேதாரமில்லாத வார்த்தைகளால் சேர்த்துக் கோத்த இந்த கவிமாலை தமிழன்னையின் கழுத்தினைப் புதுஆரமென அலங்கரிக்கிறது.

ஹைக்கூ எழுதுவதோடு கவிஞனின் வேலை முடிந்து விடுவதாகச் சொன்னாலும், கவிதையை வாசித்த வாசகனோடும் பல நேரங்களில் சேர்ந்தே பயணிக்கின்றன... கவிதை வரிகளும் கவிஞனின் ஒத்த சிந்தனைகளும். இளையோனின் பல கவிதைகள் நம்மோடு சேர்ந்து பயணிக்கும் நெருக்கமான கவிதைகளாக உள்ளன.

'விட்டுவிட்டுப் போன பின்னும், நம் விரல் தொட்டுப் பேசுவது கவிதை' என்பார் கவிஞரும், கவிதை ஆய்வாளருமான பாலா. இது ஹைக்கூ கவிதைக்கு மிகப் பொருத்தமாகும்.

'கடைசி இலை
உதிர்ந்ததும்
நிலவைச் சூடிக்கொள்கிறது மரம்.'

இளையோனின் இந்த ஹைக்கூ, என்னை வெகுநேரம் அப்படியே இருத்தி வைத்தது. நிலவைச் சூடி நிற்கும் மரமொன்று என் கண்முன்னே காட்சியாக விரிந்தது. நான் எழுதப்போகும் அடுத்த ஹைக்கூ, இந்த மரத்தின் வேரடியிலிருந்தே துளிர்க்கப்போகிறது என்பது மட்டும் நிச்சயம்.

'நீ... நீயாய் உன் இயல்பிலேயே எப்போதும் இரு' என்று சொல்வதே ஹைக்கூவின் அடிநாதமாக விளங்கும் ஜென் தத்துவத்தின் அடிப்படையான பண்பாகும். ஜென் என்பது நம்மை வாழ்விலிருந்து தனிமைப்படுத்தும் தத்துவமல்ல; நம்மை வாழ்வோடு இடைவெளியின்றி ஒன்றிட செய்வதே ஜென். தொடர் ஹைக்கூ வாசிப்பின் வழியே ஜென்னையும் நம்மால் கண்டடையலாம். இளையோனின் சில கவிதைகள் ஜென் வழியே ஊடுருவி வருவதால், நம் மனதைத் தொடுகின்றன.

'தத்தளிக்கும் எறும்புக்கு
இலை அனுப்புகிறது
எங்கிருந்தோ ஒரு மரம்.'

கரையோரத்தில் இருக்கும் மரம், தனது இயல்பில் உதிர்க்கும் ஒற்றை இலைகூட எங்கோ தத்தளிக்கும் எறும்புக்குப் படகாகும் அதிசயத்தை ஹைக்கூ கவிஞனின்றி வேறு யாரால் கண்டுணர முடியும்..?

விடுதலை என்பது வெளியே இருப்பதா? இல்லை, உள்ளிருக்கும் 'தன்னை' மட்டும் வெளியேற்றிவிட்டு, 'தான்' மட்டும் தனித்திருப்பதா? எதுவானாலும் கவிஞர் இளையோன் இந்த ஹைக்கூவில் வரைந்துகாட்டும் சித்திரமானது, தன்னையே வரைந்துகொள்ளும் சித்திரமாகத் தனித்துவத்துடன் ஒளிர்கிறது.

'கைதியின்
சாளரத்துக்கு வெளியில்
சிறைபட்டிருக்கிறது நிலா.'

மு.முருகேஷ் | 117

பரந்து விரிந்த வானத்தில் இருக்கும் நிலாவே சிறைப் பட்டிருக்கிறது எனில், நான்கு சுவர்களுக்குள் அடைப்பட்டிருக்கும் கைதிக்கு உலகமே சுருங்கியிருப்ப தாகத்தானே அர்த்தம். யோசிக்கத் தொடங்கினால் வேறு வேறு அர்த்தங்கள் சுரக்கும் அற்புதமான ஹைக்கூ இது.

இந்த நூலில் நான் படித்து ரசித்த பல கவிதைகள் உண்டு என்றாலும், மிகவும் பிடித்தமான ஹைக்கூ இதுதான்;

'நடராஜர் சிலையை
ஆட்டிப் பார்க்கிறது
காற்றில் ஆடும் விளக்கு.'

இந்த ஹைக்கூவை விளக்கத் தொடங்கினால், பல பக்கங்கள் நீளும். ஆனாலும்கூட, சற்றே காற்று வேகமெடுத்து வீசினாலே அணைந்துபோகும் விளக்கிற்கு ஜீவன் இருப்பதால் அது அசைகிறது. அசைவதோடு மட்டுமில்லாமல், ஆண்டவனையே ஆட்டிப் பார்க்கிறது. இந்த ஹைக்கூ எழுதிய கரங்களுக்கு அன்பின் முத்தமொன்றைப் பரிசாகத் தரலாம்.

'பறவை
உதிர்த்த இறகு
இப்போதும் பறக்கிறது.'

அசையும் திரைச்சீலையின் நீள்காட்சியை அப்படியே படம்பிடிப்பதாக அமைந்துள்ளது இந்தக் கவிதை.

'உதிர்ந்த பூக்களால்
ஒப்பனை செய்துகொள்கிறது...'

- எனும் ஹைக்கூவின் முதலிரு வரிகளை வாசித்துவிட்டு, ஈற்றடி என்னவாக இருக்கும் என யோசித்ததில், எனக்கு வேறொரு காட்சிப் புலப்பட்டது. ஆனால், கவிஞர் இளையோன் ஒற்றைச் சொல்லில் புதுகாட்சியொன்றினை லாவகமாக வரைந்து செல்கிறார். அது என்ன வார்த்தையென்பதை நீங்களே நூலில் வாசித்து ருசியுங்கள்.

சில கவிதைகள் பொன்மொழி போலும், சில கவிதைகள் காட்சித்தன்மையின்றி நேரடியான விளக்கங்களாக இருந்தாலும், பல கவிதைகள் தேர்ந்த கவிஞனுக்குரிய வீரியத்துடன் எழுதப்பட்டுள்ளன.

'வேர்களைத் தேடி
பயணப்படும் துறவிகள்
இலையுதிர்காலத்தில்.'

போன்ற மீள்சிந்தனைக்கு நம்மை அழைத்துச் செல்லும் கவிதைகளும்,

'இரவில் கிளம்பும்
கப்பல்
நிலவை அடைகிறது.'

- என நம்மை மனநிறைவடையச் செய்யும் ஹைக்கூ மலர்களும் இந்நூலில் மணக்கின்றன.

இந்தச் சிறு 'தூறலில்' நனைந்ததுகூட, ஒரு பெருமழையில் குளித்தெழுந்த பேரானந்தத்தைத் தருகிறது.

வாருங்கள்... கவிதை மழையில் நனையலாம்.

16.09.2021

16

குளக்கரையில் அமர்ந்திருக்கின்றோம் நீயும் நானும்

அது, கொரோனா தொற்றுப் பரவலின் முதல் அலைக்கும், இரண்டாவது அலைக்குமான இடைப்பட்ட காலம். அலுவலகப் பணிகளைச் செய்தபடியே வீடடங்கிக் கிடப்பது சற்றே மன இறுக்கத்தைத் தர, படியிறங்கித் தெருவுக்கு வந்தேன். 'வா...'வென இரு கைநீட்டி எனையழைத்தது... யாருமற்ற அந்தத் தெரு.

கிளம்பும்போதே சானிடைசரைக் கைகளில் பயன்படுத்தி, கவனமாக மூக்கையும் வாயையும் மூடியபடி முகக் கவசத்தையும் அணிந்துகொண்டேன். முன்பெல்லாம் யாராவது முகத்தை மூடிக்கொண்டு தெருவுக்குள் வந்ததுமே, பெருங்குரலில் குரைக்கும் நாய், இப்போது என்னைப் பார்த்து வெறுமனே முகந்திருப்பிப் போனது. அதற்கும் தற்போதைய நிலை புரிந்திருக்கிறது போலும்.

பத்தடி தூரம் போயிருப்பேன். "என்ன நலமா..?" என்றொரு குரல் அழைத்தது. கம்பீரமான கணீர்க் குரல். ஏற்கெனவே கேட்ட குரலின் பரிட்சயம். திரும்பிப் பார்த்தேன். முகக் கவசம் அணிந்திருந்தார். தலையில் முண்டாசு. 'யாராயிருக்கும்.?' என குழம்ப, "என்னைத் தெரியவில்லை..? நான்தான் பாரதி..!" என்றதும், சட்டென என் நினைவுக்கு வந்துவிட்டது அந்த மகாகவியின் குரல்.

“ஆகா… எங்கள் மகாகவியே மன்னியுங்கள். முகக் கவசம் அணிந்திருந்ததால் சட்டென குரலை வைத்து நினைவுக்கு கொண்டுவர முடியவில்லை. நலந்தானே..?” என்றேன் சற்றே பதற்றத்துடன்.

“எல்லாம் நலம் தான். எப்படியிருக்கிறது தமிழ்க் கவிதை..?” என்று பாரதி கேட்கவே, “ம்ம்… நன்றாகவே இருக்கிறது” என்றேன். என் பதிலில் அதிருப்தியானவராய் எதுவும் பேசாமலே நின்ற பாரதி, “நீங்கள் முகநூலில் வரும் கவிதைகளைப் படிப்பதில்லையோ?!” என்றார்.

“பெரும்பாலும் படிக்காமல் தவிர்க்கிறேன்… பாரதி. அதில் வரும் பல கவிதைகள் அள்ளிக்கொட்டிய வார்த்தைக் குவியலாகவும், அவசர பிரசவங்களாகவும்தான் இருக்கின்றன” என்று நான் சொன்னதும், “உன் அவதானிப்பு சரிதான். ஆனாலும், ஹைக்கூவுக்கென ஏராளமான குழுக்கள் இருக்கிறதே… கவனித்தீரே?” என்று மறுகேள்வி கேட்டார்.

“எல்லாவற்றிற்கும் முதல் விதை போட்டவர் நீங்கள் தானே!” என்றதுமே, பாரதியின் கண்கள் கூரடைந்து, என்னையே உற்றுப் பார்த்தன. “தவறாக ஏதாவது சொல்லிவிட்டேனா..?” என்று மெல்லத் தயங்கிக்கொண்டே கேட்டேன்.

“எது தவறு? எது சரி? இதைத் தீர்மானிப்பது காலம்தான்; கவிஞனல்லவே! தமிழ் ஹைக்கூ தற்போது அடைந்திருக்கும் உயரம் எனக்கு மகிழ்ச்சி. ஹைக்கூ கவிஞர்கள் இன்னும் தெளிவையும், ஹைக்கூ குறித்த புரிதலையும் பெற வேண்டும்” என்ற பாரதியின் குரலில் நம்பிக்கை தொனித்தது.

“வருங்காலங்களில் இன்னும் வீர்யமான படைப்புகளுடன் ஹைக்கூ கவிஞர்கள் மேலெழுவார்கள்,பாரதி” என்றேன் நானும்.

“எனக்கும் அந்த நம்பிக்கையிருக்கிறது. ஆனாலும், தமிழ் ஹைக்கூ ஜப்பானிய மொழிக்குச் செல்லவே ஒரு நூற்றாண்டுக் காலம் காத்திருக்க வேண்டியதாயிற்றே! ‘பிற நாட்டுக் கலைச்செல்வங்கள் யாவும் கொணர்ந்திங்குச் சேர்ப்பீர்’ என்றேன். அதேபோல், தமிழிலக்கியச் செல்வங்களும் பிற மொழிகளுக்குக் கொண்டுசெல்லும் அவசியத்தை ஏனோ இங்கிருப்பவர்கள் செய்வதில்லை. மாற்றம் வரும், இல்லையேல், மாற்றத்தை வர வைப்போம்” என்று பாரதி சொல்லி முடிக்குமுன்னே, காற்றில் நிழலாய்ப் பாரதியின் உருவம் கரைய, செல்பேசி சிணுங்கியது. எடுத்துப் பார்த்தேன். மின்னஞ்சலில் புதுவரவொன்று.

தமிழ், ஆங்கிலம், கன்னடம் என மூன்று மொழிகளான ஹைக்கூ கவிதைகளைக் தம்பி கவி.விஜய் எனக்கு அனுப்பியிருந்தார். எங்கிருந்தோ பெருமகிழ்வோடு பாரதி புன்னகைப்பது போன்ற உணர்வு எனக்குள் கிளர்ந்தது.

'கை நழுவிய கண்ணாடிக் குடுவை' எனும் ஹைக்கூ நூலினை 2018ஆம் ஆண்டில் தனது முதல் நூலாக, படைப்புக் குழுமத்தின் மூலமாக வெளிக்கொண்டு வந்தவர் தம்பி கவி. விஜய். அந்த நூலுக்கு அணிந்துரை எழுதிய கணமும், அந்த நூலின் வெளியீட்டு விழாவில், என்னிலும் உயர்ந்த தம்பி கவி. விஜயைச் சற்றே குனிய வைத்து, அவரது கன்னத்தில் என் அன்பின் முத்தத்தைப் பதித்த கணமும் என்னால் எப்போதுமே மறக்க முடியாதவை.

தனது முதல் நூலிலேயே மிகுந்த நம்பிக்கையூட்டும் ஹைக்கூ கவிதைகளோடு எனக்கு அறிமுகமான கவி.விஜயின் கவிதைகளுக்கு நான் முதல் ரசிகனானதில் வியப்பொன்றுமில்லை. எம்பிஏ., படித்துவிட்டு, சுயதொழில் செய்யும் ஆர்வத்தோடு இருக்கும் ஒரு கிராமத்து இளைஞன் எதிர்கொள்ளும் எல்லா சவால்களையும் சந்தித்தவர் தான் கவி.விஜய். ஆனாலும், எவ்வித மனச்சோர்வும் இல்லாமல், 'ம்... செய்யலாண்ணே..!" எனும் ஒற்றைச் சொல்லில் கடந்துபோகும் மனத்துணிவும், தெளிவும் கவி.விஜயிடமிருக்கிறது. இதற்குப் பின்புலமாக இருப்பது அவரது கவிதை மனம் என்பதை அறிந்த பிறகே, கவி.விஜயைக் கொண்டாடத் தொடங்கினேன்.

'கவிதை மனம் படைத்தவர்க்கு தேடலில் ஆர்வமிருக்கும். தேடலுள்ள எவரும் சோர்வடைவதில்லை' என்பதை மீண்டும் நான் கண்டுணர்ந்தது தம்பி கவி.விஜய் வழியே தான். எவ்வளவு நெருக்கடிக்கு மத்தியிலும் தனித்திருந்து யோசிக்கும் பக்குவமும், செல்ல மகளோடு கிளம்பிப்போய் மலையுச்சியில் மல்லாந்து படுத்து, நிலவொளியில் நனையும் பாக்கியமும் இங்கு எத்தனை பேருக்கு வாய்த்திருக்கிறது..?

ஆமாம்; அப்போதும் சொன்னேன்; இப்போதும் சொல்கிறேன். தம்பி கவி.விஜய்... கவிதையைத் தேடி அலைபவர்கள் மத்தியில், கவிதையாகவே வாழ்பவன் நீ. உன் கழுத்திற்கு விழும் புகழ் மாலைகளுக்கும், உன் செயல்பாடுகளுக்கு கிடைக்கும் வெற்றிகளுக்கும் மிகப் பொருத்தமானவன் நீயின்றி வேறு யாருமில்லை.

‘கடன் வாங்கியவன்
கைகள் நடுங்குகின்றன...
பிடிமண் போடுகையில்.’

- என்ற கவி.விஜயின் முதல் தொகுப்பிலுள்ள கவிதையை வாசித்துவிட்டு, மனம் நடுங்கிப்போனது இன்னமும் என் நினைவில்.

ஹைக்கூ என்பது வெறும் காட்சி மட்டுமல்லவே! கவிதையை வாசிக்கும் வாசகனின் மனம் ஒன்றிணைய வேண்டும். வாசக மனசோடு சேர்ந்தியங்கும், வாசகனையும் படைப்பாளியாக்கும் வீர்யமான ஹைக்கூ கவிதைகள் கவி.விஜயிடமிருந்து ஒன்றாய், நூறாய் வெளிப்பட்டுள்ளன.

தமிழ் மொழியின் பல்லாயிராமாண்டு செழுமையையும், ஜப்பானிய ஹைக்கூ கவிதையின் நுட்பத்தையும் ஆழமாய் உள்வாங்கி, தமிழில் படைக்கப்படும் ஹைக்கூ கவிதைகள், தமிழகம் கடந்து பிற இந்திய-உலக மொழிகளில் செல்ல வேண்டுமென்கிற பெருங்கனவு எனக்குண்டு. கவிக்கோ அப்துல் ரகுமான் அவர்களிடம் நேர்சந்திப்பொன்றில் பகிர்ந்தபோது, “உனக்குப் பிடித்தமான 100 தமிழ் ஹைக்கூ கவிதைகளைத் தொகுத்துக்கொண்டு வா. அதை உலக மொழிகளுக்கு கொண்டுசெல்ல நான் வழி செய்கிறேன்...” என்றார். அந்தப் பணி நிறைவுறுமுன்னே, காலம் கவிக்கோவை நம்மிடமிருந்து பறித்துச் சென்றுவிட்டது.

‘இலை வடிவில் வெயில்’ எனும் தலைப்பில் தம்பி கவி.விஜயின் தேர்ந்த 200 கவிதைகள் ஆங்கிலத்திலும், கன்னடத்திலும் வருவதில் பேரானந்தம் எனக்கு. பல நாட்கள், பல மணி நேரம் கவி.விஜயின் கவிதைகளும் நானும் கட்டுண்டுக் கிடந்தோம். ஒவ்வொரு வாசிப்பிலும் வேறொரு புதுப்பார்வையைத் தரும் கவிஞரின் ஹைக்கூ கவிதைகள், தமிழில் ஹைக்கூ அடைந்திருக்கும் உயரம் எதுவெனக் காட்டுவதற்கான அளவுகோலாகிறது. ஆங்கிலத்திலும் கன்னடத்திலும் மொழியாக்கம் செய்திருக்கும் கவிஞர் வே.புகழேந்தி அவர்களுக்கு எனது கனிந்த பாராட்டும் நன்றியும்.

எந்தக் கவிதையைச் சொல்ல, எதை விட எனத் தெரியாமல் மனம் திகைத்து நிற்கிறேன். இந்நூலிலுள்ளவை இரு நூறு கவிதைகளே என்றாலும், பல நூறு விதமான சிந்தனைக் கிளர்ச்சிகளை உண்டாக்குகின்றன இக்கவிதைகள்.

‘குளத்து மீன்களை
ஒன்றாய்க் குவிக்கிறது
பூ உதிர்த்த மரம்.’

சாதாரண காட்சிகள்கூட கவி.விஜயின் ஹைக்கூ கவிதைகளில் கூடுதல் அர்த்தம் பொதிந்தவைகளாக உருமாறுகின்றன.

வாழ்வின் பெரிய தத்துவங்களையெல்லாம்கூட மூன்றே வரிகளில் ஹைக்கூவாகச் சொல்லிவிடும் நுட்பம் கவி. விஜய்க்கு வெகுஇயல்பாய் வாய்த்துள்ளது. பல கவிதைகள் அப்படியாய் உள்ளன. அதிலொரு துளி இது;

‘உலர்ந்த தும்பி
மெல்லத் தரையிறங்குகிறது
சிலந்தி வலையிலிருந்து.’

எல்லோரும் மழை பார்த்திருக்கிறோம். எல்லோரும் மழையில் நனைந்திருக்கிறோம். ஆனாலும், மழையை ஆழமாக உள்ளுணர்ந்து எழுதுகிறார் கவி.விஜய். ஒன்று இல்லாத போதுதான் மற்றொன்றினை நெருங்கிப் பார்க்கிறோம் என்பதையும் சேர்த்தே உணர்த்தியுள்ளார் இந்த ஹைக்கூவில்.

‘மின்சாரம் நின்றதும்
ஆழமாக உணர முடிந்தது
பெய்யும் மழையை.’

வேடன் வீட்டுத்தோட்டத்திலும் விடியற்காலையில் குயில்கள் பாடுவதும், இடையன் தோளில் மாட்டிய தொரட்டி சூரியனை இழுக்க முயற்சிப்பதும், கோபுரத்தில் வாழும் கோயில் புறாக்கள் சேரியில் தானியம் உண்பதையும் அழகும் அர்த்தமுமிக்க ஹைக்கூவாக எழுதியுள்ள தம்பி கவி.விஜய், தமிழ் ஹைக்கூவின் தனித்துவமான கவிஞர் என்று சொல்வதில் பெருமை கொள்கிறேன்.

எனக்குப் பிடித்த, என் மன ஓர்மைக்கு மிக அருகில் நெருங்கிவரும் கவி.விஜய்யின் கவிதைகள், தமிழ் ஹைக்கூவுக்கு புதிய பொழிவையும் செறிவையும் தருகின்றன.

‘எல்லோரும் கோவிலுக்குள்
நுழைய, குளக்கரையில்
அமர்ந்துவிட்டேன்.’

- என்று எழுதியுள்ள தம்பி கவி.விஜய், உன் இடதுபுறமாய்த் திரும்பிப் பார். நானும்தான் அந்தக் குளக்கரையில்தான் உன் போலொரு துணைக்காக உட்கார்ந்திருக்கிறேன். நீயும் நானும் வேறுவேறல்ல. 'இலை வடிவில் வெயில்' மட்டுமா இருக்கிறது, இதோ... என் வடிவில் நீ. உன் வடிவில் நானிருக்கிறேன். தமிழ் ஹைக்கூ இன்னும் தொடப்போகும் உயரங்களில் நீயும் இருப்பாய். உன் கவிதைகளும் இருக்கும்.

22.09.2021

17

பேரன்பினாலான கவிதைக் கூடு

கவிதை எழுதுவதென்பது அவரவர் மனநிலை சார்ந்த ஒன்று. ஒருவருக்கு புறத்திருந்து கவிதை எழுவதற்கான தூண்டுதலை மட்டுமே நம்மால் தர முடியும். ஆனாலும், அகத் தூண்டுதலில்லாமல் யாராலும் ஒரு வரியும் எழுத முடியாது. அதையும் மீறி வற்புறுத்தலின் காரணமாக எவரேனும் எழுதினால், அவை ஒருபோதும் கவிதையாக இராது. வெறும் சொற்குவியலாகவே இருக்கும்.

காலங்காலமாய் புத்துயிர்ப்போடு இயங்கிவரும் தமிழிலக்கியப் பரப்பில், கவிதையை விரும்பி வாசிக்கும் ஏராளமான வாசகர்கள் இருக்கவே செய்கிறார்கள். காலந்தோறும் கவிதைகள் வேறு வேறு வடிவங்களில் மாறி வந்தாலும் எல்லாக் கவிதை வடிவங்களுக்குமான வாசகர்களும் எப்போதும் இருந்துகொண்டேயிருக்கிறார்கள்.

கவிதை நூல்கள் விற்பதில்லை என்பது எங்கோ, யாரோ, எதற்காகவோ சொல்லிவிட்டுப்போன ஒரு காற்று வாக்கிலான தகவல், தமிழில் உண்மை போல் பலராலும் திரும்பத் திரும்பச் சொல்லப்படுகிறது. கால வரலாற்றின் வழி நின்றும், ஆண்டுதோறும் தமிழில் வெளியாகும் நூல்களின் பட்டியலை முன்வைத்தும் பல நேரங்களில், பல மேடைகளில், பல

நூல்களின் வழி எனது மறுப்பைத் தொடர்ந்து பதிவுசெய்து வருகின்றேன்.

தமிழில் கவிதை எழுதுவர்களின் எண்ணிக்கையை விட பன்மடங்கு அதிகமான வாசகர் வட்டம் கவிதைக்கென்று இருக்கிறது. நல்ல கவிதை நூல்களைத் தேடிப் படிப்பதும், பிடித்த கவிதைகளைப் பகிர்ந்து கொள்வதுமான நல்போக்கு எப்போதும் தொடர வேண்டும். நல்ல கவிதையைக் கொண்டாடும் வாசகர்கள் எண்ணிக்கை கூடிக்கொண்டே வருவது தான் நல்லிலக்கிய சூழலுக்கான ஆரோக்கியமான அறிகுறி என்று சொல்வேன்.

இளையவர்களின்-புதியவர்களின் பல நூறு கவிதை நூல்கள் வெளிவர ஏதோவொரு வகையில் என்னாலான முன்னெடுப்புகளை எப்போதும் மனம் தளராமல் பல்லாண்டுகளாகச் செய்து வருகிறேன்.

இன்றைக்கும் ஓராண்டிற்கு குறைந்தபட்சம் இருபதுக்கும் மேற்பட்ட கவிஞர்களின் கவிதை நூலாவது முதல் நூலாக வெளிவந்து கொண்டுதான் இருக்கின்றன. அதற்கென வாசகர்களும் இருக்கவே செய்கிறார்கள். பெருநகரம், சிறு நகரங்களைக் கடந்து, குக்கிராமங்களைச் சேர்ந்த இளைஞர்களும் இன்றைக்கு கவிதைத் துறையில் புதுத்தடம் பதித்து வருவதை மிகுந்த எதிர்பார்ப்போடு பார்க்க முடிகிறது.

தலைமுறை தலைமுறையாக விவசாய பணிகளைச் செய்துவரும் உழுகுடிகளின் வாழ்வியலை அருகிருந்து உற்றுப் பார்க்கும் கிராமத்து இளைஞனின் கவிதையில் வெளிப்படும் வெப்பத் தகிப்பினை வேறு எவர் கவிதையிலும் காணுதல் அரிது.

உயிர்ச் சுருங்க நிலத்தில் பாடுபட்டு, ஒட்டிய வயிற்றோடு உலகுக்கே உணவு படைக்கும் விவசாயி விளைவிக்கும் பொருளுக்கான விலையை நிர்ணயிக்க விவசாயியால் முடியாத நிலையே இன்றைக்கும் நீடிக்கிறது.

'சும்மாடு கால் பணம்; சுமைக்கூலி முக்கால் பணம்' எனும் ஏற்றத்தாழ்வான சூழலில், சிக்கித் தவிக்கிறான் விவசாயி.

விழுந்து கிடக்கும் ஏழை விவசாயியின் கண்களில் கசியும் கண்ணீரைத் துடைத்தெறியாமல் இந்த தேசத்திற்கு ஒருபோதும் விடிவு கிடைக்காது என்பதை உணராதவர்களாய் நம் ஆட்சியாளர்கள் இருப்பது இன்னும் பேரவலான நிலை.

'சுழன்றும் ஏர்ப் பின்னது உலகம்' (குறள்:1031) என்றார் பொய்யாப்புலவர் வள்ளுவப் பெருந்தகை. காலத்தின் கோலத்தைத் தன் கவிதை வரிகளால் தீட்டிச் செல்லும் கவிஞனுக்காகவே காலமும் காத்திருக்கிறது.

இதோ... நேற்றைப் போலிருக்கிறது. கடந்தோடி விட்டன 21 ஆண்டுகள். 1999ஆம் ஆண்டு ஏப்ரலில் அன்புக்கவிஞர் இளையவன் சிவா எழுதிய 'மின்மினிகள்' எனும் ஹைக்கூ கவிதை நூல் வெளியானது. கைக்கு அடக்கமான அந்தக் குறுநூலில் மனசிற்கு நெருக்கமான ஹைக்கூ கவிதைகள் இடம்பெற்றிருந்தன. இந்த நூலை எனது 'தமிழ் ஹைக்கூ நூற்றாண்டுத் தடத்தில்...' எனும் தொகுப்பு நூலில், தமிழில் வெளியான ஹைக்கூ நூல் வரிசையில் 67ஆவது நூலாகச் சேர்த்திருந்தேன்.

கடந்த வாரத்தில் திடீரென ஒரு நாள் செல்பேசியில் அழைத்த கவிஞர் இளையவன் சிவா, "என்னோட இரண்டாவது ஹைக்கூ நூல் வெளிவருகிறது" என்று சொன்ன கணத்தில், எனக்குள்ளும் உற்சாகச் சிறகுகள் திடீரென முளைத்துக்கொண்டன.

இருபதாண்டுக் காலம் பணிச்சூழலில் கவிதை எழுதாமலிருந்தாலும், கவிஞனுக்குள் வற்றிப் போகாதிருந்த கவிதை நீரூற்று, மீண்டும் சுரந்திருப்பதில் வியப்பொன்றுமில்லை. உங்கள் கைகளில் இருக்கும் 'எனது தூரிகையில் விரியும் காடு' எனும் கவிஞர் இளையவன் சிவாவின் இரண்டாவது கவிதை நூலை, கவிஞரின் இரண்டாம் பிறப்பென்றே சொல்வேன்.

சிக்கல்கள் நிறைந்த சமுதாயத்தை விட்டு விலகிச் செல்லாமல், நடந்த நடக்கிற நிகழ்வுகள் அனைத்தையும் உற்று நோக்கி, தனது மூன்றே வரிகளாலான குறுங்கவிதைகளில் அழகாகப் பதிவு செய்துள்ளார் இளையவன் சிவா.

உடுமலை அருகேயுள்ள கொழுமம் குப்பம்பாளையத்திலுள்ள அரசு உயர்நிலைப் பள்ளியில் பட்டதாரி ஆசிரியராகப் பணியாற்றும் இளையவன் சிவாவுக்கு பிடித்தமான கவிதை வடிவமாக ஹைக்கூ இருக்கிறது என்பதை இக்கவிதைகளை வாசிக்கும் எவராலும் உணர்ந்துகொள்ள முடியும்.

சின்னச் சின்னச் சொற்கள், ஊளைச் சதையில்லாமல் செதுக்கிய சிற்பங்கள் போல அழகான வரிகள் என முதல் வாசிப்பிலேயே நம் கவிதை ஆர்வத்துக்கு நீரூற்றுகிறார்

கவிஞர். உள்ளே செல்லச் செல்ல நம் மனசின் தாழ்வாரங்களில் ஈரத் தூறல்களைச் சொறிகின்றன... இந்நூலிலுள்ள ஹைக்கூ கவிதைகள்.

'கொடி பறக்கும் ஊர்
கூடு கட்டும் பறவை
தேடுகிறது மரத்தை.'

என்றெழுதியிருக்கும் கவிஞர் இளையவன் சிவாவும் ஒரு பறவையின் மனமொத்த தேடுதல் குணம் படைத்தவர் என்பதை கவிதைகளே முன்நின்று மொழிகின்றன.

'தென்னங்கீற்றில்
ஊசலாடும்
காகத்தின் அலகில் மீன்.'

இந்த ஹைக்கூ என்னை வெகுவாக கவர்ந்தது. யோசிக்கையில் மீன் கொத்திய காகத்தின் உற்சாக மனநிலை எனக்கும் வாய்த்தது. காற்றில் அசையும் தென்னங்கீற்றின் நிழல், ஒவ்வொரு அசைவிற்கும் வேறொரு உருவம் காட்டுவதைப்போல் ஒவ்வொரு வாசிப்பிலும் இந்த ஹைக்கூ புதுப்புதுப் பார்வையை எனக்குத் தந்தது.

'அலையில்லை படகில்லை
துள்ளி விளையாடுகிறது...'

- என்ற ஹைக்கூவின் முதலிரு வரிகளை வாசித்துவிட்டு, ஈற்றடி என்னவாக இருக்குமென சில நொடிகள் எனக்குள்ளே யோசித்தேன். பிறகு, கவிஞர் என்ன எழுதியிருப்பார் என்றறியும் ஆவலில் ஈற்றடியைப் படித்தேன்.

'தொட்டி மீன்'

- என்று கவிஞர் எழுதியிருந்தது என்னை ரொம்பவே நெகிழ வைத்தது. ஆகா... என்ன அழகான சிந்தனை என்று மனதாரப் பாராட்டினேன்.

எதையும் நறுக்குத் தெறித்தாற்போல் சுருக்கென சொல்லும் கவிஞர் இளையவன் சிவாவுக்குத் தமிழ் ஹைக்கூவில் நல்ல வளமான எதிர்காலம் இருக்கிறது.

நிலா இளைப்பாற நிற்கும் சிறுமியும், தாயை வரைந்த ஓவியத்திலும் தலையிலும் இடுப்பிலும் சுமையோடு இருப்பதும், மழைப்பாட்டை ரசிக்கும் தவளையும் இளைப்பாறும் பாம்பும்

தமிழ் ஹைக்கூவிற்குப் புது அழகையும் அர்த்தத்தையும் தரும் தெறிப்பான ஹைக்கூ முத்துக்களாக ஒளிர்கின்றன.

சில கவிதைகள் காட்சி நுட்பமின்றி, நம்மை வெறுமனே கடந்துபோகவும் வைக்கின்றன. ஆழ்கடலில் மூச்சடக்கி அள்ளிவரும் எல்லாச் சிப்பிக்குள்ளும் முத்துக்கள் இருந்துவிடுவதில்லையே..!

காலமெனும் இடைவெளியைத் தன் கவிதைகளால் கடந்து, நம் கண்முன்னே கவிஞர் இளையவன் சிவா, தனது தூரிகையால் விரித்திருக்கும் கவிதைக்காடு, நீங்களும் நானும் நாம் எல்லோரும் சேர்ந்தே வாழும் பேரன்பினாலான கவிதைகளின் கூடாகவும் விரிந்திருக்கிறது. உங்கள் தூரிகையில் காடு மட்டுமா, இல்லையில்லை... இந்தப் பிரபஞ்சமே விரியக் காத்திருக்கிறது.

26.12.2021

18

புத்தனுக்கும் பாரதிக்கும் பிடித்த கவிமகள்

'நாளை விடிந்ததும் புத்தர் சிலையை உடைக்கப் போகிறார்கள்' எனும் செய்தி, எப்படியோ சீடர்கள் மத்தியில் பற்றிக்கொண்டது. சீடர்கள் பதறினார்கள். என்ன செய்வதெனக் கூடிப் பேசினார்கள். 'எப்படியாவது புத்தர் சிலையை உடைக்காமல் காக்க வேண்டும்' என்பது அவர்களின் எண்ணமாக இருந்தது.

'சிலையை உடைப்பவர்கள் வருமுன்னே, சிலையை யாரும் அறியாவண்ணம் வேறு இடத்திற்கு அப்புறப்படுத்தி விடலாம்' என்று ஒன்றாகக் கூடி முடிவெடுத்தனர்.

அந்தி சாய்ந்து இருள் சூழ்ந்தது. சீடர்கள் ஒவ்வொருவராக எழுந்து, உள்ளே சென்றனர். புத்தர் சிலையைக் கனமான துணியால் சுற்றினர். அப்படியே தூக்கிக்கொண்டு வெளியேறினர்.

சிலையைச் சுமந்துகொண்டு, சீடர்கள் வேகமாக நடந்தனர். நல்ல கனமான சிலையது. ஆனாலும், புத்தரைக் காப்பாற்றி விட்டோம் என்பதில் சீடர்களின் மனம் லேசாகியிருந்தது. கைகளிலும் கால்களிலும் வலுவேறியிருந்தது.

இருட்டில் கண்களைக் கூர்த்தீட்டிக்கொண்டு நடந்து சென்றனர்.

அப்போது துறவியொருவர் எதிரே வந்தார். சீடர்கள் துறவியை வணங்கினர்.

"எதை இப்படிச் சுமக்க முடியாமல் சுமந்து செல்கிறீர்கள்..?" என்று துறவி கேட்டார்.

"விடிந்தால் புத்தர் சிலையை உடைத்துவிடுவார்கள். ஆகவே, பாதுகாப்பான இடத்துக்குப் புத்தரைக் கொண்டு செல்கிறோம்... குருவே!" என்றான் சீடனொருவன்.

லேசான புன்னகையொன்றினை உதிர்த்தார் துறவி. அந்த இருட்டிலும் துறவியின் புன்னகை சீடர்களைச் சீண்டியது.

"ஏன் சிரிக்கிறீர்கள்... குருவே?" என்றான் ஒரு சீடன்.

"வேறென்ன செய்வது..? புத்தரை யாராலும் உடைக்க முடியாது என்பது உங்களுக்குத் தெரியாதா..? இன்னொன்றையும் தெரிந்துகொள்ளுங்கள்; புத்தர் என்பவர் இந்தச் சிலையில் இல்லை. அவர் கொள்கைகளில் வாழ்கிறார். உன்னில், என்னில் வாழ்கிறார். யாருக்கும் எதையும் போதிக்காமல், வலிந்து திணிக்காமல், தன் வாழ்வின் போக்கிலேயே கொள்கையை உள்வாங்கி, அதன்படி வாழ்ந்து காட்டுவதே புத்தரை நாம் வணங்குவதற்கு சமமான செயல். இப்போது நீங்கள் சுமந்துசெல்வது வெறும் கல்லைத்தான்..!" என்று சற்றும் அதிராமல் சொல்லி முடித்தார் துறவி.

சீடர்கள் சுமந்து நின்ற சிலை இப்போது ரொம்பவும் கனத்தது. சுமக்க முடியாமல் கீழே போட்டனர். எந்த சத்தமுமில்லாமல் கீழே விழுந்தது சிலையல்ல... வெறும் கல். எதிரே பார்த்தனர். துறவியைக் காணவில்லை. சுற்றும்முற்றும் பார்த்தனர். யாரும் அங்கு வந்து போனதற்கான சுவடுகள் ஏதுமில்லை. அப்படியே முழங்காலிட்டு தரையில் அமர்ந்த சீடனொருவன் கண்களை மூடிக்கொண்டு சொன்னான்;

"ஆமாம்; உண்மைதான். புத்தர் இந்தச் சிலையில் இல்லவே இல்லை; இப்போது அவர்தான் வந்தார். வந்தபடியே அவர் சென்றார்."

எண்பதுகளின் மத்தியில் தமிழில் புதிய அலையென ஹைக்கூ கவிதைகள் அறிமுகமானபோது, ஜப்பானிய ஹைக்கூ பற்றியோ, ஜென் பற்றியோ, புத்தரைப் பற்றியோ ஏதுமறியேன். ஆனாலும், ஹைக்கூவின் மூவரி என்னை வசீகரித்தது. பிறகுதான் மெல்ல மெல்ல அந்த ஆழ்கடலில் மூழ்கினேன். தேடித் துழாவியபோதுதான் ஓர் உண்மை தெரிந்தது. எனக்குள் கடலில்லை; கடலுக்குள் நானுமொரு துளியாகியிருக்கிறேன்

என்பது. இன்னமும் முத்தெடுக்கவில்லை. ஆனாலும் அதற்கான முயற்சிகளை விடாமல் தொடர்கிறேன்.

எங்காவது ஒரு நல்ல ஹைக்கூ கவிதை கண்ணில் பட்டாலும் அதைக் கொண்டாட்டத்தோடு வரவேற்கும் என் முன்னே, கை நிறைய ஏராளமான முத்துக்களை அள்ளி நிற்கும் அன்பு மகள் பூ.தனிஷ்கா பாரதியை அப்படியே அள்ளியணைத்து ஆனந்திக்கிறேன்.

தமிழிலக்கிய உலகில் பொள்ளாச்சியை இன்னொரு நன்னம்பிக்கை முனையாக மாற்றியதில் பொள்ளாச்சி இலக்கிய வட்டத்திற்கு மிகப் பெரிய பங்கிருக்கிறது. மாதந்தோறும் பொள்ளாச்சி இலக்கிய வட்டத்தில் நடைபெறும் இலக்கியக் கூட்டத்தில் பங்கேற்க, தமிழகத்தின் ஏதாவதொரு மூலையிலுள்ள கிராமத்திலிருந்து யாராவது ஓரிரு படைப்பாளிகள் கிளம்பி வந்துகொண்டே இருக்கிறார்கள் என்பதே தற்போதைய புது வரலாறாக மாறியிருக்கிறது.

இந்தச் செயல்பாட்டின் பின்னே, பல தனி மனிதர்களின் பேருழைப்பு இருக்கிறது என்பதையும் அறிவேன். இதன் செயலாளராக இருக்கும் கவிஞர் இரா.பூபாலனைப் பல்லாண்டுகளாக நன்கறிவேன். ஆர்வத்தோடும் துடிப்போடும் காத்திரமான படைப்புகளைப் படைத்துவரும் கவிஞரிவர். புதிதாக எழுத வரும் கவிஞர்களைப் பாராட்டி வரவேற்கும் இரா.பூபாலனின் வீட்டிற்குள்ளேயே ஒரு இளங்கவி முகிழ்த்திருப்பதறிந்து பெருமகிழ்ச்சி அடைந்தேன்.

அப்பாவுக்குப் பிடித்த செல்லப் பிள்ளையான கவிஞர் இரா.பூபாலன், தனது அப்பாவைப் பற்றி எழுதியிருக்கும் பல கவிதைகள் எனக்கு மிகவும் பிடித்தமானவை. கவிஞரான தன் அப்பாவின் விரல் பற்றி எழுதியிருக்கும் கவிஞர் பூ.தனிஷ்கா பாரதியின் பல கவிதைகள் என்னை ரொம்பவே யோசிக்க வைத்தன.

இந்த உலகினை ஆழ-அகல காண்பதற்கு அனுபவ அறிவும் வேண்டுமென்பதை மறுப்பதற்கில்லை. அதே வேளையில், எதையும் கூர்ந்து உள்வாங்கி வெளிப்படுத்த வயது ஒரு தடையாய் இருந்ததில்லை என்பதை பல நேரங்களில் உணர்ந்திருக்கிறேன். அன்பு மகள் பூ.தனிஷ்கா பாரதியின் ஹைக்கூ கவிதைகளை வாசித்த கணத்திலும் இந்த எண்ணம் என் மனதில் ஆழமாக உறுதியானது.

கொரோனோ பெருந்தொற்று நம்மை, நம் வாழ்வை, நம் தொழிலை என மொத்தத்தையும் சூறையாடிச் சென்றிருக்கிற வேளையிலும், பள்ளி - வீடு என இரு இடங்களுக்கு மட்டுமே ஒரே தடத்தில் நடந்து சலித்த குழந்தைகளுக்குள் இந்தப் பெருந்தொற்று காலத்தின் உள்ளிருப்பு எவ்வளவு பெரிய படைப்பு ஊற்றுக்கண்ணைத் திறந்துவிட்டிருக்கிறது என்பதறிகையில், கொரோனாவுக்கும் சின்னதாக ஒரு நன்றி சொல்லத் தோன்றுகிறது.

கவிக்கோவின் 84 ஆவது பிறந்த நாளையொட்டி 'தூண்டில்' ஹைக்கூ இதழ் சார்பில் நடைபெற்ற ஹைக்கூ கவிதைப்போட்டியில் சிறந்த கவிதைகளைத் தேர்வுசெய்யும் பணியில் ஈடுபட்டிருந்தேன். கவிஞரின் பெயரில்லாமல் என் பார்வைக்கு வந்த கவிதைகளில் அந்த ஒற்றை ஹைக்கூ தனித்து என்னை ஈர்த்தது. தேர்வுசெய்து முடித்த பிறகு யார் எழுதியது என பார்த்தபோது வியந்துபோனேன்.

பொள்ளாச்சியில் எட்டாம் வகுப்புப் படிக்கும் மாணவி பூ.தனிக்ஷா பாரதி எழுதியிருந்த கவிதை இதுதான்.

'உலகைத் துறந்த
புத்தனின் தலையில்
நூற்றியெட்டு நத்தைகள்.'

எனக்குள்ளேயே பலமுறை சொல்லிப் பார்த்துக்கொண்டேன். ஒவ்வொரு உச்சரிப்பிலும் என்சிந்தனையோட்டத்திற்கேற்ப இடம் மாறிக்கொண்டேயிருந்தன நூற்றியெட்டு நத்தைகளும். 'யாரிந்த கவிஞர்?' எனும் தேடலில்தான் கவிஞரின் மகளென்பதையறிந்து பெரிதும் மகிழ்ந்துபோனேன். உடனே செல்பேசியில் அழைத்து என் வாழ்த்துகளைப் பகிர்ந்தேன்.

கவிஞர் மித்ரா முதலாமாண்டு நினைவு ஹைக்கூ போட்டியில் நான்காம் பரிசினை வென்ற அந்தக் கவிதையை விழா மேடையில் நான் வாசித்தபோதே, பலரின் பாராட்டுகளைக் கவிதைப் பெற்றது.

'உண்டியலின்
ஒவ்வொரு சேர்க்கைக்கும்
குலுக்கிப் பார்க்கிறேன்.'

ஆகா... என்னைக் குலுக்கியெடுத்த கவிதைகளுள் ஒன்றல்லவா! இதை எழுதியதும் கவிஞர் பூ.தனிஷ்கா பாரதியே.

பள்ளியில் படிக்கிற காலத்திலேயே கவிதை எழுதுகிறதிறனைப் பெற்றிருப்பதோடு, ஹைக்கூவின் செயற்கைத்தனமழித்த இயல்பான வெளிப்பாட்டு உத்தியை வெகு இயல்பாக கவிதைகளில் பதிவுசெய்யும் பூ.தனிஷ்கா பாரதியின் கவிதைகள் நூலாக வர வேண்டுமென்று விரும்பியவர்களுள் நானுமொருவன்.

இந்த நூலிலுள்ள ஒவ்வொரு கவிதையும் எனக்குள் நிகழ்த்திய மன உணர்வை விரித்தால், அதுவே தனி நூலாகிவிடும். அள்ள அள்ளக் குறையாத இயல்பு ததும்பும் பார்வையும், நுட்பமும் செறிவுமான கவிதை வெளிப்பாடும் பூ.தனிஷ்கா பாரதியின் கவிதைகளில் கொட்டிக் கிடக்கின்றன.

'குவளையில் விழுந்த
ஒரு துளி மழை
சர்க்கரை இல்லாமலேயே ருசிக்கிறது.'

எப்போது படித்தாலும் ருசியைத் தரும் நல்ல கவிதை.

'மரப்பொந்தின் சிறு ஓட்டையில்
சிக்கிய கழுகின் கழுத்தலகில்
நெளியும் புழு.'

- என்று தன் சின்னத் தூரிகையைக் கொண்டு பூ.தனிஷ்கா பாரதி தீட்டியிருக்கும் ஓவியம், மனதில் அப்படியே மாட்டிக் கொள்கிறதே..!

அம்மாவின் வண்டிச் சத்தம் கேட்டு தலைகீழ் வீட்டை நேர் செய்யும் லாவகத்தையும், ஒரே பக்கத்தில் அச்சிடப்பட்ட புலியும் ஆடும் உறுமிக் கொள்வதையும், பலகனி குருவிக்கூட்டில் தினமும் பூக்களைச் செருகுவதையும், அப்பாவின் அமுதசுரபிகளில் குட்டிக் கதைகள் சுரப்பதையும் உனையன்றி வேறு யாரால் எழுத முடியும்... மகளே?

சிறுவயதிலேயே இளையபாரதியாய் கவிதையில் சுடர்முகம் காட்டிவரும் கவிமகள் பூ.தனிஷ்கா பாரதிக்கு, என் அன்பில் பூத்த வாழ்த்துகளைப் பகிர்ந்து மகிழ்கிறேன்.

'கண்ணிமையை உரசிச் சென்ற
பட்டாம்பூச்சி
ஒரு நொடி தேவதையானேன்.'

- என்று எழுதியிருக்கும் பூ.தனிஷ்கா பாரதியை, 'ஆமாம்... மகளே! நீயொரு கவிதை தேவதை தான்' என்று வழிமொழிவதிலும் பெருமிதம் கொள்கிறேன்.

பூ.தனிஷ்கா பாரதி எழுதிய ஹைக்கூ கவிதைகளின் வழியே ஞானப் புத்தன் புன்னகைக்கின்றான். இளைய கவியின் பார்வையில் மகாகவி பாரதியின் தீட்சண்யம் தெரிகிறது.

உலகின் உயரங்களை நாளைத் தொடப்போகும் தமிழ் ஹைக்கூவில் உன் கவிதைகளும் சேர்ந்திருக்கும்... மகளே. கவிஞரையே மகளாகப்பெற்ற ஒரு தந்தையின் பூரிப்பில் நானும் கலந்திருக்கின்றேன். நீங்களும் இருப்பீர்கள்.

26.12.2021

19

மனத்தாழ்வாரங்களில் ஊஞ்சலாடும் வரிகள்

நீண்ட நெடிய வரலாற்றையுடைய தமிழ்க் கவிதை, தொடக்கக் காலந்தொட்டே மரபில் வேர்க்கொண்டு செழித்திருந்தது. இருபதாம் நூற்றாண்டின் தொடக்கத்தில் மகாகவி பாரதி தொடங்கி வைத்த சுதந்திரக் கவிதை எனும் வசன கவிதை, பின் புதுக்கவிதையாகப் பரிணமித்து, வெகுமக்கள் அனைவருக்குமான கவிதையாகப் பொதுமையாகியது.

இருபதாம் நூற்றாண்டின் தொடக்கத்திலேயே அறிமுகமானாலும், அரை நூற்றாண்டுகள் கழிந்த பிறகே, தமிழில் ஹைக்கூ எனும் ஜப்பானிய மூவரிக் கவிதை, பல இளைய தலைமுறை படைப்பாளிகளைத் தன் பக்கமாக ஈர்த்து எழுதத் தூண்டியது.

எந்தவொரு கவிதை வடிவத்தையும் யாராலும் வேண்டாமென்று அழித்திடவோ, திட்டமிட்டுப் பரப்பிடவோ முடியாது. காலத்தின் தேவையும் சூழலும் கவிதையின் ஈர்ப்புமே ஒரு கவிதை வடிவம் நிலைகொள்ள காரணிகளாக அமைகின்றன. எந்தப் படைப்பாளியிடமும் ஒரு கவிதை வடிவத்தை வலிந்து திணித்துவிடவும் முடியாது. அவர் கைப்பிடித்து நாம் எழுத வைத்திடவும் முடியாது. படைப்பாளியின் மனதில் ஒரு படைப்பின் வடிவம் உள்ளிறங்கி, அவரது சிந்தனையில் கருவாகி,

மு.முருகேஷ் | 137

பின் அதே வடிவத்தில் படைப்பாக வெளிவர வேண்டும். இது அறுவையில்லா பிரசவம் போல் இயல்பாய் நிகழக்கூடியது.

இன்று உலக மொழிகளிலெல்லாம் எழுதப்படும் மூவரி கவிதை வடிவமாக ஹைக்கூ புகழ்பெற்றிருக்க காரணம், ஹைக்கூவை எழுதுபவர்கள் தங்கள் மண்ணுக்கு ஏற்றபடி, ஹைக்கூவைத் தன்வயப்படுத்தி எழுதத் தொடங்கியதே முதன்மையான காரணம். மரபுக்கவிதையாக ஜப்பானிய மொழியில் அசைகளுடன் எழுதப்பட்ட ஹைக்கூவை, தொடக்கக் காலத்தில் தமிழில் எழுதியவர்களும் அசைகளைப் பின்பற்றி எழுதினர்.

கவிஞர்கள் அமுதபாரதி, கு.மோகனராசு, கோவைமணி ஆகியோர் அதில் குறிப்பிடத்தக்கவர்கள். அசைகளை அடியொற்றி எழுதப்பட்ட கவிதைகளில் ஹைக்கூவின் இயல்புத்தன்மை வெளிறிப்போய், அசைக்காகப் புனையும் செயற்கைத்தனம் மேலோங்கியது. ஹைக்கூ எப்போதுமே செயற்கையை ஏற்றுக்கொள்வதில்லை. இயற்கையோடு இணைந்த இயல்புத்தன்மையைக் கொண்டது ஹைக்கூ.

'இருப்பதை அப்படியே பார்; பார்ப்பதை அப்படியே சொல்' என்கிறது ஹைக்கூ. ஆகையினால் ஒப்பனைப் பூச்சுகள் கொண்ட அசைகளைத் தன்னிலிருந்து உதிர்க்கத் தொடங்கியது ஹைக்கூ. தமிழ்மொழியின் தொன்மையும், செறிவும் ஹைக்கூவை வெகுஇயல்பாகத் தமிழ் நிலத்தில் வேரிறக்க வைத்தது. இன்றைக்குத் தமிழ் நிலத்தில் ஹைக்கூ செழித்திருக்கிறதென்றால் அது ஹைக்கூவின் சிறப்பு மட்டுமன்று; தமிழ்மொழியின் சிறப்பும் அதில் அடங்கும். அதனால்தான் இந்திய மொழிகளிலேயே தமிழில் மட்டுமே அதிகமாக ஹைக்கூ கவிதை நூல்கள் வெளிவந்திருக்கின்றன.

ஹைக்கூவின் மொழி செறிவை, காட்சிப்படுத்துதலை, மூன்றாவது வரியில் எழும் மெல்லிய அதிர்வைப் பற்றியெல்லாம் எதுவும் அறிந்துகொள்ளாத சிலர், இன்றைக்கு முகநூலில் ஹைக்கூ பற்றிய ஆராய்ச்சிகளை மனம் போன போக்கில் எழுதிக்கொண்டிருக்கிறார்கள். எது ஹைக்கூ என்பது குறித்த தேடலில்லாத பலரும், தன் குழுக்களின் குரலையே திரும்பத் திரும்ப எதிரொலித்துக் கொண்டிருக்கிறார்கள். ஹைக்கூ எழுத எழுதத்தான் புரிபடும். தேடத் தேடத்தான் வசப்படும். தமிழில் வெளிவரும் ஹைக்கூ நூல்களைப் படிக்காமல், மேம்போக்காகச் சொல்லும் கருத்துகள் காலத்தின் வேக வீச்சில் உதிர்ந்துபோகும்.

செம்மொழியாம் நம் தாய்மொழி தமிழில் எண்ணற்ற பா வடிவங்கள் உண்டு. மரபில் திளைத்து இலக்கணங்களை உள்வாங்கி எழுதும் மரபுப் பாவலர்களும் தமிழில் அதிகமாகவே இருந்தனர். மரபுப் பாக்களுக்கென்றே சிறப்பான இதழ்கள் பல வெளிவந்தன. ஆனாலும் காலப்போக்கில் மரபுப் பாக்களை எழுதும் பாவலர்கள் எண்ணிக்கை வெகுவாகக் குறைந்துபோனது. தமிழின் தொன்மை சிறப்பையும், இலக்கியப் பெருமைகளையும் அடுத்த தலைமுறைக்குச் சொல்லும் பெரும்பணியை இன்றளவும் மரபுப் பாவலர்கள் தங்களது கவிதைகளினூடாகச் சிறப்பாகப் பதிவுசெய்து வருகிறார்கள்.

தமிழின் குறிப்பிடத்தக்க மரபுப் பாவலர்களில் முதன்மையானவர் பாவலர் இராம.இளங்கோவன். ‘நெருப்பலைப் பாவலர்’ என்றால் எல்லோருக்கும் கவிஞர் இராம.இளங்கோவன் தான் சட்டென நினைவுக்கு வருவார். பெங்களூருவில் வசித்தாலும் தணியாத தமிழ் ஆர்வத்தால், பன்னெடுங்காலமாக மரபுப் பாக்களை மிகச் சிறப்பாக எழுதி வருபவர்.

தமிழில் வெளியாகும் பெருவாரியான சிற்றிதழ்களை வாசித்து விடுபவன் நான். என் பார்வைக்கு வரும் எல்லா இதழ்களிலும் நெருப்பலைப் பாவலரின் மரபுப் பாக்கள் தவறாமல் இடம்பெற்றிருக்கும். சொல்லழகு மிளிரும் வார்த்தைகளால், சமூக அநீதிகளின் முகத்தில் அனலையள்ளி வீசும் நெருப்பலைப் பாவலரின் கவிதைகளை நான் விரும்பி வாசித்து வருகிறேன். மிக இயல்பாக அமையும் சந்தங்களால் வாசிப்பவர் மனங்களில் தனக்கென தனியிடம் பிடித்திருக்கிறார்.

‘நெருப்பலைப் பாவலர்’ இராம.இளங்கோவன் தான் எழுதிய கவிதைகளுக்காகவும், கவிதை நூல்களுக்காகவும் பல்வேறு தமிழிலக்கிய அமைப்புகள் வழங்கிய பரிசுகளைப் பெற்ற பெருமைக்குரியவர். தனக்கான புகழ் மகுடங்களை ஒருபோதும் தலையில் சுமக்காமல், அனைவரிடத்தும் அன்பு பாராட்டும் இனிய, எளிய தமிழ்க் காதலர் எங்கள் ‘நெருப்பலைப் பாவலர்.’

ஒரே ஒருமுறை தான் பாவலரை நான் சந்தித்திருக்கின்றேன். அந்த ஒரு சந்திப்பிலேயே என் உள்ளம் நிறைந்த கவிஞரானார். சில சிற்றிதழ்களில் அவரெழுதிய சிறுகதைகளும் வெளிவந்துள்ளன. அவற்றையும் நான் வாசித்திருக்கிறேன். சிறுகதைகளுக்காகவும் பல பரிசுகளைப் பெற்றுள்ளார். ‘நெருப்பலைப் பாவலர்’ ஹைக்கூ

கவிதைகளையும் எழுதியது கண்டு மனம் மகிழ்ந்தவர்களில் நானுமொருவன். மொழியை நுட்பமாகவும் நேர்த்தியாகவும் கையாளும் கவிஞர்கள் ஹைக்கூ படைக்கையில் இன்னும் வீரியமான படைப்புகள் தமிழுக்கு கிடைக்கும் என்பதில் சந்தேகமென்ன?

2019ஆம் ஆண்டில் வெளியான நெருப்பலைப் பாவலரின் 'குண்டூசி' எனும் ஹைக்கூ நூலை வாசித்தேன்.

'ஒரு பூ உதிர்ந்ததால்
பல பூக்கள் உதிர்ந்தன
இறுதி ஊர்வலம்.'

- எனும் ஹைக்கூ என்னை வெகுவாக ஈர்த்தது.

நூற்றாண்டுக் கண்ட தமிழ் ஹைக்கூவிற்குப் பெங்களூருவில் பாரதி நினைவு நாளில் விழா எடுத்ததோடு, 40க்கும் மேற்பட்ட கவிஞர்களின் ஹைக்கூ கவிதைகளோடு தன் கவிதைகளையும் சேர்த்து, 'நூற்றாண்டு குண்டூசி' எனும் தொகுப்பு நூலினை 2017இல் வெளியிட்டுள்ளார். இப்படியான தொடர் ஹைக்கூ செயல்பாடுகளைச் செய்துவரும் பாவலரின் மூன்றாவது ஹைக்கூ படைப்பாக வருகிறது 'ஓசோனைத் தைக்கும் ஊசி.'

இன்றைய காலத்திற்குத் தேவையான கவிதை ஊசியிது. கிழிந்த ஓசோனை மட்டுமல்ல; அன்பெனும் நூலிழைப் பிரிந்து, வன்மத்தோடு ஆயுதமேந்திய மனிதர்களின் மனக்கிழிசலையும் இந்த ஹைக்கூ ஊசி தைக்கும் என்பதால் வாழ்த்தி வரவேற்கிறேன்.

'ஆடையை மாற்றாமல்
வண்ணத்தை மாற்றின
செங்கதிர் வயல்.'

- எனும் ஹைக்கூவை ரசித்துப் படித்தேன்.

'உப்பு நீரில்
சொட்டு நீர்ப் பாசனம்
உழவர் வேர்வை.'

- எனும் கவிதையில் உழைப்பின் வேர்வை வாசம் மணத்தது.

'கடவுளுக்குப் போய்
சேர்வதில்லை
உண்டியல் பணம்.'

இந்தக் கவிதையிலுள்ள சமூக உண்மை சாட்டையடியாய் விழுந்தது.

'சுவர் ஓவியங்கள்
நினைவுச் சின்னங்கள்
மழலை கிறுக்கல்கள்.'

மீண்டுமொருமுறை வாசிக்க, நேசிக்கத் தூண்டிய வரிகள்.

'அழவில்லை குழந்தை
அழுதாள் தாய்'

எனும் இரு வரிகளை வாசித்துவிட்டு, சற்றே யோசித்தேன். பாவலர் ஏதோ புதுமையாகச் சொல்ல வருகிறாரே எனும் ஆவலோடு மூன்றாம் வரியைப் படித்து, மிகவும் ரசித்தேன். நீங்களும் அதைப் படிக்கும்போது உணர்வீர்கள்.

'எதிரே வண்டி
நடுபாதையில் பயமின்றி
நத்தை / குழந்தை.'

எனக்கு இந்தக் கவிதை பிடித்திருந்தாலும், வாசகனின் சிந்தனைக்கு இடமளிக்காமல் இரு வேறு சிந்தனைகளையும் பாவலரே சொல்லிவிடும் இப்படியான சில கவிதைகளும் இந்நூலில் உள்ளன.

'சொற்கள் மனதின் சுமைதாங்கிகள்' என்பார்கள். எங்கள் நெருப்பலைப் பாவலரோ, அந்தச் சொற்களில் சமூகத்தை, அரசியலை, ஒடுக்கப்பட்ட மக்கள் விடுதலையை, அறிவியலை, பொன்மொழியை, நம்பிக்கையை என அனைத்தையும் கவிதை வரிளாக்கி, நம் மனத்தாழ்வாரங்களில் ஊஞ்சலென ஆடவிட்டிருக்கிறார். இது நம் சிந்தனைக்கும், சமூக அக்கறைக்கும் சவாலான வாசிப்பைக் கோருகிறது. முதலெழுத்தின் அடிப்படையில் ஹைக்கூ கவிதைகளைப் பாவலர் பிரித்துத் தந்திருப்பதும் நல்ல புதுமையான முயற்சியே.

நல்ல தமிழில் பாப்புனையும் எங்கள் 'நெருப்பலைப் பாவலர்' இராம.இளங்கோவன், மூவரி கவிதை ஊசி கொண்டு ஓசோனைத் தைத்துள்ளார். அவை வாசிக்கும் நம் மனசையும் சேர்த்தே தைத்துள்ளன.

08.02.2022.

20

ஹைக்கூ பொழியும் கார்மேகம் கவிமுகில்

'பாறைகளுக்கு உள்ளே மறைந்திருக்கும் சிலையை உளி கண்டுபிடிக்கிறது. ஹைக்கூவும் அப்படியே; சொற்களுக்குள் உள்ள கவிதையைக் கண்டுபிடிக்கும். சொற்கள் அதன் தொடக்கமேயொழிய, முடிவல்ல!'

– ரெஜினோல்ட் ஹோரேஸ் பிளித்

இயற்கையோடு இணைந்த வாழ்வினை வரமெனப் பெற்றவர்கள் ஜப்பானியர்கள். கீழ்த்திசை நாடான ஜப்பான், இயற்கையின் பேரெழில் செழித்திருக்கும் வளமான பூமி. ஜப்பானியர்களின் அன்றாட வாழ்க்கைச் செயல்பாடுகள் அனைத்தும் கலாச்சார கூறுகளையும், பண்பாட்டு விழுமியங்களையும் உள்ளடக்கியதாகவே அமைந்திருக்கும். புத்த மதம் (பவுத்தம், Buddhism) ஜப்பானியர்களின் வாழ்வோடு இரண்டற கலந்திருப்பது. புத்த மதத்தில் ஜென் புத்திஸம் (Zen Buddhism) என்ற தனி வகைப் பிரிவுமுண்டு.

இந்தியாவில் தோன்றிய புத்தமதமானது, வடவியீ(கி.பி.386–636) வம்ச காலத்தில் சீன மண்ணிலும் பரவத் தொடங்கியது. சீனாவில் புத்த மதம் பரவிய பின்னரே ஓவியக் கலை, சிற்பக் கலை, கட்டிடக் கலை மற்றும் சீனாவின் இலக்கிய வகைமைகளும் வேகமாக வளர்ச்சியை நோக்கிப் பயணித்தன.

சீனாவில் தோன்றிய கலைகள் அனைத்தும் கி.பி.6ஆம் நூற்றாண்டில் ஜப்பானிலும் செழித்து வளரத் தொடங்கின. சீனக் கலைகள் மட்டுமின்றி, சீனர்களின் வாழ்க்கை முறைகளும் பண்பாட்டு நடைமுறைகளும் ஜப்பானியர்களின் வாழ்க்கை முறையாகவும் மாறிப் போயின.

கவிதை, ஓவியம், கட்டிடம், தோட்டக் கலைகளில் வல்லுநர்களாக விளங்கிய புத்த (ஜென்) துறவிகள், ஜப்பானியக் கலாச்சாரம் மற்றும் கலைகளின் வளர்ச்சிக்குப் பேருதவி புரிந்தார்கள். இன்றைக்குத் தற்காப்பு கலைகளென அறியப்படுகிற ஜூடோ, கராத்தே, கெண்டோ, கத்திவீச்சு, வில்வித்தை போன்றவற்றிற்கு ஜென்னே அடிப்படையாக இருந்தது.

ஜப்பானில் ஜென் புத்த மதம் காமகுரா (கி.பி.1185 1333) காலத்தில் தலைமை மதமாக விளங்கியது. ஞானமும் முத்தியும் தியானத்தின் மூலமாக கைகூடுமென்பதையே ஜென் போதித்தது. இந்த எண்ணமானது மக்களின் மனதில் ஆழமாகப் பதிந்து, இலக்கியம், ஓவியம், சிற்பம் முதலான அனைத்துத் துறைகளிலும் ஜப்பானியர்களின் பண்பாட்டை மேன்மையுடையதாக வளர்த்தெடுத்தது.

வடமொழிச் சொல்லான 'தியானா' எனும் சொல்லிலிருந்து பிறந்ததே ஜென் எனும் சொல். இதனை சீன மொழியில் சான் (Chan) என்றும், ஜப்பானிய உச்சரிப்பில் ஜென் (Zen) என்றும் அழைக்கின்றனர்.

ஹைக்கூ நேரடியாக உருவான ஒரு கவிதை வடிவமல்ல; முன்னரே இருந்த பல வடிவங்களிலிலிருந்து சற்றே திரிந்தும் பிரிந்தும் உருவான ஒரு வகை வடிவமாகும்.

தோகுகவா (1600-1868) காலத்தில்தான் 'ஹைக்கூ' எனும் கவிதை வடிவம் மெல்ல அரும்பியது என்கின்றனர் ஆய்வாளர்கள். இக்கவிதை வடிவமானது 16ஆம் நூற்றாண்டின் இறுதியில் கவனம் பெறத் தொடங்கியது. ஜென் தத்துவத்தின் அடிப்படையில் முகிழ்த்த ஜப்பானிய மரபுக் கவிதைகளே இன்றைக்கு உலகெங்கும் அறிமுகமாகியிருக்கும் ஹைக்கூ (Haiku) எனப்படும் மூவரி கவிதைகள். 'அழகிய பொருட்கள் நிலையற்ற தன்மையுடையவை; அழியக்கூடியவை. ஆனால், அழகு என்ற தத்துவம் மட்டுமே என்றைக்கும் நிரந்தரமான ஒன்று' எனும் இயற்கையின் உயிர்க்கருவை உட்பொருளாகக் கொண்டது ஜென்.

'தரையில் விழுந்தது
தாய்வீடான வேருக்குத் திரும்பியது
பூவின் பிரியாவிடை.'

– மட்சுவோ பாஷோ

நீண்ட நெடிய பாரம்பரிய மரபினையுடைய ஜப்பானில், தன்கா (Tanga) எனும் நீள்கவிதை வடிவம் புகழ்பெற்று விளங்கியது.

காலப்போக்கில் தன்கா வடிவம் செல்வாக்கை இழந்தபோது, கூட்டுக் கவிதையான ரென்கா (Ranga) எனும் புதுவடிவம் அறிமுகமானது. ரென்கா கவிதையினை முதலில் கவிஞரொருவர் ஆரம்பித்து வைக்க, அடுத்த கவிஞர் அதைத் தொடர, மற்றொரு கவிஞர் மீண்டும் அதே கவிதையை இணைத்துக்கொண்டு தொடர்வார். தமிழின் அந்தாதி கவிதை வடிவம் போல், ரென்கா கவிதைத் தொடர்ந்து பல கவிஞர்களின் தொடர் பங்களிப்பில் நீண்டுகொண்டே செல்லும். மூவர் அல்லது அதற்கும் மேற்பட்ட கவிஞர்கள் ஒன்றாகக் கூடிப்பேசி, தொடர்ந்து எழுதும் கூட்டுறவுக் கவிதை வடிவமே ரென்கா எனப்பட்டது. ஹைக்கூ கவிதைகளின் தொடக்கமென்பது, இந்த ரென்கா கவிதையின் ஆரம்பக் கவிதை வரிகளாகத்தான் முதலில் உருவானது என்பதே கவிதைத் திறனாய்வாளர்களின் கருத்தாகும்.

துயருறும் மனித மனம் அமைதியைத் தேடுகிறது. கூடவே இந்த வாழ்க்கை குறித்த தத்துவ விசாரணைகளிலும் ஈடுபடுகிறது. இவ்வாறான சூழலில் மெய்ப்பொருளைத் தேடியலையும் மனித மனதின் இயல்பையே தத்துவம் என்கிறோம். தத்துவங்கள் என்பவை இறைவனைத் தேடியலையும் வழிகளுள் ஒன்றாகவே காலங்காலமாக இருந்து வருகின்றன.

இந்திய தத்துவங்கள் அகமுகமாக இறைவனைத் தேடுகின்றன. மேலைநாட்டுத் தத்துவங்களோ புறமுகமாகத் தேடுகின்றன. புத்த மதத் தத்துவமான ஜென், எதையும் வெளிப்புறமாகத் தேடுவதில்லை. சடங்குகளையோ, வழிபாடுகளையோ ஏற்பதில்லை. போதனை செய்வது, புத்திமதி கூறுவது எனும் வட்டத்துக்குள் ஒருபோதும் ஜென் துறவிகள் தங்களைச் சுருக்கிக்கொள்வதில்லை. அமைதியும், எளிமையும், உண்மையும், நேர்மையுமே ஜென் தத்துவத்தின் சிறப்பம்சங்களாகும்.

'மின்னல் வெட்டி மறைந்தது
மூங்கில் இலையில் காத்திருந்து...
வீழ்ந்தன பனித்துளிகள்.'

– யோஸா பூஸன்

ஜப்பானிலுள்ள இகா மாகாணத்தில் யுனோ எனுமிடத்தில் 1644ஆம் ஆண்டில் பிறந்தவர் மட்சுவோ பாஷோ. இவரின் இயற்பெயர் மட்சூவோ முனெஃபுசா. பெற்றோர் சாமுராய் வழிவந்தவர்கள். 'பாஷோ' என்பதற்கு 'வாழை' என்பது பொருள்.

சீனக் கவிஞர்களான டு ஃபூ, லிஃபோ, போசூய் ஆகியோரின் கவிதைகளை ஆரம்ப காலத்தில் ஆழமாக நேசித்த பாஷோ, பின்னர் சைக்கியோ எனும் புத்தத் துறவியின் கவிதைகளால் ஈர்க்கப்பட்டார். லியோசோகியின் ரென்கா கவிதைகளைப் பின்பற்றி, பாஷோவும் கவிதையெழுதத் தொடங்கினார். நடுத்தர மக்களின் கவிதையாக விளங்கிய 'ரென்கா' கவிதை பற்றிய விழிப்புணர்வை, தன் பயணமெங்கிலும் விதைத்துச் சென்றார் பாஷோ. தனது இருபத்தெட்டாவது வயதில் கையோய் (1672) எனும் முதல் ஹொக்கு தொகுப்பை வெளியிட்டார். ஹொக்கு பாடல்களை வாழ்வியல் தத்துவமாக எழுதிய பாஷோவை, 'ஜப்பானிய மகாகவி' என்றழைத்தனர்.

பன்னெடுங்காலங்களாக எழுதப்பட்டு வந்த மரபுக்கவிதை வடிவத்தைச் சிறிது உருமாற்றி, ஹொக்கு (*Hokku*) எனப்படும் தனிக் கவிதைகளாகப் படைக்கத் தொடங்கினார். பழைய மரபின் வீச்சும், புதுமைக்கான தேடலும், தனித்துவமிக்கதாகவும் ஹொக்கு கவிதைகளை எழுதினார். 'கவிதையென்பது ஒரு கவிஞனின் ஆழ்ந்த அனுபவ வெளிப்பாடாக இருக்க வேண்டும்' எனும் உறுதியான கொள்கையுடைய பாஷோ, தன் வாழ்நாள் முழுவதையும் ஹொக்கு படைப்பதற்கான பயணத்திலேயே கழித்தார்.

'வாழ்வுக்கும் கவிதைக்கும் இடைவெளியே இருத்தலாகாது' என்பதையே தன் கவிதைப் பார்வையாகக் கொண்ட பாஷோவின் புகழ்பெற்ற ஹைக்கூ இது;

'இலையுதிர்க்காலத் தொடக்கம்
கடல், மரகத நெற்பயிர்
இரண்டும் ஒரே பச்சையில்.'

'இயற்கைச் செழித்துள்ள பாதையோரத்தில் நான் உயிர் நீத்தால் அதுவே எனக்கு சொர்க்கம்' என்று சொன்ன பாஷோ, 1689இல்

தனது ஆன்மீகத் தேடலுக்கான நீண்ட பயணமொன்றைத் தொடங்கினார். மே16இல் தொடங்கி, அக்டோபர் வரை 150 நாட்கள் வடஜப்பானின் குக்கிராமங்கள் வழியாக, 2450 கி.மீ தூரம் நடைப்பயணமாகவும், சில நேரங்களில் குதிரையிலுமாகத் தன் பயணத்தைத் தொடர்ந்தார். இந்தப் பயணத்தில் அவர் எழுதிய மற்றொரு கவிதை வடிவம் 'ஹைபுன்' *(Hybun)* ஆகும். இது தொடக்கத்தில் உரைநடையும் முடிவில் அதனுடன் தொடர்புடைய ஹொக்கு கவிதையையும் கொண்ட புதிய வடிவமாக உருப் பெற்றது.

'ஒரு பைன் மரத்தினைப் பற்றி தெரிந்துகொள்ளும்போது பைன் மரத்திலிருந்தே கற்க வேண்டும்; மூங்கில் மரம் பற்றி தெரிந்துகொள்வதற்கு மூங்கில் மரத்திலிருந்துதான் தெரிந்துகொள்ள வேண்டும்' என்றும் வலியுறுத்தினார்.

பாஷோவின் தொடர் முன்னெடுப்பில் ஹொக்கு கவிதையை விரும்பிப் படிக்கும் வாசகர்கள் எண்ணிக்கையும், ஹொக்கு படைக்கும் கவிஞர்களின் எண்ணிக்கையும் பல்கிப் பெருகியது. கால நீட்சியில் இவ்வகைக் கவிதைகளையே ஹைக்கூ கவிதைகள் என்றழைக்கத் தொடங்கினர். பாஷோவுக்குப் பிறகே ஹைக்கூ எனும் பெயரில் மூன்று வரிகளையுடைய ஜப்பானிய மரபுக்கவிதைகள் உலகெங்கும் வலம்வரத் தொடங்கின.

மாரிடாகே (1473-1549), சோகன் (1465-1553) இருவரையும் ஹைக்கூ முன்னோடிகள் என்றும், மட்சுவோ பாஷோ *(1644-1694)*, யோஸா பூஸன் *(1716-1783)*, கோபயசி இஸ்ஸா *(1763-1828)*, மசோகா ஷிகி *(1867-1902)* ஆகியோர் 'ஜப்பானிய ஹைக்கூ நால்வர்' என்றும் அழைக்கப்படுகின்றனர். இந்த ஹைக்கூ நால்வரின் தொடர் வளர்த்தெடுப்பில், ஈர்ப்பும் செறிவுமிக்க கவிதை வடிவமாகப் புகழ்பெற்று வளர்ந்தது ஹைக்கூ.

'வெட்டுக்கிளி நண்பனே
காவல் வேலை செய்வாயா?
என் சின்னஞ்சிறு கல்லறையில்.'

– கோபயசி இஸ்ஸா

ஜப்பானைக் கடந்து உலகெங்கிலும் ஹைக்கூ கவிதைகள் பரவிட, அதன் ஆங்கில மொழிபெயர்ப்புகளே காரணமாக அமைந்தன. இந்த ஆங்கில மொழியாக்கத்தைச் செய்தவர்களில் குறிப்பிடத்தக்கவர்கள் ரெஜினோல்ட் ஹோரேஸ் பிளித்

(ஆர்.ஹெச்.பிளித் 1898-1964) மற்றும் ஹரோல்ட் கோல்ட் ஹெண்டர்சன் (ஹரோல்ட் ஜி.ஹெண்டர்சன் 1889-1974). ஜப்பானிய மன்னர்களுக்கு ஆசானாக விளங்கிய ஆர்.ஹெச். பிளித், ஆங்கில இலக்கியப் பேராசிரியராக ஜப்பானில் பணியாற்றியவர். கொலம்பியாப் பல்கலைக்கழகத்தில் ஜப்பானியக் கலை ஆய்வுத்துறைப் பேராசிரியராகப் பணி செய்தவர் ஹரோல்ட் ஜி.ஹெண்டர்சன். பிளித்தை ஹெண்டர்சன் நன்கு அறிந்திருந்ததினால் ஹைக்கூ தொடர்பான பல்வேறு மொழியாக்கப் பணிகளில் இருவரும் ஒன்றிணைந்து ஈடுபட்டனர்.

ஜப்பானிய ஹைக்கூ கவிதைகளை ஆழ்ந்து வாசித்த ஆர்.ஹெச். பிளித், 'ஜப்பானிய ஹைக்கூ நால்வர்'களைப் பற்றிய சரியான மதிப்பீட்டினையும் செய்துள்ளார். பாஷோவை ஆன்ம நேயன் (Basho, the spiritual) என்றும், பூஸனை ஓவியக் கவி (Buson, the artistpoet) என்றும், இஸ்ஸாவை மனித நேயன் (Issa, the humanist) என்றும், ஷிகியை பிரபஞ்சக் கவி (Shiki, the universal) என்றும் வகைப்படுத்தியுள்ளார். இந்த வகைப்பாட்டினை உள்வாங்கி வாசிக்கையில்தான், ஜப்பானிய ஹைக்கூ நால்வரின் கவிதைகளைச் சரியான அர்த்தத்தோடு நம்மால் புரிந்துகொள்ள முடியும்.

'காலை வணக்கம், சிட்டுக்குருவி!
பெருக்கிய முற்றத்தில் எழுதுகிறாயா
பனி படிந்த கால்களால்.'

– மசோகா ஷிகி

உலகெங்கு முள்ள மொழிகளில் அதிகம் மொழிபெயர்க்கப்பட்டுள்ள நூல்கள் எனும் பெருமை திருக்குறளுக்கும் பைபிளுக்குமுண்டு. 'உலகப் பொதுமறை' எனப் போற்றப்படும் தமிழ் நூலான திருக்குறளும், கிறிஸ்தவ மதத்தின் புனித நூலான பைபிளும் தவிர்த்து, இன்றைக்கு உலக மொழிகளிலெல்லாம் எழுதப்படும் கவிதை வடிவம் எனும் சிறப்பு ஜப்பானிய ஹைக்கூவுக்கு மட்டுமே உண்டு. ஐரோப்பிய, ஆப்பிரிக்க நாடுகளில் மட்டுமின்றி, தென் அமெரிக்கா, பிரெஞ்சு, கிரேக்கம், இந்திய மொழிகளிலும் இன்றைக்கு ஹைக்கூ கவிதைகள் எழுதப்படுகின்றன.

இருபதாம் நூற்றாண்டின் தொடக்கத்தில்தான் ஹைக்கூ கவிதைகள் இந்தியா மண்ணில் அறிமுகமாயின. 1916 இல் வங்கத்திலும் தமிழகத்திலும் ஒருசேர அறிமுகமானது. ஹைக்கூவை வட இந்தியாவில் அறிமுகம் செய்தவர் தேசிய

கவி இரவீந்திரநாத் தாகூர் எனில், தென்னிந்தியாவில் அறிமுகம் செய்தவர் மகாகவி பாரதியார்.

இரவீந்திரநாத் தாகூர் 1916ஆம் ஆண்டில் ஜப்பானுக்குப் பயணம் மேற்கொண்டார். அப்போது ஜப்பானிய ஹைக்கூ பற்றி அறிந்துகொண்டார். பாஷோவின் புகழ்பெற்ற ஹைக்கூ கவிதைகளை வங்காளத்தில் மொழிபெயர்த்து வெளியிட்டார். 1919இல் வெளியான அவரது 'ஜப்பான் - யாத்ரி' (ஜப்பான் பயணம் - தமிழாக்கம்: த.நா.குமாரசாமி) எனும் நூலில் ஹைக்கூ கவிதைகளைப் பற்றியும் குறிப்பிட்டுள்ளார்.

ஹைக்கூவின் செறிவான வரிகளைக் கண்டு வியந்த தாகூர், முதன்முதலாக ஹைக்கூ பாணியிலான கவிதைகளை வங்காள மொழியில் எழுதினார். தாகூர் எழுதிய 'திசையிழந்த பறவைகள்' *(Stray Birds—1916)*, 'மின்மினிகள்' *(Fore Flies—1928)* இரு நூல்களிலுமுள்ள கவிதைகள் ஹைக்கூ தாக்கம் கொண்டவையாக உள்ளன.

'நட்சத்திரங்கள் தோன்ற
பயப்படுவதில்லை
மின்மினிப் பூச்சிகளைப் போல'.

(திசையிழந்த பறவைகள்)

'பட்டாம்பூச்சி மாதங்களைக் கணக்கிடுவதில்லை;
அது ஒவ்வொரு கணத்திலும் வாழ்கிறது
மேலும் போதுமான நேரமிருக்கிறது'.

(மின்மினிகள்)

மகாகவி பாரதியார், ஆங்கில இதழில் வந்த ஜப்பானிய ஹைக்கூ கவிதைகளை வாசித்துவிட்டு, அதுபற்றி சிறுகட்டுரை ஒன்றினை எழுதினார். அந்தக் கட்டுரை வழியாகத்தான் முதன்முதலாக தமிழுக்கு அறிமுகமானது ஹைக்கூ. அக்கட்டுரையில், "இங்கிலாந்து, அமெரிக்கா என்ற தேசங்களிலுள்ள இங்கிலீஷ் கவிதையைக் காட்டிலும், ஜப்பானியக் கவிதை சிறந்தது. காரணமென்ன? மேற்குக் கவிதையில் சொல் மிகுதி. எண்ணத்தை

அப்படியே வீண்சேர்க்கையில்லாமல் சொல்லும் வழக்கம் ஐரோப்பியக் கவிதையிலே இல்லை. எதுகை சத்தம் முதலியவற்றைக் கருதியும், சோம்பற் குணத்தாலும், தெளிவில்லாமையாலும் பல சொற்களை வளர்த்துக்கொண்டே போகும் வழக்கம், ஐரோப்பாவிலும் அமெரிக்காவிலும் அதிகம்

இருக்கிறது. தம்முடைய மனதிலுள்ள கருத்தை வெளியிடுவதில் மேற்குப் புலவர் கதைகள் எழுதுவோரைக் காட்டிலும் சக்தி குறைந்திருக்கிறார்கள். ஜப்பானில் அப்படியில்லை. வேண்டாத சொல் ஒன்று கூடச் சேர்ப்பது கிடையாது" என்று ஜப்பானிய ஹைக்கூவின் சிறப்பினைப் பாராட்டுகிறார் பாரதியார்.

மேலும் "கூடை கூடையாகப் பாட்டெழுதி அச்சிட வேண்டும் என்று ஒரே ஆவலுடன் எப்பொழுதும் துடித்துக் கொண்டிருப்பவன் புலவனாக மாட்டான். கவிதையெழுதுபவன் கவியன்று. கவிதையே வாழ்க்கையாக உடையோன், வாழ்க்கையை கவிதையாக செய்தோன் அவனே கவி. புலவனுக்குப் பணம் ஒரு பொருளன்று.

வானத்து மீன், தனிமை, மோனம், மலர்களின் பேச்சு இவற்றிலே ஈடுபட்டுப் போய் இயற்கையுடன் ஒன்றாக வாழ்பவனே கவி" என்று ஒரு கவிஞனுக்கான இலக்கணத்தையும் வரையறுத்துள்ளார்.

பாரதி எழுதிய கட்டுரைக்குப் பிறகு, 1966இல் எழுத்தாளர் சுஜாதா ஆங்கிலம் வழி தமிழில் மொழிபெயர்த்த சில ஜப்பானிய ஹைக்கூ கவிதைகள் 'கணையாழி' (1966, ஜனவரி) இதழில் வெளியாகின. சுஜாதா மொழிபெயர்த்த ஹைக்கூவில் ஒன்று;

'விழுந்த மலர்
மீண்டும் கிளைக்குத் திரும்புகிறதா... இல்லை
அது வண்ணத்துப்பூச்சி.'

— மோரிடாகே

கவிஞர் சி.மணி நடத்திய 'நடை' இதழில் சில ஜப்பானிய ஹைக்கூ கவிதைகளைத் தமிழில் மொழிபெயர்த்து வெளியிட்டார்.

அதிலொன்று;

'படகுக்கு மேலே
காட்டு வாத்துகளின்
வயிறுகள்.'

— பாஷோ

இதே காலகட்டத்தில் பேராசிரியர் சந்திரலேகா மொழி பெயர்த்த ஹைக்கூ கவிதைகளும் 'கணையாழி'யில் வெளிவந்தன. கவிஞர் தமிழ்நாடன் 'தீபம்' இதழில் 'ஜப்பானிய கவிதை வடிவங்கள்' எனும் கட்டுரையொன்றினை எழுதினார். தமிழாக்கம் செய்யப்பட்ட ஹைக்கூ கவிதைகள் சில சிற்றிதழ்களில்

வெளிவரத் தொடங்கின. அன்றைய காலகட்டத்தில் வெகுசன இதழ்களில் ஹைக்கூ கவிதைகளைப் பற்றிய செய்திகள் வெளிவந்ததாகக் குறிப்புகள் ஏதும் கிட்டவில்லை.

கவிக்கோ அப்துல் ரகுமான் வெகுசன இதழ்களில் ஹைக்கூ பற்றி எழுதிய அறிமுகக் கட்டுரைகள், ஹைக்கூவைப் பரவலாகக் கொண்டு சேர்த்தன. 'ஏதேன் தோட்டம்' எனும் அமைப்பினைத் தொடங்கி, அதில் ஹைக்கூ பற்றியும் வகுப்பெடுத்தார். முதன்முதலாக நேரடியான தமிழ் ஹைக்கூ கவிதைகளைக் கவிக்கோ அப்துல் ரகுமான் எழுதினார். அவை 'பால்வீதி' நூலில் இடம்பெற்றன. அதிலொரு முத்து;

'பனித்துளி இல்லாப்
பூவின் இமைகளில்
வீழ்ந்ததென் கண்ணீர்.'

கவிக்கோ அப்துல் ரகுமான் தன்னிடமிருந்த ஹைக்கூ தொடர்பான ஆங்கில நூல்களை, பேராசிரியர் டாக்டர் தி.லீலாவதியிடம் கொடுத்து, தமிழாக்கம் செய்யுமாறு கேட்டுக்கொண்டார். அந்த மொழிபெயர்ப்புகள் ஜப்பானிய ஹைகூ (1987 டிசம்பர், அகரம் வெளியீடு), இதுதான் ஹைகூ (1990, பூங்கொடி பதிப்பகம்) என இரு நூல்களாக மலர்ந்தன.

'கீழ்த்திசை பௌத்தச் சிந்தனையில் அரும்பி, சீனத்துப் பண்பாட்டில் போதாகி, ஜப்பானிய அழகுப் பார்வையில் மலர்ந்து மணம் பரப்பும் மலர் ஹைக்கூ. இந்திய, சீன, ஜப்பானிய பௌத்தக் கூறுகள், தாவோயிசம், கன்பூஷியனிசம், சீனக் கலை, ஜப்பானிய ஓவியம், இகபானா மலர்க் கலை என்று இவையெல்லாம் சங்கமித்துக் கலந்து புதிய பரிமாணம் பெற்ற வடிவம் ஹைக்கூ' (பக்கம்: 14, ஜப்பானிய ஹைகூ - தி.லீலாவதி, டிசம்பர் 1987).

'இதுதான் ஹைகூ' நூலுக்கு மகாகவி ஈரோடு தமிழன்பன் எழுதியிருக்கும் முன்னுரை குறிப்பிடத்தக்கதாகும். அதில், ஜப்பானிய ஹைக்கூ குறித்தும், அதனைத் தமிழில் எழுதுவது தொடர்பாகவும் பலரும் அறிந்துகொள்ள வேண்டிய பல்வேறு அரிய செய்திகளைப் பதிவு செய்துள்ளார்.

ஜப்பானிய ஹைக்கூ, 5–7–5 எனும் 17 அசைகளையுடைய மூவரி மரபுக்கவிதையாகும். ஜப்பானிய ஹைக்கூ கவிதைகள் 17 அசைகளுடன் முடிவடையாமல், அடுத்து 7-7 என்கிற

அசைகளுடன் தொடர்வதுண்டு. காதல், சமூக விமர்சனங்கள் ஹைக்கூவில் கூடவே கூடாது என்றும், கவிஞனின் நேரடிக் கூற்றாக ஹைக்கூவில் எதையும் விளிக்கக்கூடாது என்றும் தமிழில் ஹைக்கூ அறிமுகமான தொடக்கக் காலத்தில் சொல்லப்பட்டது. 'தமிழில் ஹைக்கூவை எழுதவே முடியாது' என்றும், 'தமிழில் எழுதுவதெல்லாம் பொய்க்கூ' எனும் சிலர் சொல்லிக்கொண்டிருக்க, காட்டுச்செடியின் இயல்பான சுதந்திரத்தோடு தன்போக்கில் தமிழில் வளரத் தொடங்கியது ஹைக்கூ.

தமிழில் ஹைக்கூ கவிதைகள் பரவலான கவனத்தைப் பெறத் தொடங்கின. இளைய கவிஞர்களை மட்டுமின்றி, சில மூத்த கவிஞர்களையும் ஹைக்கூ கவிதை தன்பால் ஈர்த்தது. தமிழின் முதல் ஹைக்கூ கவிதை நூலாக ஓவியக்கவிஞர் அமுதபாரதியின் 'புள்ளிப்பூக்கள்' நூல் வெளியானது. அதைத் தொடர்ந்து, அறிவுமதியின் 'புல்லின் நுனியில் பனித்துளி', கழனியூரனின் 'நிரந்தர மின்னல்கள்', செ.வெற்றிவேலின் 'சிந்தனையின் நிழல்கள்' ஆகியன வெளியாகின.

1985ஆம் ஆண்டு பிப்ரவரியில் தமிழின் ஐந்தாவது ஹைக்கூ நூலாக மகாகவி ஈரோடு தமிழன்பனின் 'சூரியப் பிறைகள்' வெளியானது. மரபில் வேரிறக்கி, புதுக்கவிதையில் கிளைப் பரப்பி, ஹைக்கூவாகத் திசைகளெங்கும் தன் சிறகுகளை விரித்து நிற்கும் பேராளுமையாளர் மகாகவி ஈரோடு தமிழன்பன் என்பதற்கான நிரூபணமாக அமைந்தது அந்நூல்.

1960களிலேயே ஹைக்கூ தொடர்பான நூல்களை வாசிக்கத் தொடங்கிவிட்ட ஈரோடு தமிழன்பன், எது ஹைக்கூ என்கிற குழப்பத்திலிருந்த பலரையும் தெளிய வைக்கும் வகையில், 'வாசல் ஓர வாசகம்' எனும் தலைப்பில் 14 பக்க முன்னுரை ஒன்றினை எழுதினார்.

"ஹைய்கு பற்றி நாம் தெரிந்துகொள்ள வேண்டிய மற்றொரு கருத்து, அது முழுமையானதாகவோ, தெளிவான கருத்துத் தெறிப்புடனோ இருந்தாக வேண்டும் என்ற கட்டாயம் இல்லை. வாசகன் தனது கைவசம் கொஞ்சம் வார்த்தைகளை வைத்துக்கொண்டு ஹைய்குவைப் படிக்க வேண்டும். அவை தேவைப்படலாம். அவன், தனது அனுபவங்களையும், அனுமானங்களையும், கற்பனைகளையும் எடுத்துக்கொண்டு சென்றால், தானும் படைப்பாளியோடு ஒரு பங்குதாரராகிப் பயனை இதயக் களத்தில் வரவு வைக்கலாம். வாசகனும்

கவிஞனோடு சேர்ந்து ஹைய்குவை மணந்துகொண்டு அவனுக்கு ஒரு விதத்தில் சகலையாகி விடுவதைத் தவிர வேறு வழியில்லை"
(சூரியப் பிறைகள், பக்கம்: 10)

- என்று ஹைக்கூவின் வெளிப்பாட்டு நுட்பத்தைப் பற்றி பலருக்கும் புரியும் வகையில் எளிமையாகவும் தெளிவாகவும் அந்த முன்னுரையில் விளக்கியுள்ளார். அந்த நூலின் முன்னுரை ஹைக்கூ பற்றிய விளக்கக் கையேடாகப் பலருக்கும் பயன்பட்டது.

இயற்கை மீதான நேசம், சமூக சித்தரிப்பு, காட்சியழகு மட்டுமின்றி, நூலிலுள்ள 104 ஹைக்கூ கவிதைகளிலும் புதிய பார்வையும் புதிய கோணமும் வெளிப்படுவதைக் காணலாம்.

'பட்டாம் பூச்சியின்
கடைசிச் சிறகடிப்பு...
மரணத்தின் மீது நிறங்கள்.'

ஹைக்கூவை வாசித்து முடிக்கையில், பட்டாம்பூச்சியின் வண்ணம் நம் மீதும் ஒட்டிக் கொள்வதை உணர முடிகிறது. வாசிப்பவர் மனங்களில் காட்சியை விரிய வைக்கும் ஹைக்கூ கவிதைகளை எழுதிய மகாகவி ஈரோடு தமிழன்பனே, அந்த நூலின் உள்ஓவியங்களையும் வரைந்திருப்பது கூடுதல் சிறப்புக்குரியதாக அமைந்திருந்தது.

1985 டிசம்பரில் 'இன்றிரவு பகலில்...' எனும் கட்டுரை நூலை வெளியிட்டார் கவிக்கோ அப்துல் ரகுமான். அந்நூலின் முதல் கட்டுரையே ஹைக்கூ கவிதைகளைப் பற்றியது. அதில், "உலகக் கவிதை வடிவங்களிலேயே எனக்கு மிகவும் பிடித்தது 'ஹைகூ'தான். அது சின்னதாக இருக்கும் பெரிய அற்புதம். வடிவத்தைப் பார்த்தால் வாமனன் மாதிரி; ஆனால், 'தாரை வார்த்தாலோ விசுக்கென்று விண்ணுக்கும் மண்ணுக்குமாய் விசுவரூபமெடுத்து மூவுலகையும் அளந்துவிடும், திரிவிக்கிரமன் மாதிரி ஹைகூ'வுக்கும் மூன்றடிதான்" என்று ஹைக்கூவின் சிறப்புப் பற்றிக் குறிப்பிட்டுள்ளார்.

ஹைக்கூ கவிதையை எப்படி வாசிக்க வேண்டுமென்பதற்கான சிறு குறிப்பொன்றையும் அக்கட்டுரையில் பதிவுசெய்துள்ளார் கவிக்கோ அப்துல் ரகுமான். "ஹைகூ கவிதையின் மூன்று அடிகளையும் ஒரே மூச்சில் அள்ளி விழுங்கிவிடாதீர்கள். முதல் இரண்டு அடிகளை மெதுவாகப் படித்து நிறுத்திக்கொள்ள வேண்டும். மீண்டும் முதலிலிருந்து ஆரம்பித்து நிறுத்திக்கொள்ள

வேண்டும். பிறகுதான் மூன்றாவது அடியைப் படிக்க வேண்டும்" என்று அப்துல் ரகுமான் சொல்வதன் நோக்கத்தைச் சரியாகப் புரிந்துகொண்டால்தான், ஹைக்கூவை வாசிப்பதிலுள்ள நுட்பம் நமக்குப் புரிபடும்.

"முதலிரு அடிகளை இருமுறை படித்துவிட்டு, மூன்றாவது அடியினைப் படிக்குமுன் இரண்டொரு விநாடிகள், 'மூன்றாவது அடி என்னவாக இருக்கும்?' என நம் சிந்தனையைச் சற்றே கிளற வேண்டும். அப்போதுதான் நமக்குள்ளிருக்கும் கவிஞன் வெளிப்படுவான். ஹைக்கூவில் வாசகனும் கூட்டுப் படைப்பாளியாகும் சாத்தியம் நிகழும். ஹைக்கூவின் கடைசி அடியாக, நாமொன்றை நினைத்துவிட்டு, கவிஞன் எழுதியிருக்கும் மூன்றாவது அடியை வாசிக்கையில், கடைசி அடி சுகமான 'மின்தாக்கு'த் தருகிறதல்லவா!" என்கிறார் கவிக்கோ அப்துல் ரகுமான்.

மேலும், "எல்லாவற்றையும் வெளிப்படையாகச் சொல்லிக்கொண்டிருப்பது கவிதையின் வேலை இல்லை. கட்டுரையின் வேலை. நம்மில் பலருக்கு இந்தக் கலைத் தத்துவம் புரிவதில்லை. ஒரு காட்சியைக் காட்டுவதுடன் 'ஹைகூ'வின் வேலை முடிந்துவிடும். அதில் உள்ள அர்த்தங்களைத் தோண்டி இறைத்துக்கொள்வது வாசகன் பொறுப்பு. இந்த வகையில் வாசகனும் கவிதையில் ஒரு கூட்டுப் படைப்பாளி." (இன்றிரவு பகலில்... - அப்துல் ரகுமான் பக்கம்: 6).

பேராசிரியர், டாக்டர் இராம.குருநாதன் 1986ஆம் ஆண்டின் டிசம்பரில் 'சங்கப்பாட்டும் ஜப்பானியக் கவிதையும்' (கலைஞன் பதிப்பகம்) எனும் நூலை எழுதினார். அந்த நூல் சங்கப் பாடல்களோடு ஒத்திசைவான உணர்வுகளைத் தரும் ஜப்பானியக் கவிதைகளைப் பற்றிய விரிவான ஒப்பிலக்கிய ஆய்வாக அமைந்து, ஹைக்கூவாளர்களுக்குப் புதிய வாசிப்பனுபவத்தை வழங்கியது.

1990களுக்குப் பிறகே தமிழில் ஹைக்கூ அலை மேலெழத் தொடங்கியது. ஓராண்டிற்கு ஆறேழு நூல்கள் மட்டுமே வெளிவந்த நிலையில், 1999இல் 12 நூல்களும், 2001இல் 22 நூல்களும் வெளிவந்தன. 'இனி, ஹைக்கூ காலம்' என்று சொல்லத்தக்க வகையில் பல்லாயிரம் இளைய கவிஞர்கள் ஆர்வத்துடன் ஹைக்கூ எழுதத் தொடங்கினர்.

1998ஆம் ஆண்டின் ஜனவரியில் தமிழ் ஹைக்கூவின் பேரலையென வெளிவந்தது கவிஞர் கவிமுகிலின் ‘சூரியத் துளிகள்’ ஹைக்கூ கவிதை நூல். ஹைக்கூ நூல்களைத் தேடித்தேடி வாசித்துக்கொண்டிருந்த சூழலில், ‘குமுதம் ஸ்பெஷல்’ (ஆசிரியர்: சுஜாதா) இதழின் பல பக்கங்களில் ‘சூரியத் துளிகள்’ நூலிலிருந்து ஹைக்கூ கவிதைகளும் கூடவே அதற்கான சிற்பங்களும் இடம்பெற்றிருப்பது கண்டு பெரிதும் மகிழ்ந்தேன்.

‘வெகுசன இதழ்களில் ஹைக்கூ கவிதைகளுக்கு இவ்வளவு முக்கியத்துவம் கிடைத்திருக்கிறதே..!’ எனும் பெருமிதத்தோடுதான் ‘சூரியத் துளிகள்’ நூலினை அஞ்சல் வழி வாங்கி, வாசிக்கத் தொடங்கினேன். கவிஞர் கவிமுகிலின் கவிதைகளை நான் முதன்முதலாக வாசித்தது ‘சூரியத் துளிகள்’ நூலில்தான். முதல் வாசிப்பிலேயே என்னைப் பிரமிக்க வைத்ததோடு, கவிமுகிலின் வாசகர்களுள் ஒருவனாக என்னையும் இணைத்துக்கொள்ள காரணமாயிருந்தது ‘சூரியத் துளிகள்’ நூலென்று சொல்வேன்.

தமிழ் நூல்கள் எப்படியெல்லாம் வர வேண்டுமென மகாகவி பாரதி கனவு கண்டாரோ, அப்படியானதொரு தரத்தில் வெளியாகியிருந்தது ‘சூரியத் துளிகள்’ ஹைக்கூ நூல். நல்ல கனமான பளபளப்பான உயர் ரக ஆர்ட் தாளில், நல்ல இடைவெளியோடு பக்கத்திற்கு மூன்று கவிதைகளென அந்நூலினை அச்சிட்டிருந்த விதமே எனக்கு மிகவும் பிடித்துப்போனது. ‘சூரியத் துளிகள்’ நூலினைக் கையில் வைத்திருக்கும்போதே மனதிற்குள் ஒரு கம்பீரம் குடியேறியது. மேலும், அந்த நூலில் சில கவிதைகளுக்கு ஓவியர் செழியன் வடிவமைத்திருந்த சிற்பங்களையே வண்ணப்படங்களாக நூலில் இணைத்திருந்ததும் தமிழ் ஹைக்கூவில் வரவேற்கத்தக்கப் புதுமையாகவும், பிரம்மாண்டமாகவும் அமைந்திருந்தன.

‘ஆடிப்பட்டம்
தேடி விதைப்போம்
யாருடைய நிலத்தில்.’

- எனும் நூலின் முதல் கவிதையே ‘யாரிந்த கவிஞர்?’ எனும் கேள்வியை எழுப்பியது. படிக்கப் படிக்க நூலின் கவிதைகளுக்குள் நானுமொரு துளியாகிப் போனேன். நூலை வாசித்து முடித்ததும் கவிஞர் கவிமுகிலுக்குப் பாராட்டுக் கடிதமொன்றினை எழுதினேன். அப்போதும் என் மனம் அமைதி பெறவில்லை.

இலக்கியக் கூட்டங்களுக்குச் செல்லும்போதெல்லாம் என்னோடு 'சூரியத் துளிகள்' நூலும் சேர்ந்துகொண்டது. என் கையிலிருக்கும் நூலினை வாங்கிப் பார்க்கும் நண்பர்களின் கண்கள் ஆச்சரியத்தில் விரிவதைக் கண்டேன். (இதற்குத்தானே ஆசைப்பட்டாய் முருகேசா..?)

எப்படியாவது இப்படியான தரத்தில் ஒரு நூலை வெளியிட்டுவிட வேண்டுமென என் மனதில் அப்போதே நினைத்துக்கொண்டேன். 'சூரியத் துளிகள்' ஹைக்கூ நூல் எனக்கான ஹைக்கூ விளக்கானது. திருமங்கலம், சிவகாசி, காரைக்குடி, கிணத்துக்கடவு, கும்பகோணம், திருச்செங்கோடு என ஹைக்கூ குறித்த நிகழ்வுகள் எங்கு நடந்தாலும் கூடவே 'சூரியத் துளிகளை'யும் கொண்டு சென்றேன். அந்த நூலின் ஆகச் சிறந்த அம்சமாக என்னைக் கவர்ந்தது, கவிதைகளில் வெளிப்பட்ட எளிமையும் உண்மையும். புரியும் மொழியில் எழுதப்படும் கவிதைகள் மீது நவீன ஒவ்வாமை தன்மையொன்று தமிழில் நிலவுகிறது. படித்தவுடன் புரிந்துவிட்டாலோ அல்லது எளிமையாக இருந்தாலோ அது கவிதையில்லை எனும் பார்வை கோணலானது மட்டுமல்ல, தவறான பார்வையுமாகும்.

வாசகனுக்குப் புரியாத நடையில் அறிவுஜீவி தனத்தோடு இருண்மையான மொழியில் எழுதுவதே நவீன இலக்கியம் என்கிற தவறான கருத்தினை இன்றைக்கு சிலர் பரப்பி வருகின்றனர். ஒரு படைப்பின் சமூகத் தேவை எப்படிப்பட்டதாக இருக்க வேண்டுமென்று உணர்த்த விரும்பிய மகாகவி பாரதி சொன்ன வரிகளிவை;

"மக்களுக்குப் பொருள் விளங்காதபடி இலக்கியம் செய்வோன், அதைக் கரித்துணியாலே மூடி விடுகின்றான். உண்மையும் தெளிவும் கவிதையின் உயிரெனலாம்" எனும் மகாகவியின் சத்திய வாக்கினை நெஞ்சிலேந்தி எழுதிய கவிதைகளாக கவிஞர் கவிமுகிலின் ஹைக்கூ கவிதைகள் விளங்கின.

எனது ஹைக்கூ குறித்த கூட்டங்களிலெல்லாம் என் கூடவே கவிக்கோ அப்துல் ரகுமானும் (இன்றிரவு பகலில்...), மகாகவி ஈரோடு தமிழன்பனும் (சூரியப் பிறைகள்), ஓவியக் கவிஞர் அமுதபாரதியும் (புள்ளிப் பூக்கள்), அண்ணன் பாவலர் அறிவுமதியும் (புல்லின் நுனியில் பனித்துளி), அக்கா கவிஞர் மித்ராவும் (ஹைகூ கவிதைகள்), மக்கள் கவி கவிமுகிலும் (சூரியத் துளிகள்) கைகோத்து உடன் வந்தனர்.

1998இல் கிணத்துக்கடவில் நடைபெற்ற ஹைக்கூ நூல் வெளியீட்டு விழாவில் பேசும்போது, மகாகவியும் மக்கள் கவியும் எனக்குக் கைக்கொடுத்து உதவினார்கள்.

'ஓட்டுப் போட்டுவிட்டு வந்த
பிணம் திடுக்கிட்டது
கல்லறையில் வேறொரு பிணம்.'

- என்று மகாகவி ஈரோடு தமிழன்பனின் ஹைக்கூவை நான் சொல்ல, கவிதையைக் கேட்டு அரங்கம் ஆர்ப்பரித்து கையொலி எழுப்பியது. அடுத்ததாக...

'இருப்பவரே வரவில்லை
இறந்தவர் வந்துபோனார்
வாக்குச்சாவடி.'

- எனும் மக்கள் கவி கவிமுகிலின் கவிதையைச் சொன்னதும், அரங்கம் மீண்டுமொருமுறை கரவொலியால் அதிர்ந்தடங்கியது.

முதல் கவிதையான மகாகவியின் ஹைக்கூ, ஜனநாயகத்தைக் கேலிக்குள்ளாக்கும் கள்ள ஓட்டு அரசியலின் சீரழிவு போக்கினைச் சம்மட்டி கொண்டு தாக்கியது. இரண்டாவதான மக்கள் கவியின் ஹைக்கூவோ, கள்ள ஓட்டு அரசியல் நிலையைக் குட்டுவதோடு, இன்றைக்கு வாக்களிக்கும் ஜனநாயகக் கடமையைக்கூட செய்யாமல் வீடடங்கிக் கிடக்கும் (படித்த) மனிதப் பிணங்களை நோக்கி கேள்வியெழுப்புகிறது.

காவிரி பாய்ந்தோடிய தஞ்சை மாவட்டத்தின் ஆர்சுத்திப்பட்டு எனும் கிராமத்தில் பிறந்த ஆ.பா.சக்திவேலுக்குள் இருந்த கவிதை எழுதும் ஆற்றலே, அவரைக் கவிமுகிலாக்கி, தமிழ் இலக்கியத்திற்கு ஈரம் சேர்க்கும் ஹைக்கூ கவி மழையைப் பொழிய வைத்துள்ளது. வாழ்வின் நெருக்குதலில் கடைநிலை ஊழியராகப் பணி செய்யத் தொடங்கி, இன்றைக்கு 'சக்தி கார்ஸ்' எனும் நிறுவனத்தின் உரிமையாளராக அவரை உயர்த்தியுமிருக்கிறது. இளமையில் பெற முடியாமல் போன கல்வித் தாகம் தீர்ந்துவிடாமல், சென்னைப் பல்கலைக்கழகத்தில் இளங்கலை (தமிழ்) படிக்கவும் தூண்டியது.

மண்ணெண்ணைய் விளக்குகள் அசைந்தாடும் குடிசை வீட்டில் பிறந்தாலும், தெருவிளக்குகளில் படித்து இன்றைக்கு உயர்ந்த பதவிகளில் இருக்கும் பலரைப் பார்க்கும்போது

பெருமிதமாக இருக்கிறது. மனித வாழ்வியலின் போக்கினை அறிந்தவரல்லவா மக்கள் கவி கவிமுகில். அதனால்தான் அவரால் இப்படி எழுத முடிந்தது.

'அதிசயம் தான்
தெருவிளக்கு எரிந்தது!
தேர்வில் நூற்றுக்கு நூறு.'

இன்றைக்கும்கூட வகுப்பறைகளை விட்டு, மாணவர்களை வெளியே அழைத்துப்போய் மரத்தடியில் பாடம் நடத்தும் ஆசிரியர்கள் உண்டு. மரத்தடியில் படிக்கையில் இயற்கை காற்று நம்மை குளிர்விக்கும். குருவிகளின் சேர்ந்திசை கேட்க முடியும். அவ்வப்போது உதிரும் இலைகள் நம்மை ஆசிர்வதிக்கும். எப்போதாவது பறவைகளின் எச்சம், நவீன ஓவியங்களை நம் சட்டையிலோ, தலையிலோ வரைந்துபோகும். இவை நமக்குப் போதி மரங்களல்ல; ஞான மரங்கள். இயற்கையோடு இணைந்து பாடம் படிக்கையில் பாடமும் மனதில் பதியும்; இயற்கையின் அழகிலும் மனம் இணையும். ஆனால், கவிமுகில் காட்டும் ஆசிரியர் அவரல்ல; இவர் வேறு மாதிரி ஆசிரியர்.

'ஆசிரியர் பாடம் நடத்துகிறார்
அமைதியாகக் கேட்கிறது வகுப்பு
காலி இருக்கைகள்!'

முதலிரு வரிகளிலும் ஒரு எதிர்பார்ப்பை உண்டாக்கும் கவிஞர், மூன்றாவது வரியில் போட்டுடைக்கிறார் உண்மையை.

எனது உரைகளிலும் கட்டுரைகளிலும் பலமுறை நான் மேற்கோளாகச் சுட்டியிருக்கும் புகழ்பெற்ற ஹைக்கூ ஒன்றும் 'சூரியத் துளிகளில்' ஒரு துளியாக பதிவாகியுள்ளது. நான் மட்டுமல்ல, இன்றைக்கு தமிழ் ஹைக்கூ குறித்து எழுதும் பலரின் கட்டுரைகளிலும் இந்தக் கவிதை, முத்திரைக் கவிதையாக இடம்பெறுவதைப் பார்க்க முடிகிறது.

'இறுக்கிக் கட்டுங்கள்
இடுப்பு வேட்டியை
போகுமிடம் சட்டசபை.'

என்ன... எதார்த்தமான சமூகப் படப்பிடிப்பு! மக்களின் அடிப்படை தேவைகளையும் அதனை நிறைவேற்றுவதற்கான தீர்மானங்களையும் முன்வைத்து விவாதித்து, அதற்கான ஆக்கப்பூர்வமான திட்டங்களை இயற்ற வேண்டிய மக்கள்

மன்றமான சட்டமன்றங்கள், இன்றைக்கு வெட்டிமன்றங்களாக மாறிப்போனதன் அவலத்தைச் சரியான வார்த்தைகளால் சூடு வைத்துள்ளது இந்த ஹைக்கூ. அத்தோடு, சட்டசபை 'கெட்டசபை'யாக மாறிவிடாமல், நாம் காக்க வேண்டியதன் அவசியத்தையும் சேர்த்தே வலியுறுத்துகிறது.

'சுழன்றும் ஏர்பின்னது உலகம்' என்றார் பொய்யாப்புலவர் வள்ளுவப் பெருந்தகை. ஆனால், விவசாயம் செய்வதே இன்றைய நாளில் பிழைப்புக்கு உதவாத தொழிலாக மாறிப்போயுள்ளது. 'உழுதவன் கணக்குப் பார்த்தால் உழக்கு மிஞ்சாது' என்றொரு சொல்வழக்கும் தமிழில் உண்டு. 'நெற்களஞ்சியமான' விவசாயம் செழித்தோங்கிய தஞ்சையில் பிறந்த கவிஞருக்கு விவசாயிகளின் நிலையைப் பற்றி நாம் சொல்லியா தெரிய வேண்டும்..?

'விளைந்தது நாற்று
குவிந்தது களஞ்சியம்
கலயத்தில் இல்லை கஞ்சி.'

உலக உயிர்களின் பசிக்கெல்லாம் உணவுப் படைத்திடும் உழவன், கலயத்தில் கஞ்சியில்லாமல் பசித்திருக்கிறான் என்பதறிகையில் நெஞ்சு பதறுகிறது. விவசாயிகளுக்கான புதிய சட்டங்களைப் போட்டு, மீண்டும் அவர்களின் வாழ்வைப் படுகுழியில் தள்ளும் ஒன்றிய அரசின் போக்கு கண்டு, விவசாயிகள் மட்டுமின்றி, பசிக்காக உணவு உண்ணும் எல்லா மனிதர்களுமே களத்தில் இறங்கி, போராட வேண்டும் என்கிற உணர்வெழுச்சியை உண்டாக்குகிறது.

'சுதந்திரத்தை
என்னால் சாப்பிட முடியவில்லை;
சோறு கொடு'

- என்று மக்கள் உரிமைக்கான குரலை எழுப்பினார் மகாகவி ஈரோடு தமிழன்பன். நம் நாடு விடுதலையடைந்து 75ஆம் ஆண்டின் பவள விழாவைக் கொண்டாடிக் கொண்டிருக்கும் இவ்வேளையிலும் பசிப்பிணியால் நாள்தோறும் மனிதர்கள் செத்து விழுகிறார்கள். சில ஆயிரம் பேர் சுதந்திரத்தின் சுகபோக வாழ்வினை அனுபவிக்க, பல கோடி மக்கள் பசிக்கு உணவின்றியும், பல கோடி குழந்தைகள் பாலின்றியும், பல கோடி இளைஞர்கள் வேலையின்றியும், பல்லாயிரம் கோடி மக்கள் தங்கி வாழ வீடின்றியும் பரிதவித்து தெருவில் நிற்கின்றார்கள்.

ஏனிந்த ஏற்றத்தாழ்வு..? சுதந்திரம் கிடைத்தது; ஆனால் யாருக்கு? எனும் கேள்வியை மிக ஆழமாக இக்கவிதையின் ஊடாக எழுப்பியுள்ளார் மக்கள் கவி கவிமுகில்.

'விடுதலைப் பறை ஒலித்தது
கொடிமரத்தைச் சுற்றி
சுதந்திர அடிமைகள்.'

சுதந்திர தேசத்திலும் இன்னும் அடிமைகளாகவே எத்தனை காலம் எளிய மக்களை வாழ விடப்போகிறோமென்கிற மன ஆதங்கத்தை மூன்றே வரிகளில் வாசிப்பவர் உள்ளங்களில் எழுப்பி விடுகிறார்.

எங்கு பார்த்தாலும் உயரமான பெரிய பெரிய கட்டிடங்கள்; ஆளை மறைக்கும் சுற்றுச்சுவர். பல வண்ணப்பூச்சுகள். அருகே சென்று பார்த்தால் 'இண்டர்நேஷனல் ஸ்கூல்' என்றிருக்கிறது. நல்லது; நம் தமிழகத்தின் கல்வித்தரம் உலகளவில் உயரத்தான் வேண்டும். ஆனால், அந்தக் கல்வி எல்லோருக்கும் கிடைக்கிறதா? 'கற்கை நன்றே, கற்கை நன்றே பிச்சைப் புகினும் கற்கை நன்றே' என்று ஔவை மூதாட்டி சொன்னபடி, பலரும் வங்கிகளில் கடன் பெற்றே படிக்கும் அவலம். இந்நிலையை மக்கள் கவி கவிமுகில், இப்படி எழுதியுள்ளார்.

'தரமுயர்ந்த கல்வி
வீதிதோறும் பள்ளி
வாங்கத்தான் பணமில்லை.'

- என்று சமூக உண்மை நிலையைப் பட்டவர்த்தனமாகப் முகத்திலறைந்து சொல்கிறார்.

கடவுளின் பெயரால் இன்றைக்கு மக்களைப் பிளவுப்படுத்தி, அரசியல் ஆதாயம் தேடும் சக்திகள் தலைதூக்கியுள்ளன. இவற்றுக்கு எதிரான மக்களின் ஒற்றுமைக் குரல் முன்னிலும் வலுவாக ஓங்கி ஒலிக்க வேண்டிய நேரமிது! எது இறை வழிபாடு, எது மூடநம்பிக்கை என்பதையும் எல்லா மதத்தினரும் உணர வேண்டும்.

'தெய்வம் பலபல சொல்லிப் - பகைத்
தீயை வளர்ப்பவர் மூடர்;
உய்வதனைத்திலும் ஒன்றாய் - எங்கும்
ஓர்பொரு ளானது தெய்வம்.'

- என்று பாடினார் மகாகவி பாரதியார். தெய்வ வழிபாடு என்பது அவரவர் நம்பிக்கை சார்ந்த விஷயம் என்றாலும், சுயசிந்தனையும் பகுத்தறிவுமிக்க மனிதர்கள் நம்பிக்கைக்கும், மூடநம்பிக்கைக்குமான இமாலய இடைவெளிகளை அறியாமல் இன்னும் மடமையில் விழுந்து கிடப்பது முறையாகுமோ..?

ஒவ்வொரு மனிதனின் சுயசிந்தனையையும் தட்டியெழுப்பிட மக்கள் கவி கவிமுகிலின் இந்த ஒற்றைக் கவிதையால் முடிந்திருக்கிறது. ஆறே வார்த்தைகள் கொண்டு பின்னப்பட்டுள்ள இக்கவிதை, நம் மனதிலிருக்கும் ஆயிரமாயிரம் பின்னல்களை விடுவித்துப் போகிறது.

'வேம்பும் அரசும் சாய்ந்தன
வீதியில்
அனாதை பிள்ளையார்.'

இறைவன் குடிகொண்டிருக்கும் தெருவோர மரமே விழுந்தாலும், அதை அப்புறப்படுத்தி, சிலையை வேறு இடத்தில் வைத்திட மனிதன் தான் கைக்கொடுத்து சாமியையும் தூக்கிவர வேண்டும். ஏனென்றால் மனிதனுக்குத்தான் 'ஜீவன்' இருக்கிறது என்பதை இதைவிடவும் வேறு வார்த்தைகளில் காட்சிப்பூர்வமாகச் சொல்லிவிட முடியாது.

இலங்கையில் பல லட்சம் ஈழத் தமிழர்களைக் கொன்று குவித்தது இலங்கை அரசு. உலகமே வாய்ப் பொத்தி வேடிக்கை பார்த்தபோது, தமிழர் நெஞ்சம் குமுறியது. மக்கள் கவி கவிமுகிலின் கவிதைகளில் எப்போதுமே ஈழத் தமிழர்கள் மீதான பாசமும் நேசமும் கலந்திருக்கும். இதோ... கொல்லப்பட்ட தமிழச்சிக்காகக் கசிந்துருகுகிறது கவிமுகிலின் எழுதுகோல்.

'தலை கவிழ்ந்தது பனை
கரையோரம் பிணம்
கற்பிழந்த ஈழத் தமிழச்சி.'

பொதுவாகவே, முற்போக்குப் படைப்பாளர்கள், சமூக நலனை முன்னெடுக்கும் எதார்த்தமான மக்கள் படைப்பாளர்கள் அழகுணர்ச்சியற்றவர்கள் என்கிற பொதுவான குற்றச்சாட்டு வைக்கப்படுவதுண்டு. அக்குற்றச்சாட்டில் உண்மையில்லை என்பதை பலமுறை எடுத்துக்காட்டியும் உணர மறுக்கிறார்கள் அறிவுஜீவி படைப்பாளர்கள். மக்கள் கவி கவிமுகிலின் ஹைக்கூ கவிதைகளில் அழகுணர்ச்சியும் காட்சியோட்டமும் நிரம்பி வழியும் கவிதைகளுமுண்டு.

இதோ... ஒரு சோறு பதம்;

'கோடை வெயில்
கோழிக்குஞ்சு இளைப்பாறியது
மேலே பருந்தின் நிழல்.'

இனியாவது பொய்யைத் தீர்ப்பென எழுதிய விமர்சன நீதிபதிகள், தவறான தீர்ப்புக்காகத் தங்களது எழுதுகோலின் கூர்முனையை நசுக்கிப் போடட்டும்.

'சூரியத் துளிகளின்' வெப்பம் தணிவதற்குள் 2001ஆம் ஆண்டு ஜூனில் வெளியானது கவிமுகிலின் 'சின்ன உளிகள்' இரண்டாவது ஹைக்கூ நூல். நூலில் மொத்தமே 86 கவிதைகள் இடம்பெற்றிருந்தன. ஆயினும் ஒவ்வொன்றும் கல்லில் சிலை தேடும் சிற்பியின் லாவகத்தோடு, வாசக மனதைச் செதுக்கின. முதல் நூலில் சிற்பங்களை வடித்த ஓவியர் செழியன், இந்நூலில் மனித முகங்களை மட்டுமே புதிய பரிணாமத்தில் தீட்டியிருந்த நவீன கோட்டோவியங்கள் சிறப்புக்குரியன.

'காதல், இயற்கை, சமூகம், அரசியல், ஆன்மிகம் என்று பல கோணங்களில் மூவடிச் சித்திரங்கள் இத்தொகுப்பில் இடம்பெற்றுள்ளன' என்று முன்னுரையில் மகாகவி ஈரோடு தமிழன்பன் சான்றுரைக்கின்றார். இந்தச் 'சின்ன உளிகளு'க்குள் முதலில் கேட்பது தாலாட்டுச் சத்தம்தான்.

'இரவுத் தாலாட்டு
கண்ணயர்ந்தது கன்று
மாட்டுத்தொழுவத்தில் மணி.'

கண் விழித்ததுமே நம்மை தாயைத் தேடும் கன்றாக்கி விடுகிறது இந்த ஹைக்கூ.

தமிழ்ச் சமுதாயத்தின் விவாதப் பொருளாக அவ்வப்போது பேசப்படும் விஷயங்களை, அதன் ஆழ்ந்த அர்த்தத்தோடு உள்ளுணர்ந்து, மிகத் தெளிவாகவும் சரியாகவும் பல கவிதைகளை மக்கள் கவி கவிமுகில் எழுதியுள்ளார். ஒவ்வொரு கோடையிலும் தமிழ் நிலத்தில் சூடு பறக்கும் விவாதங்களைக் கிளப்புகிற காவிரி நதி நீர்ப் பிரச்சினை பற்றி பல கவிதைகளில் பகிர்ந்துள்ளார். அதிலொரு ஹைக்கூ;

'அழுதது வானம்!
முளைத்த நெல் அழுகிறது
பேச்சு வார்த்தையில் காவிரி.'

‘யாதும் ஊரே; யாவரும் கேளீர்’ என்பதை உலகுக்கு உரத்துச் சொன்ன உலகின் ஆதிமொழியான செம்மொழி செழித்திருக்கும் தமிழ் மண்ணிலிருந்து ஒலிக்கும் கவிக்குரல் எப்போதுமே ஒற்றுமையை வலியுறுத்தும்; அனைத்து உயிர்களையும் நேசத்தோடு தழுவிக்கொள்ளும். மானுடம் பாடும் கவிமுகிலின் ஹைக்கூ ஒன்றில் மானுட நேசம் வெளிப்படும் நேர்த்தியைப் பாருங்கள். நம் பார்வைக்குச் சாதாரணமாகத் தெரியும் ஒரு காட்சியை உலக உயிர்களுக்கான இரக்கத்தின் குரலாக மாற்றி, ஒலிக்கச் செய்துள்ளார் மக்கள் கவி கவிமுகில்.

‘இறந்த ஈசல்
இறுதி ஊர்வலம்
எறும்பு ரதத்தில்.’

தமிழ்ச் சமுதாயத்துக்கு தனது படைப்பின் மூலமாக ஒரு படைப்பாளி எப்படியான முன்னெடுப்பைச் செய்திட வேண்டுமென்கிற தெளிவான புரிதலில் இருந்ததினாலே மக்கள் கவி கவிமுகிலால் எளிமையும் அழகுமிக்க ஹைக்கூ முத்துக்களை வழங்க முடிந்தது.

ஒரு காலத்தில் மக்கள் அனைவரும் கொண்டாடும் விழாவாக இருந்த விநாயகர் சதுர்த்தி விழா, இன்றைக்கு இந்திய தேசத்தையே பெரிய பதட்டத்திற்கு உள்ளாக்கியிருக்கிறது. அந்த நாளில் என்ன நிகழுமோ எனும் அச்சத்தோடு இப்போதெல்லாம் மக்கள் வெளிவரவே தயங்குகிறார்கள். அந்நாளில் கடலில், குளங்களில் போடப்படும் விநாயகர் சிலைகளால் நம் நீர்வளம் பாழ்படுவது பற்றி யாருக்குமிங்கே துளியும் கவலையில்லை. படைப்பாளியும் எல்லோரையும் போல் ஒதுங்கியிருந்து வேடிக்கை பார்க்க முடியுமா? வாசிக்கும் வாசகனுக்குள் ஆழமானதொரு சிந்தனையை ஹைக்கூ வழி கேள்வியாக்கியுள்ள விதம் பாராட்டத்தக்கது.

‘மிதந்த பிள்ளையாரிடம்
மீன் கேட்டது
நீச்சல் தெரியுமா?’

‘விநாயகர் என்ன சொல்லியிருப்பார்?’ என்கிற கேள்வியும் நம் சிந்தனையைச் சேர்த்தே கிளறுகிறது.

‘மரம் சும்மாயிருந்தாலும் காற்று அதை விடுவதில்லை’ என்றார் மாவோ. காற்றின் ஒவ்வொரு பயணமும் ஏதோவொரு

வகையில் இசையோடு கலந்தே பயணிக்கிறது. புல்லாங்குழலின் துளைக்குள் நுழைந்து வெளியேறும் காற்றே இசையாகிறது. பாடகரின் தொண்டைக்குழிக்குள்ளிருந்து வெளிவரும் காற்றே ராக ஆலாபனைகள் புரிகிறது. மக்கள் கவி கவிமுகில் எழுதியிருக்கும் ஹைக்கூவில் காற்றின் சோகம் பற்றியெரிவதை நம்மால் காண முடிகிறது.

'காட்டில் பற்றியது தீ
திகிலாய் மரங்கள்
முகாரி வாசித்தது மூங்கில்.'

தீயைக் காடு முழுவதும் கடத்திச் செல்வதும் காற்றுதான். மூங்கிலின் வழியே முகாரி வாசிப்பதும் அதே காற்றுதான். ஈருடல் ஓருயிராய் இக்கவிதைக் காட்டும் காட்சி, நம் மனக் கண்களில் எப்போதுமிருக்கும் அழியாச் சித்திரக்காட்சியெனில் மிகையில்லை.

தமிழ் ஹைக்கூவில் மக்கள் கவி கவிமுகில் காட்டும் வாழ்வியல் காட்சிகள் அனைத்தும் எளிய மக்களைப் பற்றியது; அன்பைப் போற்றுவது; உயிர்நேயத்தை உயர்த்திப் பிடிப்பது; சமூக அவலங்களுக்கு எதிரான கோபப் பெருவெடிப்பையே கவிதையாக வெளிப்படுத்துவது என சொல்லிக்கொண்டே செல்லலாம். ஒரே வரியில் சொல்வதெனில், எல்லோரும் எல்லாமும் பெற வேண்டுமென்கிற சமத்துவத்திற்கான பேரழைப்பின் பொதுவுடமைக் குரலாக ஒலிக்கிறது என்பதே மக்கள் கவி கவிமுகிலின் ஹைக்கூக்களின் சிறப்பம்சமாகப் பார்க்கிறேன்.

'கவிதை புறமனம் தீட்டும் ஓவியம்
ஹைக்கூ அடிமனதின் வெடிப்பு'

- என்றார் கவிஞர் சேலம் தமிழ்நாடன். தமிழ்ச் சமூகத்தில் இன்னும் மண்டிக்கிடக்கும் சாதி, மத ஏற்றத்தாழ்வுகளை, பெண்ணடிமைத்தனத்தை, பொருளாதார சமத்துவமின்மையை, அரசியல் அதிகாரத்தின் பெயரால் நடைபெறும் கயமைத்தனங்களைச் சீராக்கும் எண்ணத்தில் மக்கள் கவி கவிமுகிலின் அடிமனதின் வெடிப்புகளே 'சூரியத் துளிகளா'கவும், 'சின்ன உளிகளா'கவும் வெளிப்பட்டுள்ளன.

13 கவிதை நூல்கள், 2 உரை நூல்கள், 2 புதினங்கள், 2 ஆங்கில மொழியாக்க நூல்கள், ஒரு குறும்படம், 6 திரைப்படங்களுக்குப்

பாடல்கள் எழுதுதல் என தனக்கான படைப்பேணியில் உயர உயர மேலேறிப் பயணத்தைத் தொடரும் மக்கள் கவி கவிமுகில், தமிழ் ஹைக்கூவிலும் தனக்கான அழுத்தமான முத்திரையை ஆழமாகப் பதித்துள்ளார். அதனால்தான் பேராசிரியர் இராம. குருநாதனின் ஆங்கில மொழியாக்கத்தில் 'Feathered Festoons' எனும் நூலாக வெளிவந்து, பலரது பாராட்டுக்களையும் பெற்றது. ஹைக்கூ ஆய்வாளர் அமரனின் மொழியாக்கத்திலும் கவிஞரது ஹைக்கூ கவிதைகள் மொழிபெயர்க்கப்பட்டு நூலாக வெளிவரவுள்ளது.

'முயன்று முயன்று ஆண்டொன்றில் ஒரு கவிதை எழுத முடியும்' என்று சொன்னார் 'ஜப்பானிய மகாகவி' பாஷோ. அவரது உலகப் புகழ் வாய்ந்த ஹைக்கூ இது;

'இந்த அழகிய கிண்ணத்தில்
பூக்களை அடுக்கி வைப்போம்
அரிசிதான் இல்லையே!'

ஆமாம்; இலக்கியம் மனித மனதை ஆற்றுப்படுத்த மட்டுமா செய்கிறது..? சில நேரங்களில் பசியாற்றவும் செய்கிறது. பசிப்பிணி போக்கும் செயலை விடவும் வேறெதைப் பெரிதாகச் செய்ய வேண்டும் இலக்கியம்?

பாஷோவின் ஹைக்கூவை இப்படியாக மாற்றிச் சொன்னாலும் மிகச் சரியான அர்த்தத்தையே தருவதாக எண்ணுகிறேன்.

'இந்த அழகிய கிண்ணத்தில்
கவிமுகில் ஹைக்கூவை அடுக்கி வைப்போம்
பூக்கள்தான் இல்லையே!'

தமிழின் முதல் ஹைக்கூ கவிதை நூல் வெளியாகி, சரியாய் 38 ஆண்டுகள் நிறைவடையவுள்ளன. இந்நிலையில் கடந்த 2008ஆம் ஆண்டு பிப்ரவரியில் (23-25) பெங்களூருவிலுள்ள வாழும் கலை அமைப்பின் சார்பில் 'ஒன்பதாவது உலக ஹைக்கூ கிளப் விழா' நடைபெற்றது. ஜப்பான், அமெரிக்கா, அயர்லாந்து ஆகிய உலக நாடுகளைச் சேர்ந்த ஹைக்கூ கவிஞர்களும், இந்திய மாநிலங்களான கர்நாடகா, ஆந்திரா, மேற்கு வங்காளம், மகாராஷ்டிரா, கேரளா, தமிழ்நாடு ஆகியவற்றைச் சேர்ந்த ஹைக்கூ கவிஞர்களும் அதில் பங்கேற்றனர்.

'இன்றைக்கு இந்திய மொழிகளிலேயே தமிழில்தான் அதிகமாக ஹைக்கூ கவிதைகள் எழுதப்படுகின்றன; அவை

நூல்களாகவும் வெளிவருகின்றன' என்கிற இனிப்பான செய்தியை அவ்விழாவின் வழியே உறுதிசெய்ய முடிந்தது. தமிழில் இதுவரை ஹைக்கூ நூல்கள், மொழிபெயர்ப்புகள், கட்டுரைகள், ஆய்வுகள், ஹைக்கூவின் கிளை வடிவங்கள்... என சுமார் 650க்கும் மேற்பட்ட நூல்கள் வெளிவந்துள்ளன.

இன்று தமிழில் எழுதப்படும் ஹைக்கூ கவிதைகள் ஜப்பானிய மொழியில் மொழியாக்கம் செய்யப்படும் உயர்ந்த நிலையை எட்டியுள்ளன. தமிழ் ஹைக்கூ இன்னும் தொட வேண்டிய உயரமும், இலக்குகளும் இருக்கின்றன. அதை நோக்கிய பயணத்தில் சற்றும் சோர்வின்றித் தொடரும் தமிழ் ஹைக்கூவை அதன் அழகியல் தன்மையோடும், செறிவோடும், காட்சிப் பின்னணியோடும் படைத்திட்ட கவிஞர்களுள் குறிப்பிடத்தக்க கவிஞராக மக்கள் கவி கவிமுகில் என்றென்றும் போற்றப்பட வேண்டியவர் என்பதில் இருவேறு கருத்திற்கு இடமில்லை என்று உறுதிடச் சொல்வேன்.

20.04.2022

21

கண்களுக்கும் சிந்தனைக்குமான பெருஞ்சித்திரக்காரன்

எந்த இலக்கியப் படைப்புக்கும் அகம், புறம் என இரண்டு பக்கங்கள் உண்டு. புறத்தை மட்டும் பார்த்துவிட்டு அகத்தைக் காணாமலேயே கேலி செய்வதும், அகத்தைக் கண்டுவிட்டுப் புறத்தைப் பார்க்காமல் புலம்புவதும் அறிவிலித்தனமாகும்.

ஆதிமொழியான தமிழுக்குப் பாரதி வழி ஜப்பானிய ஹைக்கூ கவிதை அறிமுகமாகி, ஒரு நூற்றாண்டினைக் கடந்துவிட்டோம். இன்னமும்கூட ஹைக்கூ கவிதைகளைப் பற்றிய புரிதலும் தெளிவும் இல்லாமல் 'மூவரி கவிதை' எனும் புறத்தைப் பற்றிய மதிப்பீட்டிலேயே ஆய்வுகளைச் செய்வது சரியான செயலாகாது.

ஈராயிரம் ஆண்டுகளுக்கு முன்பே, 'உருவுகண்டு எள்ளாமை வேண்டும்' (குறள்: 667) என்று பொய்யாப்புலவர் திருவள்ளுவர் முன்மொழிந்ததை, நாம் வாழ்க்கை நெறிமுறையாகப் பின்பற்றத் தவறிவிட்டதன் விளைவிது.

வானில் ஒளிரும் நட்சத்திரங்கள் நம் பார்வைக்கு மிகச் சிறிதுதான்; ஆனாலும் அருகில் சென்று பார்ப்பவர்க்கே அது ஒளிரும் பெரிய கோள் என்கிற உண்மை தெரிந்தது. பூமியிலிருந்து பார்க்கும் நம் கண்களுக்குத் தெரிபவை 600 முதல் 3000 நட்சத்திரங்களே. அண்டவெளியில் 70 கோடி

நட்சத்திரங்கள் இருக்கக் கூடுமென விண்வெளி ஆய்வறிஞர்கள் மதிப்பிட்டுள்ளனர். எதையும் முன்முடிவுகளோடு அணுகும் எவர்க்கும் திறந்த சாளரத்தின் ஈரக்காற்றும் கூட வெப்பமென தகிப்பதில் வியப்பில்லை தானே..!

புற வடிவத்தில் மிகச் சிறியதாக இருந்தாலும், அக உணர்வில் ஆழமான சிந்தனைகளை எழுப்பும் ஒவ்வொரு ஹைக்கூவும் ஒரு நட்சத்திரம் என்பேன். ஹைக்கூவை ஓவியத்திற்கு ஒப்பான கவிதை என்பதும், காட்சிகளால் அசையும் சிற்பம் என்பதும் மிகப் பொருத்தமானதே.

நேரடி அனுபவத்தின் சாறு பிழிவே ஹைக்கூ. தேவையற்ற குழப்பங்களுக்கு ஹைக்கூவில் இடமில்லை. ஹைக்கூவின் வழியே பதிவாகும் காட்சியினூடே வாசகன் புதுப்பார்வையைப் பெற வேண்டும். கவிதை நிகழும் அந்தக் கணத்தின் ஒரு துளியை மட்டும் நாம் படம் பிடித்தால் போதும்; வாசகன் விடுபட்ட காட்சிகளைத் தனது சிந்தனைகளால் நிரப்பிக் கொள்வான். அதனால்தான் ஹைக்கூவை 'நிகழ் கவிதை' என்றார் அமெரிக்க ஹைக்கூ ஆய்வாளர் ஜே.ஹிக்கின்சன்.

ஜப்பானிய மரபுக்கவிதையான ஹைக்கூ, தமிழில் மூவரிக் கவிதையெனும் அடையாளத்தோடு இன்றைக்குப் பல்லாயிரம் கவிஞர்களால் ஆர்வத்துடன் எழுதப்படும் நிலையை எட்டியுள்ளது. தமிழில் எழுதப்படும் ஹைக்கூ கவிதைகள் இந்திய மொழிகளில் மட்டுமல்ல; உலக மொழிகள் பலவற்றிலும் இன்றைக்கு மொழியாக்கம் பெறும் சிறப்பினை அடைந்துள்ளன. தொடர்ந்து தமிழ் ஹைக்கூத் தளத்தில் ஆர்வத்துடனும் ஈடுபாட்டுடனும் எழுதும் கவிஞராகவும், பல மொழிகளில் மொழியாக்கம் பெற்ற ஹைக்கூ கவிதைகளை எழுதிய சிறப்புக்குரியவர் எனும் பெருமையுடனும் வலம் வருபவர் எனதினிய தோழர், கவிஞர், முனைவர் க.இராமஜெயம்.

இனிய குணமும் எல்லோரோடும் பழகும் எளிய மனமும் கொண்ட சமூக அக்கறைமிக்கவரான க.இராமஜெயம் படைக்கும் ஹைக்கூ கவிதைகள், இன்றைக்கு இந்தியாவைக் கடந்து உலகின் திசைகளெங்கும் பரவி வருவதில் பேரானந்தம் கொள்ளும் கவிஞரது நட்பு வட்டத்தில் நானுமொருவனாய் முன்நிற்பதில் மகிழ்கின்றேன்.

1990களில் தமுஎசவின் மூலமாக வடாற்காடு மாவட்டத்தில் எனக்கு அறிமுகமான கவிஞர்களில் நிலவு குப்புசாமி, வைகறைச்

செல்வன், முல்லை வாசன், சகுவரதன், ந.க.துறைவன், க.இராமஜெயம், அழகிய பெரியவன், கம்பீரன், சோலை இசைக்குயில், கவிப்பித்தன் ஆகியோர் குறிப்பிடத்தக்கவர்கள். இவர்களுள் முல்லை வாசன், சகுவரதன், ந.க.துறைவன், சோலை இசைக்குயில் மட்டுமே ஆர்வத்துடன் ஹைக்கூ கவிதைகளையும் எழுதி வந்தவர்கள்.

அரசு உயர்நிலைப்பள்ளியின் தலைமையாசிரியராகக் கல்விப்பணி செய்துகொண்டே, கலை இலக்கியப் பங்களிப்பினூடாகப் புதுக்கவிதைகளையும் எழுதிக்கொண்டிருந்த கவிஞர் க.இராமஜெயத்தை ஹைக்கூ ஆட்கொண்ட அந்த இனிய நிகழ்வு எப்படியோ நடந்தேறிவிட்டது. நல்லதே நடந்திருக்கிறது; அதனால்தான் இன்றைக்கு கவிஞர் க.இராமஜெயம் எழுதும் ஹைக்கூ கவிதைகள், உலகின் பல மொழிகளிலும் தமிழின் சிறப்பினைச் சொல்லி வருகின்றன.

பிறிதொரு பொழுதில், மடியும் என் கனவுப் பட்டாம்பூச்சி எனும் இரு கவிதை நூல்களை முன்பே வெளியிட்டிருந்தாலும், 2018ஆம் ஆண்டில் புதுவரவான கவிஞர் க.இராமஜெயத்தின் ‘தனிமையில் வாடும் பொம்மை’ *(A Lonely Linguishing Doll)* எனும் ஹைக்கூ நூல் எனக்குப் பிடித்த நூல்களுள் ஒன்று. தமிழிலும் ஆங்கிலத்திலுமாக வெளியான அந்நூலிலுள்ள பல கவிதைகளை ஹைக்கூ தொடர்பான எனது பல உரைகளில் மேற்கோளாகச் சுட்டியிருக்கின்றேன்.

‘உதிர்ந்த சிறகு
பறந்து அலைகிறது
இழந்த பறவையைத் தேடி.’

இந்த ஒரு கவிதை போதாதா... கவிஞர் க.இராமஜெயத்தின் கவித்துவப் பார்வைக்கும் ஹைக்கூ செறிவிற்கும்.

2020ஆம் கவிஞர் க.இராமஜெயம் வெளியிட்ட ‘அடர்வனத்து மின்மினிகள்’ *(Fireflies in the dense Forest* – தமிழ் மற்றும் ஆங்கிலம்) நூலும், ‘ஒரு கை சென்ரியு’ நூலும் கவிஞர் மீது பலரின் கவனம் குவிய காரணமாயிருந்தன.

முனைவர் ம.ரமேஷ், சகுவரதன், வேலூர் இளையவன் மூவரும் இணைந்து ‘மூவரைக்கூ’ எனும் நூலையும் 2020இல் வெளியிட்டனர். இதில் வேலூர் இளையவன் வேறு யாருமல்ல... நம் கவிஞர் க.இராமஜெயம்தான்.

'கோயில் புறாக்கள் சிறகசைக்க
காதில் வந்து விழுகிறது
மணியோசை.'

- எனும் இந்த ஒற்றை ஹைக்கூ இன்னுமென் காதுகளில் ஒலித்துக்கொண்டே இருக்கிறது.

இதோ... அடுத்தகட்டப் பாய்ச்சலுக்கான வேகத்தோடு நான்கு மொழிகளில் 'பாலறியும் பூனையின் கண்கள்' எனும் நூலாகத் தரும் கவிஞர் க.இராமஜெயத்தின் புதிய முயற்சியை மிகுந்த ஆரவாரத்தோடு வரவேற்கின்றேன். தமிழ், தெலுங்கு, கன்னடம், ஆங்கிலமென நான்கு மொழிகளில் வெளியாகும் முதல் ஹைக்கூ நூல் எனும் பெருமையோடு இந்நூல் மலர்கிறது. இதனை 'மொழிக்கூ' என்று செல்லமாய் அழைப்பதும் பிடித்திருக்கிறது.

அவசரக்காரனின் பெரும்பசிக்குக் கிடைத்த பொறிகளல்ல இந்தக் கவிதைகள். எவ்வளவு நெருக்கடியான சூழலிலும் நின்று நிதானித்து, வாழ்வை அதன் நேர்க்கோட்டில் எதிர்கொள்ளும் மனிதர்களின் சிந்தனைக்கு வித்திடும் வீரிய விதைகளாக உள்ளன. இந்நூலிலுள்ள ஹைக்கூ கவிதைகளைப் பலமுறை வாசித்துவிட்டேன். ஒவ்வொரு வாசிப்பிலும் வேறு வேறு சிந்தனைப் பொறிகளை எனக்குள் கிளப்பும் கலைடாஸ்கோப் காட்சிகளாக ஒவ்வொரு கவிதையும் மனதில் பதிகின்றன.

'ஒளி வரும்
திசையில் காண்கிறேன்
கோயில் கருவறை.'

- எனும் ஹைக்கூ, தட்டையான ஒற்றைப் பார்வையில் இல்லாமல் யோசிக்க யோசிக்கப் புதிய தரிசனங்களை வழங்குகிறது. ஒளி வரும் திசையில் இருப்பதால் இந்தக் கருவறைக்குள் நந்தன்களும் நுழையலாம் என்பதே நம்பிக்கையின் சுடரொளியாக மிளிர்கிறது.

பசித்தழும் குழந்தை, தாய் மார்பில் பாலருந்தியதும், அப்படியே கண்ணயர்ந்து தாய்மடியிலேயே தூங்கும் காட்சிக்கு இணையான கவிதையேது? பலமுறை எழுத நினைத்தும் முடியாமலேயே போன இந்தக் காட்சியை, தன் காமிரா கண்கள் வழியே வேறொரு காட்சியினூடே பதிவுசெய்துள்ளார் கவிஞர் க.இராமஜெயம்.

'பூவில் தேன் எடுத்ததும்
ஓய்ந்தது கொஞ்சம்
இலையில் வண்டு.'

'உண்ட மயக்கம் தொண்டனுக்கும் உண்டு' எனும் தமிழ் சொலவடை, இனி வண்டுக்கும் உண்டு என்று சொல்லும் வண்ணமாக மாற்றித் தந்திருக்கிறார் கவிஞர்.

'கடற்கரை மணலில்
எதையோ எழுதுகிறாள்
சுண்டல் விற்கும் சிறுமி.'

சாதாரண கண்களுக்குப் புலப்படாத நுட்பமான காட்சியிது. கடற்கரை மணலில் எழுதிப் பார்க்கும் ஆவல் எல்லோருக்கும் எழும். ஆனாலும் சுண்டல் விற்கும் சிறுமி எழுதிப் பார்க்கிறாள் என்பதே நம் பார்வையைக் கூர்மையாக்குகிறது. பள்ளிக்கூடம் செல்ல இயலாத வறுமையே சிறுமியைச் சுண்டல் விற்க, கடற்கரை நோக்கி விரட்டியிருக்கிறது. படிக்க வேண்டுமென்கிற ஆசை சுரக்கும் போதெல்லாம் அவளையும் அறியாமல் அந்தச் சிறுமி கடற்கரை மணலில் எதையோ எழுதிப் பார்க்கிறாள். 'நீ படிக்க வேண்டியவள் மகளே, கல்வி ஒளி பெறவே வா' என அந்தச் சிறுமியின் கைப்பிடித்து அழைத்து வரவேண்டுமென்கிற எண்ணம் எழுகிறது. மொத்தமே 7 வார்த்தைகள்தான். ஆனால் எண்ணற்ற உணர்வுகளை இக்கவிதை நமக்குள் எழுப்பிப் போகிறது.

இந்நூலில் பல கவிதைகள் எனக்குப் பிடித்திருந்தன என்றாலும் ரொம்பவும் பிடித்த ஒரு ஹைக்கூ முத்து எதுவெனக் கேட்டால், இந்த ஹைக்கூவையே சொல்வேன்.

'எல்லாம் இருக்கும் சமையலறை
பால் மட்டும் அறியும்
பூனையின் கண்கள்.'

கவிஞர் க.இராமஜெயத்திற்கு ஹைக்கூப் பார்வை வெகு இயல்பாக வாய்க்கப் பெற்றுள்ளது என்பதற்கு இந்த ஹைக்கூவே சரியான சான்றாகும். எல்லாம் இருக்கும் சமையலறையில் பூனையின் தேவை பாலை மட்டுமே பார்க்கிறது. நம் பார்வைக்குப் படுகிற எல்லாமே கவிதையென்றாலும் அதிலிருந்து ஹைக்கூவைப் பிரித்துப் பார்க்கும் நுட்பமான கவிப்பார்வை கவிஞர் க.இராமஜெயத்திற்கு இருப்பதாலேயே இந்த ஹைக்கூ சாத்தியமாகி இருக்கிறது.

இலையுதிர்கால மரத்தில் உதிர்ந்த இலைகளை முதலில் யாரறிவார் என்று கேட்பதும், மகள் பிறந்ததும் அம்மா என்று தகப்பன் கொஞ்சுவதும், கம்பியில் தொங்கிக் கொண்டிருக்கும் நீர்த்துளிகளில் வானவில் முகம் பார்ப்பதும், துளியும் பயமின்றி கத்தியுடன் இருக்கும் அய்யனார் மீதேறி அணில் ஓடுவதும்... ஆகா! பசுமை பூசிய இயற்கையின் அழகியலோடு வாழ்வியலையும் சேர்த்து வரையும் பெருஞ்சித்திரக்காரனாக நம் கண்களையும் சிந்தனையையும் ஒருசேரக் கட்டிப்போட்டு விடுகிறார் கவிஞர் க.இராமஜெயம். இன்னும் நிறையக் கவிதைகளை நிறைவாகச் சொல்லிக்கொண்டே போகலாம். வாசகப் பார்வைக்காக அவை காத்திருக்கின்றன என்று சொல்லி விலகிக்கொள்ளும் முன், இந்தக் கவிதைகளை மும்மொழிகளில் மொழியாக்கம் செய்த அறிஞர்களைப் பற்றி சொல்லியாக வேண்டும்.

எம்மொழி படைப்பாயினும் அது பிற மொழிகளுக்குச் செல்லும்போதே, தமிழ்ப் படைப்புகளின் சிறப்பினை உலகறிய முடியும். மகாகவி பாரதியின் படைப்புகள் ஆங்கிலத்தில் மொழிபெயர்க்கப்படாமல் போனதன் காரணமாகவே அவருக்கு நோபல் பரிசு கிடைக்காமல் போயிற்று என்கின்றனர் மொழியியல் அறிஞர்கள். இனி, தமிழ்ப் படைப்புகள் அப்படியொரு புறக்கணிப்புக்கு ஆளாகாமலிருக்க, பிற மொழிகளில் மொழிபெயர்ப்பது காலத்தின் தேவை கருதிய செயலாகும். தாங்களே படைப்பாளிகளாக இருந்தும் கவிஞர் க.இராமஜெயத்தின் ஹைக்கூ கவிதைகளை ஆங்கிலத்தில் மொழிபெயர்த்த எம்.சுந்தர்ராஜன் (ஷான்மூன்), கன்னடத்தில் மொழிபெயர்த்த டாக்டர் வே.புகழேந்தி, தெலுங்கில் மொழிபெயர்த்த டாக்டர் மா.ரவி மூவருக்கும் தமிழ் ஹைக்கூ கவிஞர்களின் சார்பில் கனிந்த கைகூப்பு.

அன்புக்கவிஞர் க.இராமஜெயத்தின் இலக்கியச் செயல்பாடுகளுக்கு என்றும் துணையிருக்கும் கவிஞரின் துணைவியாரும் வணிகவியல் பட்டதாரி ஆசிரியருமான சீ.மரகதம், இளம் வயதிலேயே மொழிபெயர்ப்பாளராக விஸ்வரூபமெடுத்திருக்கும் செல்ல மகள் இராம.சுடர்க்கொடிக்கும் எனது பேரன்பும் நன்றியும்.

இனி, தமிழ் ஹைக்கூ பயணத்தில் எங்கள் அன்புக் கவிஞர் க.இராமஜெயத்தின் பெயரும் கல்வெட்டாகப் பதிந்திருக்கும்.

20.05.2022

22

உயரம் தொடும் உன்னத சிந்தனைகள்

கவிதை எழுத ஆசைப்படும் எல்லோருக்கும் வசப்படுவதில்லை கவிதை. சமூக ஞானமும் நூல் வாசிப்பும் கவிதை மனமும் வாய்த்தவர்க்கே வெகு இயல்பாக வசப்படுகிறது கவிதை.

கவிதை எழுதுவதை விடவும் ஹைக்கூ எழுதுதல் சற்றே கடினமானது என்பதைப் பலரும் அறிந்திருந்த போதிலும், அதைச் சொல்வதற்கு ஏனோ தயங்குகிறார்கள். தனக்கு வசப்படாத இந்த மூவரிக் கவிதையை, 'தமிழில் ஹைக்கூ எழுதவே முடியாது' என்று சொல்லி, கவன ஈர்ப்பினைப் பெறுகிறார்கள். யார் எதைச் சொன்னாலும் மறுகேள்வி கேட்காமல் 'ஆமாம்' போடவும் சிலர் இருக்கவே செய்கிறார்கள்.

பொய்யின் குரலைக் காலக்காற்று ஒரு நாள் அடித்துச் சாய்த்து விடுமென்கிற உண்மை தாமதமாகவே பலருக்குப் புரிகிறது. புரிந்த சிலரும் ஏதும் சொல்லாமல் வேடிக்கை பார்ப்பதிலேயே குறியாய் இருக்கிறார்கள்.

பல்லாயிரமாண்டுகால வளமும் செறிவுமிக்க தமிழ் மொழி, எல்லா இலக்கிய வகைமைகளுக்கும் வாசல் திறந்து வரவேற்புக் கம்பளம் விரித்தே வந்திருக்கிறது. ஆங்கில கவிதைகளில் மனம் பறிகொடுத்த மகாகவி பாரதி, தமிழில் வசன கவிதைகளை

எழுதிய போது, பண்டிதர் கூட்டம் அதனை ஏற்க மறுத்தது. சோர்ந்து சும்மாயிருந்து விடவில்லை பாரதி.

'பிறநாட்டுக் கலைச்செல்வங்கள் யாவும் கொணர்ந்திங்குச் சேர்ப்பீர்' என்று சொன்னதோடு நில்லாமல், செயலிலும் அதைச் செய்துகாட்டிய பெருமைக்குரியவன் பாரதி. ஜப்பானிய மண்ணில் முகிழ்த்த மரபுக்கவிதையான ஹைக்கூ கவிதைகள், 20ஆம் நூற்றாண்டின் தொடக்கத்தில் பாரதியின் கவனத்திற்கு வரவே, அப்போதே ஹைக்கூ கவிதையின் சிறப்பினைப் பற்றி குறுங்கட்டுரை ஒன்றினை எழுதி, தமிழ்க் கவிஞர்களின் கவனத்திற்கு கொண்டுவந்தான் பாரதி.

1960களில் ஆங்கில மொழியாக்கத்தின் மூலமாகத் தமிழில் மீண்டும் அறிமுகமாகி, 1970களில் நேரடியாகத் தமிழில் எழுதப்பட்டு, 1980களில் நூலாக வெளிவரத் தொடங்கின... ஹைக்கூ கவிதைகள். இன்றைக்கு உலகெங்கும் எழுதப்படும் ஹைக்கூ கவிதைகளில் தமிழுக்குத் தனித்த சிறப்பிடமொன்று கிடைத்திருக்கிறது. விமர்சனம் கண்டு தயங்கிவிடாமல், ஹைக்கூவை ஆழமாய் உணர்ந்து, உள்வாங்கி எழுதியதன் மூலமாகவே இச்சிறப்பு நம் தமிழுக்குக் கிட்டியுள்ளது என்பதில் நாமும் பெருமிதம் கொள்ளலாம்.

தமிழ் ஹைக்கூ கவிதைகள் இந்தி, ஆங்கிலம், கன்னடம், தெலுங்கு, மலையாளம், மராத்தி ஆகிய மொழிகளைக் கடந்து இன்று ஹைக்கூ பிறந்த ஜப்பானிய மொழியிலும் மொழிபெயர்க்கப்பட்டுள்ளன. இன்னும் தமிழ் ஹைக்கூ உலகின் திசைகளை வலம் வரப்போகிற காலம் வெகுதூரமில்லை.

ஹைக்கூவை முதலில் தமிழில் அறிமுகம் செய்தவர்களில் சிலர், ஹைக்கூவில் சமூக விமர்சனம், அரசியல், காதல் கூடவே கூடாது என்று சொல்லிப் போயினர். ஆனால், இயற்கையின் அழகியல் ததும்பும் காட்சிப் பதிவுகளோடு, சமூகத்தையும், காதலையும் பாடிய ஹைக்கூ கவிதைகள் ஜப்பானிலும் எழுதப்பட்டுள்ளன என்கிற உண்மை தாமதமாகவே நமக்குத் தெரிய வந்தது.

கரையில் நின்று கதைத்துக் கொண்டிருப்பவர்களுக்கு ஒருபோதும் முத்துக்கள் கிட்டுவதில்லை. முயன்று மூச்சடக்கி, தொடர்ந்து முயல்பவர்களுக்கே முத்துக்கள் கிடைக்கும். கடந்த 20 ஆண்டுகளுக்கும் மேலாக ஹைக்கூவில் ஆர்வத்துடன் தன்னை

ஈடுபடுத்திக்கொண்டிருக்கும் கவிஞர்களுள் குறிப்பிடத்தக்கவர் கா.ந.கல்யாணசுந்தரம். ஒன்றுபட்ட வடாற்காடு மாவட்டத்தின் காவனூரில் பிறந்த கவிஞர் கா.ந.க., தமிழ்மொழியின் மீதான பற்றின் காரணமாகச் செய்யாறில் தமிழ்ச் சங்கத்தை உருவாக்கி, அதன் சீர்மிகு தலைவராகச் சிறப்பான முறையில் தமிழ்ப் பணிகளை ஆற்றியவர்.

வங்கியின் மேலாளராக இருந்தாலும் எல்லோரோடும் எளிமையாகப் பழகும் குணமுடைய கவிஞர் கா.ந.க., தனது முதல் கவிதை நூலையே ஹைக்கூ நூலாகத் தந்ததோடு, தமிழ், ஆங்கிலம் என இருமொழிகளில் தந்த ஒரு முன்னோடி கவிஞர் என்றே சொல்லலாம்.

இதுவரை பல பதிப்புகள் வெளியான கவிஞரது முதல் நூலான 'மனிதநேயத் துளிகள்' ஹைக்கூ நூல், கவிஞரைப் பலரிடத்தும் அறிமுகம் செய்தது. 'மனசெல்லாம்...' என்கிற இரண்டாவது ஹைக்கூ தொகுப்பின் மூலமாகப் பலரின் மனசில் நிறைந்து போனவர், தற்போது இந்த மூன்றாவது ஹைக்கூ தொகுப்பின் மூலம் நம் மண்ணின் மரபார்ந்த கூறுகளையும் சுமந்தபடி வருகிறார். ஆமாம்... இவை 'பனையோலைக் காற்றாடிகள்'... அதனால் தான் கிராமத்து மண்வாசமும் சேர்ந்தே வருகிறது... இந்த ஹைக்கூ காற்றில்.

வாசகனை மிரள வைக்காத எளிய மொழியும், சமூக முன்னேற்றத்திற்கான படிக்கட்டுகளாக அமைந்த சிந்தனைகளுமே இந்த குறுங்கவிதைகளின் அடிநாதமாக ஒலிக்கின்றன. சேதாரமில்லாத நேர்த்தியான சொற்கட்டும், படித்ததும் நம்மை உடனே யோசிக்க வைக்கும் சிறப்பும் கவிஞர் கா.ந.க. எழுதியுள்ள ஹைக்கூக்களின் சிறப்புக் குணங்களாக ஈர்த்து விடுகின்றன.

'கண்களை உருட்டியபடி
குறுக்கே செல்கிறது இயல்பாக
வழித்தடம் அறிந்த பூனை.'

இந்த ஹைக்கூவை மூன்று நான்கு முறை திரும்பத் திரும்ப வாசித்தேன். ஒவ்வொரு வாசிப்பிலும் வேறுவேறு வாசல்கள் நமக்குள் திறக்கின்றன. பூனை அறிந்தேயிருக்கிறது அதன் வழித்தடத்தை. நாம்தான் வழியறியாமல் நின்று கொண்டிருக்கிறோம்... நடுவழியில்.

இன்னொரு ஹைக்கூவும் எனக்கு ரொம்பவும் பிடித்திருந்தது.

'புல்லாங்குழலுக்குள்
நுழைந்து வெளியேறுகின்றன
பசித்த தேனீக்கள்.'

அட... என்ன அழகான காட்சி! அப்படியே இந்த வரிகளுக்குள் கட்டுண்டுக் கிடந்தேன். அதிலும் அந்தப் 'பசித்த' எனும் ஒற்றைச்சொல் கூடுதல் அர்த்தத்தைத் தருகிறதே..! இதுதான் ஹைக்கூவின் சிறப்பென்பதைக் கண்டுகொள்ளும் பெரும்வாய்ப்பு கிட்டுகிறது வாசகனுக்கு.

இந்த ஹைக்கூ நந்தவனத்திற்குள் பூத்திருக்கும் எல்லா மலர்களிலும் புதுமணம் என்றாலும், ஓரிரு மலர்களில் வெளிப்படும் தனி மணத்தை, வாசிக்கும் வாசக மனம் கண்டுகொள்ளும் என்பதில் சந்தேகமில்லை. இதோ... ஒரு மாதிரி மணம்.

'மூங்கில் விடுதிக்குள்ளிருந்து
காற்றோடுக் கலக்கிறது
தேநீர் குவளைச் சத்தம்.'

ஜப்பானிய ஹைக்கூ கவிதைகளோடு போட்டிப்போடும் தரத்திலான ஹைக்கூவில் இதுவும் ஒன்றென்பேன். காற்றோடு மட்டுமில்லை... நம் இதயத்தோடும் கலக்கிறது இந்த தேநீர் குவளையின் சத்தம்.

இன்னும் பல பிடித்தமான கவிதைகள் இந்நூலில் உண்டென்றாலும், இன்னும் ஒன்றை மட்டும் சொல்லியே ஆக வேண்டும்.

'நதி வற்றியதும்
மணல்பரப்பில் மின்னுகின்றன
கூழாங்கற்களின் குவியல்.'

ஆமாம்; மின்னுவதெல்லாம் பொன்னல்ல. என்றாலும் இந்த கூழாங்கற்களின் மின்னுதலில் நம் வாழ்வின் வசந்தத்திற்கான புதிய வெளிச்சமும் கிட்டுகிறதல்லவா..!

தான் எழுதுவதோடு நில்லாமல், பலரையும் சேர்த்தணைத்துக் கொண்டு,

'உலகத் தமிழ் ஹைக்கூ மன்றம்' எனும் முகநூல் குழுமத்தைத் தொடங்கி, அதன்மூலமாக பலரையும் ஊக்கப்படுத்திவரும்

கவிஞர் கா.ந.கல்யாண சுந்தரம், தமிழில் முதன்முதலாக 'நானிலு' எனும் நான்கு வரிகளமைந்த தன்னம்பிக்கை கவிதை வடிவத்தை அறிமுகம் செய்ததோடு, முதல் நூலையும் படைத்த சிறப்புக்குரியவர்.

கவிஞர் கா.ந.கல்யாணசுந்தரத்தின் உயர்ந்த சிந்தனைகளாலான இந்த கவிதைகள், ஹைக்கூவின் உயரம் தொடவே மேலெழுந்து பறக்கின்றன. வார்த்தைகள் வசப்பட்ட கவிஞருக்கு இனி வானம் மட்டுமென்ன வசப்படாமலா போகும்..?

10.06.2022

23

வாழ்வின் வலிகளைப் பேசும் குறும்பாக்கள்

மரங்களும் செடிகளும் கொடிகளும் அடர்ந்து படர்ந்திருந்த அந்த சிறிய நந்தவனத்தின் நடுவே இருந்தது அந்தப் புத்த மடாலயம். காற்றின் வீச்சில் கிளைகள், செடிகள், கொடிகள் ஒன்றோடொன்று உரசிக்கொள்ளும் சத்தம்; பறவைகள் எழுப்பும் கீச்சொலிகள்; பட்டாம்பூச்சிகளும் தும்பிகளும் பறக்கையில் மெல்லக் காற்றோடு கலக்கும் றெக்கையோசை; இவை தான் அந்த நந்தவனத்தின் மொழிகளாக இருந்தன.

அந்த மடாலயத்தில் பல புத்தப் பிட்ஷுகள் இருந்தார்கள். அவர்கள் அமைதியின் தூதுவர்கள். பேசுவதென்பது விரயமானது. மௌனமாய் இருத்தலே சாலச் சிறந்தது என்கிற எண்ணத்தில் பேசுவதைத் தவிர்த்து வந்தார்கள். இல்லையில்லை... பேசுவதென்பதே அங்கு தடை செய்யப்பட்டிருந்தது.

அவரவர்க்கான அன்றாட செயல்பாடுகளைச் செய்துகொண்டே, ஒருவருக்கொருவர் பார்வை மொழியிலேயே செய்திகளைப் பரஸ்பரம் பகிர்ந்துகொண்டார்கள். பேச்சரவம் கேட்காத பேரமைதி அந்த மடாலயத்தில் நிலவியது.

புத்தப் பிட்ஷுகள் பத்தாண்டுகளுக்கு ஒருமுறை மட்டுமே பேசிக் கொண்டார்கள். அதுவும் இரண்டே இரண்டு சொற்கள்தான். அந்த மடாலயத்தில் தலைமைப் பிட்ஷு

ஒருவரும் இருந்தார். அவரிடம் சென்றே புத்தப் பிட்ஷுகள் பேசுவது வழக்கம்.

அங்கிருந்த புத்தப் பிட்ஷுகளுள் ஒருவர் பத்தாண்டுகளைக் கடந்தும் எதுவும் பேசாமலேயே இருந்தார். திடீரென ஒரு நாள் தலைமைப் பிட்ஷுவின் அருகில் சென்றார்.

"நீ பேச விரும்பும் இரு சொற்கள் என்ன..?" என்று தலைமைப் பிட்ஷு கேட்டார்.

உடனே, "படுக்கை, கடினம்" என்று சொல்லிவிட்டு, பதிலை எதிர்பார்க்காமல் சென்றுவிட்டார்.

தலைமைப் பிட்ஷு எதுவும் பேசவேயில்லை.

மீண்டும் பத்தாண்டுகள் கழிந்து, அதே புத்தப் பிட்ஷு வந்தார்.

"இம்முறை நீ பேச விரும்பும் இரு சொற்கள் என்ன?" தலைமைப் பிட்ஷு கேட்டதும், "சாப்பாடு, நாத்தம்" என்று சொல்லிவிட்டுப் போய்விட்டார்.

மேலும் பத்தாண்டுகள் கழிந்த பின்னர், அதே புத்தப் பிட்ஷு வந்தார். தலைமைப் பிட்ஷு, "இப்போது நீ பேச விரும்பும் இரு சொற்கள் என்ன?" என்றார்.

"நான் போகிறேன்" என்றார் புத்தப் பிட்ஷு.

"நல்லது, இதைத்தான் நான் எதிர்ப்பார்த்தேன். கடந்த முப்பது ஆண்டுகளில் நீ சொல்லிச்சென்றவை எல்லாமே உன் துன்பத்தைப் பற்றிய புகார் சொற்களே. உன்னிடம் அன்பில் தோய்ந்த வார்த்தைகளே இல்லை. பாவம்... நீயென்ன செய்வாய்..? உன் உள்ளத்தில் அன்பிருந்தால்தானே அவை சொற்களாக வெளிவரும். அன்பான சொற்களில்லா நீ இங்கிருந்து கிளம்புவதே நல்லது. இக்கணமே போய்விடு!" என்று மென்புன்னகையோடு விடைகொடுத்தார் தலைமைப் பிட்ஷு. மடாலயம் சொற்களற்று உறைந்துபோனது. பறவைகளின் கீச்சொலிகளால் அந்த நந்தவனமே நிரம்பி வழிந்தது.

புகழ்பெற்ற ஜென் கதையிது. சொற்களின் ஆற்றல் என்னவாக இருக்கும் என்பது பற்றியும், அன்பற்ற சொற்களைப் பேசும் மனிதர்களால் எங்கும் வாழ முடியாமல் போகும் நிலை பற்றியும் இந்தக் கதை நமக்கு வேறு சொற்களில் விளக்கி விடுகின்றன. இதில் நேரடியான போதனையாக ஏதுமில்லையென்பதே 'ஜென்'னின் சிறப்பம்சம்.

ஒரு நூற்றாண்டினைக் கடந்தும் தமிழில் செழித்து வளர்ந்துவரும் ஹைக்கூ கவிதைகளை எழுதும் எவரும் சொற்களைச் செறிவாகவும் சிக்கனமாகவும் கைக்கொள்ள வேண்டியது மிகவும் முக்கியமாகும். இதன் நுட்பத்தை அறிந்துகொண்டு ஹைக்கூ படைக்கும் கவிஞர்களின் கவிதைகளே ஹைக்கூ வரலாற்றில் நிலைத்து நிற்கும்.

ஹைக்கூவின் செறிவான மொழியையும் சிக்கனமான சொற்களின் பயன்பாட்டையும் நன்கு உணர்ந்தவராய் நம் பார்வைக்குப் பதிவாகிறார் கவிஞர் விக்னேஷ் வீ.லோ.

தென்மாவட்டத்தின் தாய்மடியெனப் படர்ந்து கிடக்கும் மேற்குத் தொடர்ச்சி மலையடிவாரத்தில் எனக்கு முன்னரே நன்கு அறிமுகமான பல இலக்கிய நண்பர்களுள் புதிய அறிமுகமாக, புதுமலரெனப் பூத்து கவிவாசம் வீச வருகிறார் விக்னேஷ் வீ.லோ.

தேனி மாவட்டம் எப்போதுமே என் இலக்கியச் செயல்பாடுகளுக்குச் சிவப்புக் கம்பளம் விரித்து வரவேற்கும் மாவட்டம். கடந்த கால் நூற்றாண்டுகாலமாகத் தேனி மாவட்டத்தின் பல ஊர்களுக்கும் நான் சென்று வந்திருக்கின்றேன். அதிலும், பெரியாறு அணையைக் கட்டும் பணியில் தன்னையே அர்ப்பணித்துக்கொண்ட பென்னி குக்கின் வரலாற்றை 'நீரதிகாரம்' எனும் நாவலாக அ.வெண்ணிலா தற்போது எழுதி வருகிறார். அவரது களப்பயணத்தில் இணைந்து கம்பம், போடி மெட்டு, மேகமலை, சின்னமனூர், கண்டமனூர், தேவாரம், வேப்பம்பட்டி, தெக்கம்பட்டி, குச்சனூர் என எல்லா ஊர்களையும் சுற்றிவந்த எனக்கு, கவிஞர் விக்னேஷ் பிறந்த காமயகவுண்டன்பட்டிக்குச் இன்னும் செல்லவில்லையே என்பதில் வருத்தமே.

இந்திய தேசத்திற்கான விடுதலைப் போரில் தன்னையே முற்றாய் கரைத்துக்கொண்டு, அகிம்சை எனும் புதிய ஆயுதமொன்றைக் கையிலெடுத்துப் போராடிய மாமனிதர் மகாத்மா காந்திக்கு, முழு உருவச் சிலை அமைத்து வழிபட்டு வரும் தென்தமிழக கிராமம் என 'ஆனந்த விகடன்' இதழில் காமயகவுண்டன்பட்டி கிராமம் பற்றிய செய்தியைப் படித்தபோது, அந்தக் கிராமத்தில் பிறந்தவர் கவிஞர் விக்னேஷ் என்பதில் அவர்மீதான அன்பும் கவிதைகளின் மீதான ஈர்ப்பும் சற்றே கூடித்தான் போனது.

தங்கை கேட்கையில் நிலவைப் பிடித்துத் தரும் தமிழ்த் திரைக் கவிஞர்களுக்கிடையில், நிலவைக் கடுகாகச் சுருக்கி, நம் கவிப் பார்வைக்குத் தந்துள்ளார் கவிஞர் விக்னேஷ் வீ.லோ. 'கடுகு சிறுத்தாலும் காரம் குறையாது' என்பது நம் தமிழ் வழக்கு அல்லவா! வெறும் மூன்றடி என்றாலும் காட்சியழகாலும், செறிவான-தெறிப்பான மொழியாலும் இன்று உலகை வலம் வரும் ஹைக்கூ கவிதைகள், தமிழ் நிலத்திலும் சிறப்பிடம் பெற்று எழுதப்பட்டு வருவதற்குப் பல்லாயிரம் இளைய கவிஞர்களின் ஆர்வமும் முயற்சியுமே முதற்காரணம்.

'என்னை நனைத்த தமிழ்' எனும் புதுக்கவிதை நூலினைத் தொடர்ந்து, தனது இரண்டாவது நூலாக 'கடுகு' எனும் ஹைக்கூ நூலினைப் படைத்துள்ளார் கவிஞர் விக்னேஷ் வீ.லோ. பத்தாண்டுகளாகக் கவிதைகளை எழுதிவரும் கவிஞர் விக்னேஷுக்கு கவிப்பேரரசு வைரமுத்துவின் 'சிகரங்களை நோக்கி...' நூலும், அவரது தமிழாசிரியர்களுமே கவிதையெழுதிட தூண்டுகோலாக இருந்திருக்கிறார்கள்.

இருபது ஆண்டுகளாக கல்வியில் சிறந்து விளங்கும் கம்பம் நாளந்தா இன்னோவேஷன் பள்ளியின் நிர்வாக அலுவலராக ஏழாண்டுகளாகப் பணியாற்றி வரும் கவிஞர் விக்னேஷ் வீ.லோ வின் ஹைக்கூ கவிதைகள் நூலாக வருவது மகிழ்வைத் தருகிறது.

இயல்பான கிராமத்து வாழ்விலிருந்து துளிர்த்திருக்கும் கவிஞர் விக்னேஷின் குறுங்கவிகள், இளம் வாசக மனதில் நல்ல தாக்கத்தை ஏற்படுத்துமென்பது நிச்சயம். குறைவான வார்த்தைகளைக் கொண்டு ஹைக்கூ சரத்தைத் தொடுத்துள்ள கவிஞரின் மொழித்திறன் பாராட்டும்படி உள்ளது.

'வேண்டுதல் நிறைவேற
வேகமாய் தலையாட்டியது
ஆடு.'

முதல் வாசிப்பில் ஒரு ஆட்டின் அறியாமையைச் சுட்டுவது போல் இருந்தாலும், மறுவாசிப்பில் எதையும் தீர யோசிக்காமல் மந்தையென வாழும் மனிதர்களின் மீதான கோபத்தின் சாடலாகவும் இக்கவிதை எனக்குப்பட்டது.

'விடாமல் ஒலிக்கிறது
விபத்துக்குப் பின்பும்
அலைபேசி.'

கையில் அலைபேசியை எடுத்துவிட்டால் போதும்; உலகையே மறந்து போகும் இன்றைய இளைய தலைமுறையினரின் போக்கினைச் சாடுவதோடு, தற்கால சாலை விபத்துகளுக்கான காரணங்களுள் அலைபேசியின் பங்கும் அதிகரித்து வரும் உண்மையையும் நமக்குச் சுட்டிக்காட்டுகிறது இந்த ஹைக்கூ.

'விட்டுச் சென்றதெல்லாம்
திரும்பத் தொட்டணைக்கிறது
ஆற்றில் மழைத்துளி.'

என்ன இரசனைமிக்க கவிதை! விண்ணிலிருந்து மண்ணுக்கு இறங்கிவரும் மழை, எல்லோரையும் நனைப்பதுபோல், விட்டுச் சென்றவைகளையும் தொட்டணைக்கும் நேர்த்தியை மிக அழகாகப் பதிந்துள்ளது இக்குறுங்கவிதை.

'பூனை குறுக்கே சென்றது
திருமணம் நின்றது...'

- என்பது ஒரு ஹைக்கூவின் முதலிரு வரிகள். இக்கவிதையின் ஈற்றடி என்னவாக இருக்குமென வாசகர்களும் யோசிக்கத் தொடங்கினால்... அவர்களும் கவிஞராகப் பரிணமிக்க முடியும்.

'கண்கள் உதிர்க்கும்
வலிகளின் மொழி
கண்ணீர்.'

- என்று எழுதியிருக்கும் கவிஞர் விக்னேஷ் வீ.லோ, இந்த நூலில் மனித வாழ்வு எதிர்கொள்ளும் பல்வேறு வலிகளையும் கவிதைகளாகப் பதிவு செய்துள்ளார். கசியும் கண்ணீரின் கவிதை மொழி, நம் மனங்களை நனைக்கும் அதிசயத்தை நிகழ்த்திப் போகின்றன.

இந்நூலின் முதல் கவிதையே ஒரு முத்திரைக் கவிதைதான்; தேடலுடைய வாசகனுக்கு ஒவ்வொரு கவிதையும் ஒரு முத்திரை தானே!

'பல்வேறு உணவு வகைகளைச்
சித்திரமாக வரைகிறான்
சத்திரத்தில் பசியோடு.'

இக்கவிதையே ஒரு சித்திரமாக நம் மனதில் எழுவதோடு, சித்திரம் - சத்திரம் எனும் ஓசையழகோடு இருப்பது கூடுதல் சிறப்புக்குரியதாகிறது.

வரும் காலங்களில் இன்னும் காட்சியழகு மிளிரும் ஹைக்கூ கவிதைகளைக் கவிஞர் விக்னேஷ் படைப்பார் எனும் பெருநம்பிக்கையோடு, இந்த தென்மேற்கிலிருந்து வீசும் கவிதைக் காற்றினைச் சற்றே கண்மூடி ஆனந்தமாய் சுவாசிக்கின்றேன்.

06.09.2022

24

கவிப்பார்வையின் பரிணாமங்கள்

'எல்லோருக்கும் கவிதை ஏன் பிடித்திருக்கிறது?' எனும் கேள்விக்கு, எல்லோருக்குள்ளும் ஒரு கவிஞன் இருக்கின்றான் என்பதே சரியான பதில். இயற்கையை ரசிக்கும் பேருள்ளம் கவிதை மனம் படைத்தோருக்கே வாய்த்த பெரும்பேறு.

விரைவான வாழ்வின் நெடிய ஓட்டத்தில் எதிர்வருவதைக் கண்டும் காணாமல் கடந்துபோகிற மனிதர்களே நம்மில் அதிகம். எதையும் நின்று நிதானித்தும், கண்டு களித்தும், உற்று நோக்கியும், ரசித்து உள்வாங்கவும் ரசனை மனம் இருப்பது அவசியமன்றோ!

இந்த மண்ணில் பிறந்த எல்லோருக்குள்ளும் ரசனை மனமொன்று இருக்கிறது. அதனால்தான் லேசான தூறலை, அடித்துப் பெய்யும் பெருமழையை, கொட்டும் வெயிலை, மந்தமான மாலை நேரத்தை, நள்ளிரவை என எல்லாவற்றிலிருந்தும் ஏதோவொன்றை நமக்குப் பிடித்தமானதாக உணர முடிகிறது. பொருள் தேடும் வாழ்வில் நமக்குள்ளிருக்கும் ரசனை மனம் தேய்ந்து தேய்ந்து, தான் எனும் ஓட்டுக்குள் சுருங்கிக் கொள்கின்றான் மனிதன்.

சராசரி மனிதனிலிருந்து சற்றே வித்தியாசப்பட்டவனே கவிஞன். அவனால்தான் எந்த நெருக்கடியான நிலையிலும்

ரசனை மனதோடு இருக்க முடிகிறது. எவ்வித கஷ்டங்கள் சூழ்ந்த பொழுதிலும் நின்று நிதானித்து வாழவும் தெரிந்திருக்கிறது.

எல்லோரோடும் சேர்ந்து பேருந்துக்குள் முட்டிமோதி ஏறும் அவசரத்திலும், சன்னல் வழி சிரிக்கும் குழந்தைக்குப் புன்னகை யொன்றினைப் பரிசளிப்பவனே கவிஞன். கைதவறிவிட்ட காகிதங்களைப் பொறுக்கும் பெரியவருக்கு உடனிருந்து ஓரிரு காகிதங்களை எடுத்துத்தரும் மனமிருக்கிறது கவிஞனுக்கு. பூங்காவுக்குள் உட்கார்ந்து கொண்டும் செல்பேசிக்குள் புதைந்து கிடப்பவர்களுக்கு மத்தியில் பட்டாம்பூச்சி பார்க்கும் வித்தியாசமானவனே கவிஞன். இயற்கையின் பெருங்காதலனான கவிஞனின் உள்ளம் எப்போதும் கவிதையாய் கனிந்திருக்கிறது.

பல்லாண்டுகளாக நாம் அன்றாடம் பயணிக்கும் அதே சாலையில் தான் இன்றைக்கும் பயணிக்கிறோம். ஆனாலும், இரு சக்கர வாகனத்தின் முன்னிருக்கையில் அமர்ந்திருக்கும் செல்ல மகள், "அப்பா, அந்த வீட்டு வாசல்ல தொட்டி ரோஜா ஒன்னு பூத்திருக்குப் பாரேன்..." என்று சொல்லும் கணத்தில் தான், நம்மை மீட்டெடுத்துக்கொள்கிறோம். அதுநாள் வரை அந்த வீட்டின் வாசலில் ஒரு தொட்டிச்செடி இருப்பதைக்கூட நாம் கவனித்ததில்லை என்பதே மனசைச் சுடுகிற உண்மை.

எதார்த்தத்தை எதிர்கொள்வதோடு, அதிலிருந்து சற்றே விலகி நின்றும் இந்த வாழ்வு குறித்த மதிப்பீட்டைச் செய்யும் கவிஞர்களைக் கொண்டாடுவதும் ஒரு சமூகத்தின் செயற்கரிய செயல்களுள் ஒன்றே.

வாழும் காலத்தில் விமர்சனங்களாலும் புறக்கணிப்புகளாலும் ஏன்... வறுமையாலும் பல்வேறு இன்னல்களைச் சந்தித்தவர் மகாகவி பாரதியார். ஆனாலும் இவை எதுவும் பாரதியின் கவிதை ரசனைக்கு குறுக்கே நின்றதில்லை என்பதே காலம் காட்டும் உண்மை.

'நிமிர்ந்த நன்னடை நேர்கொண்ட பார்வையும்,
நிலத்தில் யார்க்கும் அஞ்சாத நெறிகளும்,
திமிர்ந்த ஞானச் செருக்கும்...' பெண்களுக்கு மட்டுமல்ல, அனைவர்க்கும் வேண்டுமென்றவர் பாரதியார்.

தேசம் விடுதலை அடைவதற்கு கால் நூற்றாண்டுகளுக்கு முன்னரே பாரதியை மரணம் தழுவிக்கொண்டது. ஒரு

நூற்றாண்டினைக் கடந்த நினைவு நாளிலும் இன்றைக்கும் பேசுபொருளாக இருக்கும் மகாகவி பாரதியின் சிறப்பினை உணர்கையில், 'மகாகவிக்கு மரணமில்லை' என்பதே சத்தியமாகியுள்ளது.

பாரதியின் பாட்டுத்தடத்தில் இன்றைக்குப் பல்லாயிரம் கவிஞர்கள் நம்பிக்கையோடும், இந்தச் சமுதாயத்தை முன்னோக்கி நடத்திச்செல்லும் உத்வேகத்தோடும் கவிதைகளை எழுதி வருகிறார்கள். அத்தகைய நம்பிக்கை மிளிரும் கவிஞர்களுள் ஒருவரே சோமனூர் செந்திரு. முன்னரே 'ஊர் சுமக்கும் மனிதர்கள்', 'கருவறையில் ஒளிந்திருக்கும் கடவுள்' எனும் இரு கவிதை நூல்களின் வழியே கவனம் ஈர்த்தவர். ஆர்வமும் ஆற்றலுமிக்க கவிஞரான இவர், அரசு உதவிபெறும் பள்ளியொன்றின் தமிழாசிரியராகக் கல்விப்பணியும் ஆற்றிவருவது கூடுதல் சிறப்பாகும்.

பொள்ளாச்சி இலக்கிய வட்டத்தின் நிகழ்வுகளில் பங்கேற்க சென்றபோது தான், கவிஞர் செந்திருவின் கவிக்கரம் பற்றிக் குலுக்கும் வாய்ப்பு கிடைத்தது. புன்னகை படர்ந்த முகத்தோடு எப்போதும் உரையாடும் கவிஞர் செந்திரு, தனது மூன்றாவது நூலாக ஹைக்கூ கவிதை நூலொன்றினை வெளியிடவிருக்கிறார் என்று அன்புக்கவிஞர் இரா.பூபாலன் சொன்னபோது, என் மனம் பூரித்துப்போனது.

கவிதை எழுதும் பலரிடத்தும் பேசும்போது, 'ஹைக்கூ எழுதுவதென்பது வேண்டாத செயல்' என்பது மாதிரியான கருத்தினையே முன்வைப்பதுண்டு. ஹைக்கூவின் செறிவையும், அதன் காட்சி அழகையும், அதன் நுட்பமான பார்வையையும் உணராமலேயே சொல்பவர்களின் கருத்துகளைப் புறந்தள்ளி விடுவதன்றி வேறென்ன செய்ய..? ஆனால், கவித்துவமும் கூர்ந்த பார்வையும் உடைய கவிஞர்கள் பலரும் ஹைக்கூ எழுதுகையில், தமிழ் ஹைக்கூ உலகு தழுவிய கவனத்தை, பாராட்டைப் பெறுமென்பது என் திடமான நம்பிக்கை. அந்த நம்பிக்கையிலேயே கவிதை எழுதும் பலரிடமும் ஹைக்கூ எழுதுங்கள் என்கிற கோரிக்கையை நான் வைப்பதுண்டு. கவிஞர் செந்திருவின் கவனம் ஹைக்கூ பக்கமாகத் திரும்பியதில் மிக்க மகிழ்ச்சி. கவிதை எழுதிப் பழகிய கரமல்லவா... ஹைக்கூ எளிதாக வசப்பட்டிருக்கிறது. மிகக் குறைவான

சொற்களுக்குள்ளேயே சொல்லிவிடும் நுட்பம் பெற்றவராக கவிஞர் செந்திரு, இத்தொகுப்பின் வழி அறியப்படப்போகிறார்.

கவிஞர் செந்திருவின் மூன்றாவது நூல், ஜப்பானிய மூவரி கவிதையான ஹைக்கூ நூலாக வெளிவருவதும் நல்ல பொருத்தமே.

'வியர்வையில்
மணக்கிறது
வாழ்க்கை.'

மூன்றே வார்த்தைகளில் இந்தக் கவிதை சொல்லும் செய்தி, நம் எல்லோரும் அறிந்ததே என்றாலும், மீண்டும் மீண்டும் உழைப்பின் வியர்வையை நாம் கொண்டாட வேண்டியவர்களாகவே உள்ளோம்.

தொலைக்காட்சி விளம்பரங்களில் வருபவர்கள் சோப்பு, ஷாம்பு, நறுமணப் பொருள்களின் அறிமுகத்தில் மனித உடல் வியர்வை கண்டு, 'வேண்டாவெறுப்பாக' முகஞ்சுளிக்கையில், மனித வாழ்வென்பதே வியர்வையில் தான் மணம் பெறுகிறது என்பதை சொல்வது ஒரு கவிஞனின் கடமையன்றோ!

புத்தக மூட்டைச் சுமந்துசெல்லும் குழந்தைகளைப் பற்றி, தமிழில் பல நூறு கவிதைகள் வந்திருந்தாலும், செந்திருவின் கவிதையில் வேறொரு பார்வையும் புலப்படுவதை இரண்டாவது முறை வாசிக்கையில் உணர முடிகிறது.

'உழைத்த களைப்பில்
வீடு திரும்புகின்றன
புத்தக மூட்டைகள்.'

கவிஞர் செந்திரு எழுதியிருக்கும் சில கவிதைகளில் செய்தித்தனம் சற்றே தூக்கலாக இருந்தாலும், மனம் ஒன்றி வாசிக்கையில் அவை நமக்குள் ஒரு நெருக்கத்தை உண்டாக்கி விடும் அதிசயத்தை நிகழ்த்துகின்றன.

அப்படியான கவிதைகளில் இதுவுமொன்று;

'நண்பனின் இருக்கையில்
எப்போதும் அமரலாம்
நான்கு பேர்.'

பல கவிதைகளை ரசித்தாலும், மிகவும் பிடித்த கவிதையென்றால் இந்தக் கவிதையைத்தான் சொல்வேன்.

'ஒவ்வொரு வகுப்பிலும்
தோழி ஒருத்தி
அம்மாவின் சாயலில்.'

எனக்கு மட்டுமேயான கவிதையாக நினைத்திருந்த இக்கவிதை, எல்லோருக்குமானதாக இருப்பதே இக்கவிதையின் சிறப்பாகும்.

எல்லாவற்றையும் உற்றுப்பார்த்தும், நுணுகிச் சென்றும் கவிதைப் படைத்திருக்கிறார் கவிஞர் செந்திரு. நகரத்துப் பட்டாம்பூச்சியின் பூக்களில் படர்ந்திருக்கும் எரிபொருளின் மிச்சம் பற்றியும், கூரை வீட்டுக்குள் கண்ணீர்த்துளியாக நிலவு விழுவதும், மழைத்துளி விழும்வரை மறைந்திருக்கும் மண்வாசம் பற்றியும் எழுதியிருப்பது கவிஞரை தனித்துவமான பார்வையுடையவராகக் காட்டுகிறது. கவிஞர் செந்திரு, தனது கவிப்பார்வையின் பரிணாமங்களை வருங்காலங்களில் இன்னும் இன்னுமாக விரித்துச்செல்வார் என்பதற்கான நல்வரவே இந்த 'காடு தொலைத்த பறவை' நூலாகும்.

சொற்களைக் கடந்தும் காட்சிகளினூடாகத் தனது கவிதைகளைப் படைக்கையில், கவிஞர் செந்திரு வின் பெயரையும் தமிழ் ஹைக்கூ ஏந்தி நிற்கும்.

03.02.2023

25

உள்ளங்களில் ஒளிரும் விளக்கொளி

அதுவொரு கோடைமழை.

யாருமே எதிர்பார்த்திராத கணமொன்றில் சடசடவெனக் கொட்டத் தொடங்கியது. சாலைகளில் நடந்துபோனவர்கள், இரு சக்கர வாகனங்களில் பயணித்தவர்கள், சாலையோரங்களில் சிறுகடைகளை வைத்திருந்தவர்கள், தள்ளுவண்டிக்காரர், செருப்புத் தைப்பவர் என அனைவரும் வேகமாக ஓடிவந்து அந்தப் பேருந்து நிறுத்தத்தின் நிழற்குடையின்கீழ் ஒதுங்கி நின்றனர்.

பத்து, பனிரெண்டு பேர் நிற்க முடிந்த நிழற்குடையில் இருபதுக்கும் மேற்பட்டோர் ஒடுங்கிக்கொண்டு நிற்க, அதில் நானுமொருவனாய் உள்நுழைந்தேன்.

தார்ச்சாலையில் சட்சட்டென மழைத்தாரைகள் விழுந்ததும், அதுவரை கொதித்துக்கிடந்த சாலையிலிருந்து நீராவி மேலெழுந்து கிளம்பியது. சுற்றிலும் மனிதர்கள் சலசலத்துக் கொண்டிருந்தனர்.

"இப்ப யாரு இந்த மழை இல்லேனு கேட்டது..?"

"பகல்லே பேஞ்சு பொழப்பை கெடுக்கிது..!"

"சட்டுனு விடாது போலிருக்கே..!"

அவரவர் கவலை அவரவர்க்கு. இதில் மழையைப் பார்த்து இரசிக்கும் மனம், கவிஞனைத் தவிர வேறு யாருக்கு வாய்த்திடும்..?

நீண்டநாட்களுக்குப் பிறகு பார்க்கிற முதல் மழையிது. அதிலும் கொஞ்சமாய் நனைந்து, மக்களோடு மக்களாய் ஒதுங்கி நிற்கிற கணம். நிழற்குடையில் பட்டுத் தெறிக்கும் ஈரச் சாரல்கள் வேறு கால்களை, கையை நனைக்கிறது. மெல்ல துளிர்க்கிறது கவிதையொன்று. கைகள் பரபரக்கின்றன. இதழ் பிரியாமல் எனக்குள்ளேயே சொல்லிப் பார்க்கின்றேன்.

‘எதிர்பாராமல் வந்துநிற்கும்
பள்ளிப்பருவ நண்பனாய்
வந்துவிட்டது கோடைமழை.’

‘ம்ம்... இன்னும் வேற மாதிரி இருக்கலாமே!’ யோசிப்பினூடே என் கவனம் இடதுபக்கமாய்த் திரும்பியது.

குழந்தையின் கைகளை இறுகப் பிடித்தபடி இருக்கும் தாயின் கை. பிடியை மீறி, கூட்டத்துக்குள்ளிருந்து வெளியே தலையை நீட்டிப் பார்க்கும் குழந்தையின் மீதும் சில்லிடும் மழைத்துளிகள். குழந்தையின் தலை லேசாக நனைந்திருந்தது. தலையிலிருந்து வழியும் நீர்க்கோடு, மூக்கின் நுனியில் ஒற்றை முத்தாகிறது. மூக்கிலிருந்து கீழுதிரும் நீர் முத்தைத் தன் நாக்கில் வாங்குகிறது குழந்தை. வேகமாகத் தரையிறங்கும் மழைத்துளிகளை, வெளியே கைகளை நீட்டி நிழற்குடைக்குள் திருப்பி விடுகிறது குழந்தை.

அம்மாவின் அதட்டல், கூட்டத்தினரின் சலிப்பு, வேடிக்கை பார்க்கும் நான்... இவை எதுவும் குழந்தைக்கு ஒரு பொருட்டாகவே தெரியவில்லை. குழந்தை தனக்குப் பிடித்தமான மழையோடு விளையாடிக் கொண்டிருந்தது. குழந்தையின் கவனத்தை எந்த குறுக்கீடுகளாலும் திசை திருப்ப முடியவில்லை. அந்தக் கணத்தை, தனக்கானதாக்கிக் கொண்டிருந்தது குழந்தையின் இயல்பு.

நான் எழுத நினைத்த கவிதை வரிகள் மொத்தமாகக் கரைந்தோட, அந்தக் குழந்தையின் செயல்கள் ஒவ்வொன்றுமே ஒரு கவிதைக்குரிய அடர்த்தியுடன் பொழிந்து கொண்டிருந்தன.

'கவிதை - நேற்று, இன்று, நாளை
ஹைக்கூ - இக்கணம்.'

- என்ற கவிஞர் சேலம் தமிழ்நாடனின் வரிகள், என் நினைவில் மின்னலென வெட்டிப்போயின.

வாழ்வின் பொழுதுகளுக்குள்ளிருந்து கவிதைகளைத் தேடிக் கண்டெடுக்கிறார்கள் கவிஞர்கள். தான் வாழும் ஒவ்வொரு கணத்தையுமே கவிதையாக்கிக் கொள்கிறார்கள் ஹைக்கூ கவிஞர்கள்.

அன்புக்கவிஞர் பித்தன் வெங்கட்ராஜ் எழுதிய 'அலையோடு கொஞ்சம் தேநீர்' நூலிலுள்ள ஹைக்கூ கவிதைகளை வாசித்த கணத்தில், தான் வாழும் ஒவ்வொரு கணத்தையும் ஹைக்கூவாக்கி வாழும் கவிஞர் இவரென அடையாளம் கண்டு, பெருமகிழ்வு கொண்டேன்.

எனது நண்பர், கவிஞர் பல்லவிகுமாரின் நட்பு வட்டத்தில் வலம்வரும் கவிஞர் பித்தன் வெங்கட்ராஜ், எனக்கும் நண்பரானது பல்லவிகுமார் வழியே தான். சென்னையில் நடை பெற்ற ஹைக்கூ நிகழ்வொன்றில் முதன்முதலாக கவிஞர் பித்தன் வெங்கட்ராஜுடனான சந்திப்பு நிகழ்ந்தது. அன்றிலிருந்து தொடரும் அன்பின் பகிர்வில் மனசுக்குப் பிடித்தமான கவிஞர்களுள் ஒருவராகிப் போனார் பித்தன் வெங்கட்ராஜ்.

திரைப்படப் பாடல் எழுதும் முயற்சியில் சென்னைக்கு குடி பெயர்ந்த பல நூறு இளைய கவிஞர்களை நானறிவேன். வெறும் தேடலோடு நில்லாமல், அதற்கான திறன்களையும் வளர்த்துக்கொண்டு வெற்றியை வசமாக்கும் பெருநம்பிக்கையோடு மிளிரும் கவிஞராகப் பித்தன் வெங்கட்ராஜ் இருப்பது, இவரை ஆயிரத்தில் ஒருவராகத் தனித்துவத்துடன் முன்னிறுத்துகிறது.

கவிதை மனதோடு களமாடிவரும் கவிஞர் பித்தன் வெங்கட்ராஜ், தொடர்ந்து கவிதைகள் எழுதி வந்தாலும், ஏனோ இதழ்களுக்கு அனுப்பும் எண்ணமில்லாதவர். இவரது தேர்ந்த ஹைக்கூ கவிதைகள் 'அலையோடு கொஞ்சம் தேநீர்' எனும் முதல் நூலாக, அதிலும் ஹைக்கூ கவிதை நூலாக வெளிவருவது, கவிஞரின் அழகிய முகவரியாக அமையப் போகிறது என்பது என் நம்பிக்கை.

'தூண்டிலில் சிக்கிய
மீனின் கண்களில்
விடைபெறும் நதி.'

இந்த நூலின் முதல் கவிதை மட்டுமல்ல; நான் வாசித்த கவிஞர் பித்தன் வெங்கட்ராஜின் முதல் கவிதையும் இதுவே. ஆறே வார்த்தைகளில் கவிஞர் செதுக்கியுள்ள காட்சி, நம்மை பல நிமிடங்கள் விடைபெற முடியாமல் செய்து விடுகிறது. ஒரு நல்ல ஹைக்கூ வாசிப்பாளனுக்குள் எப்படியான ரசவாதத்தை நிகழ்த்தும் என்பதை கவிஞர் பித்தன் வெங்கட்ராஜின் பல ஹைக்கூ கவிதைகளை வாசித்தபோது முழுமையாக என்னால் உணர முடிந்தது.

'நீரில் விழும்
விளக்கொளியை வழிமறிக்கிறது
பழைய மரம்.'

- எனும் ஹைக்கூ தீட்டும் சித்திரத்தை மனசிற்குள் ஒருமுறை வரைந்து பார்த்தேன். 'பழைய மரம்' எனும் அர்த்தமிக்க சொல், 'ஜப்பானிய ஹைக்கூவின் தந்தை' வின் 'பழைய குளத்தை' நினைவூட்டினாலும், வாசிப்பாளனின் உள்ளங்களில் ஒளிரும் விளக்கொளியை ஏற்றி வைக்கும் அதிசயத்தை இந்த ஒற்றை ஹைக்கூவின் மூலமாக நிகழ்த்திக் காட்டியிருக்கும் கவிஞர் பித்தன் வெங்கட்ராஜை எவ்வளவு பாராட்டினாலும் தகும்.

காதலை என்றைக்கும் அழகாக்குபவள் காதலி; அந்தக் காதலியை அழகாக்குவது கவிதையே.

கவிஞர் பித்தன் வெங்கட்ராஜின் காதல் கொஞ்சும் ஹைக்கூ ஒன்று, அழகுக்கு மேலும் அழகு சேர்க்கிறது.

'ஆடும் காதணியில்
அழகாய் சிக்கிக் கொண்டிருக்கிறது
ஒற்றைக் கூந்தல்.'

வாசித்த பிறகுதான் தெரிகிறது, ஒற்றைக் கூந்தலோடு கவிஞனின் மனமும் சேர்ந்தே பின்னிக் கிடப்பது.

இந்நூலில் நான் ரசித்த பல ஹைக்கூ முத்துக்கள் உள்ளன. ஆனாலும் நான் எழுத நினைத்து முடியாமல் போன ஒரு ஹைக்கூவை கவிஞர் பித்தன் வெங்கட்ராஜ், இவ்வளவு சொல்நேர்த்தியோடு எழுதியிருக்கிறாரே என்று படித்து வியந்த ஹைக்கூ இது;

'காலடியில் நழுவும் பூமி
உயரம் குறைந்தேன்
கடற்கரையில்.'

கடற்கரைக்குப் போய்வந்த எல்லோரின் அனுபவமும் இதுவென்றாலும், இதை ஹைக்கூவுக்குள் சொல்லும் நுட்பம் கவிஞருக்கு மட்டுமே வாய்த்த பெரும்பேறு தானே..!

ஓடு நனைய மௌன தவத்தில் இருக்கும் நத்தையும், மழையில் நனையும் கலப்பை இருந்த இடமும், தூண்டிலில் தொங்கும் பாதி மண்புழுவும், பனையேறும் அணிலின் பிம்பம் குளத்து நீரில் இறங்குவதுபோல் தெரியும் அழகும் கவிஞர் பித்தன் வெங்கட்ராஜின் கவித்துவ மேன்மைக்கும், செறிவுமிக்க மொழியாளுமைக்கும் சான்று பகிரும் கவிதைகளாகின்றன.

கரையில் நின்று அலைகளோடு விளையாடும் குழந்தை மனமும், தன் கவிதைகளினூடாக வானத்தைத் தொட்டுவிடும் விடாமுயற்சியும் உடைய கவிஞர் பித்தன் வெங்கட்ராஜ், தமிழ் ஹைக்கூவில் பரவலாக அறியப்பட வேண்டியவர். வருக... கவியே. தங்களின் நல்வருகையில் தமிழ் ஹைக்கூ, புதிய உயரங்களை எட்டிப் பிடிக்கட்டும். ஹைக்கூ சிறகுகளால் உலகளக்கட்டும்.

03.03.2023